अक्षयपात्र

लेखक
बिन्दु भट्ट

अनुवाद
अंजनी नरवणे

मेहता पब्लिशिंग हाऊस

AKHEPATAR by BINDU BHATTA

© बिन्दु भट्ट

Translated into Marathi Language by Anjani Naravne
अक्षयपात्र / अनुवादित कादंबरी
अनुवाद : अंजनी नरवणे
मराठी अनुवादाचे व प्रकाशनाचे हक्क मेहता पब्लिशिंग हाऊस, पुणे ३०.
प्रकाशक : सुनील अनिल मेहता, मेहता पब्लिशिंग हाऊस,
१९४१, सदाशिव पेठ, माडीवाले कॉलनी, पुणे - ४११०३०.

मुखपृष्ठ : चंद्रमोहन कुलकर्णी
प्रथमावृत्ती : फेब्रुवारी, २००८ / पुनर्मुद्रण : फेब्रुवारी, २०१५

P Book ISBN 9788177669442
E Book ISBN 9789387789500
E Books available on : play.google.com/store/books
www.amazon.in/b?node=15513892031

आदरणीय
श्री. रघुवीर चौधरी
यांस

निवेदन

माझी पहिली कादंबरी *'मीरा याज्ञिकची डायरी'* १९९२मध्ये प्रकाशित झाली. जुन्या आणि नव्या पिढीतल्या अनेक गुजराती भाषिक विद्वानांनी तिची प्रशंसा केली आणि प्रामाणिक अभिप्रायही दिले. गुजराती मासिकांमधून आणि चर्चासत्रांमधून त्या कादंबरीवर चर्चाही होत आहेत. त्यानंतरही लेखन चालू होतेच; परंतु वेगवेगळ्या स्वरूपाचे. दुसरी कादंबरी इतक्या कालावधीनंतर लिहिण्याचं कारणही तसेच आहे. *'मीरा याज्ञिकची डायरी'*विषयी *'संदेश'*मध्ये रघुवीर चौधरींनी लिहिले, तेव्हा कादंबरीची कलात्मकता आणि स्वरूप ह्यांची विशेष नोंद घेऊन त्यांनी शेवटी लिहिले, "*'मीरा याज्ञिक'*नं स्वत:चा पुढे विकास करून घेतला पाहिजे."

चौधरी यांच्या विधानानं मला माझ्या लेखनासाठी एक नवी दिशा शोधण्याची प्रेरणा मिळाली. लेखनप्रक्रियेच्या अगदी वेगळ्या दिशेला जाऊन सामाजिक वास्तवाच्या पार्श्वभूमीवर, कंचनबांच्या पात्राला मध्यवर्ती ठेवून ही कादंबरी लिहिण्याचा मी विचार केला. पहिल्या कादंबरीसारखीच कथेचा केंद्रबिंदू एक स्त्री आहे आणि तिच्या कथेद्वारा समाजातल्या वेगवेगळ्या अंगांपर्यंत पोहोचण्याचा प्रयत्न केला आहे.

माझी सत्त्याऐंशी वर्षांची आई जेव्हा भूतकाळातल्या आठवणी सांगत असते, तेव्हा खूपदा वाटते, की एकाच जन्मात माणसाला किती वेगवेगळ्या भूमिका बजावाव्या लागतात! भारताची फाळणी झाली, तेव्हा त्यांनी जे सहन केलं, त्याचे घाव अजूनही भरून आलेले नाहीत. त्यातच गेल्या वर्षी मोटा भाईंच्या (लेखिकेचे पिता) मृत्यूच्या आघाताने तिला आता स्थळ-काळाचं भान राहिनासे झाले आहे. भूतकाळ, वर्तमानकाळ आणि मनात खोलवर असलेलं दु:ख ह्यामुळे ती पुष्कळदा कराचीमध्ये घालविलेल्या दिवसांमध्ये स्वत:ला विसरून जाते.

ह्या कथेच्या सुरुवातीच्या प्रकरणांमधील बरीचशी माहिती मला आईकडून आणि त्यांच्या कराचीतल्या वास्तव्याच्या दिवसांमधील स्नेही-सोबती, शेजारी ह्यांच्या आठवणींमधून मिळाली. नंतर मात्र कंचनबांनीच पुढील प्रकरणांचा आणि माझाही ताबा घेतला. आता असे वाटते आहे, की कंचनबा ह्या सर्व दिवस आमच्याबरोबरच होत्या. घरातले एखादे मनुष्य गेले म्हणजे जसे घर रिकामे रिकामे वाटते, तसे कादंबरी पूर्ण झाल्यावर काहीसे वाटते आहे. हाही एक योगायोगच, की शेवटचे प्रकरण वडिलांच्या पहिल्या पुण्यतिथीलाच लिहिले गेले.

ह्या कादंबरीच्या लेखनाची सुरुवात तर १९९५मध्येच केली होती. १९९७मध्ये बडोद्याला गुजराती साहित्य परिषदेच्या अधिवेशनात 'कादंबरीलेखनाचं स्वरूप' ह्या चर्चासत्रात ह्या कथेबद्दल थोडेफार काही सांगितले. चर्चा संपल्याबरोबर '*जन्मभूमी-प्रवासी*'च्या संपादक तरुबहेन कजारियांनी कथा ताब्यातच घेऊन टाकली. त्यानंतर बरेच दिवस गेले. तरुबहेन वरचेवर कादंबरी मागत राहिल्या. मग १९९८च्या नोव्हेंबरमध्ये तर त्यांनी नव्या वर्षाची भेट म्हणून ही कादंबरी देण्याचे माझ्याकडून कबूलच करून घेतले. त्यांच्या प्रेमाने आणि आग्रहाने मला लेखन सुरू करायला भाग पाडले. त्यांचे मन:पूर्वक आभार.

सुरुवातीची सहा प्रकरणे सलग लिहून झाली आणि नंतरचे प्रत्येक प्रकरण आठवड्या-आठवड्याला लिहिले गेले. माझ्यासाठी हा एक नवा प्रयोग होता. ह्यात जोखीम होती. स्वत:च्या स्वभावाशी न जुळणाऱ्या ह्या प्रयोगाचा मला फायदाच झाला आहे, ह्यात शंकाच नाही. लिहीत गेले तसतशी माझ्यातल्या सर्जनशक्तीची, माझ्या स्वत:विषयीची एक नवीच जाणीव मला झाली.

ह्या सर्व प्रवासात आदरणीय 'सर' भोळाभाई पटेलांच्या आशीवार्दांनी मला सतत प्रोत्साहन मिळत राहिले आहे. श्री. दिलीप राणपुरा, डॉ. कनुभाई जानी आणि कविश्री हरिकृष्ण पाठक ह्यांच्यासारख्या साहित्यक्षेत्रातल्या मान्यवरांच्या अभिप्रायांनीही मला प्रोत्साहन दिले. प्रिय मैत्रीण शरीफा विजळीवालाने प्रेमाने पठाणी वसुली करून घेत प्रकरणं वाचली आणि जरूर वाटली, तिथे टीकाही केली. श्रीमती प्रज्ञाबहेन अंताणी, भालचंद्र त्रिवेदी, रसिकभाई चंदाराणा आणि श्रीमती भारती ओझा ह्यांच्यासारख्या प्रेमळ हितचिंतकांनी मला साथ दिली. आदरणीय धीरूबहेन पटेलांनी केलेलं कौतुक तर माझी मोठी ठेवच आहे. कादंबरीच्या प्रत्येक प्रकरणाचे मनापासून कौतुक करणाऱ्या माझे जीवनसाथी हर्षद त्रिवेदी यांच्याबद्दलच्या भावना व्यक्त करायला तर शब्दच कमी पडतील. प्रत्येक प्रकरणासाठी माझ्या कॉलेजमधले कर्मचारी श्री. शिवाभाई प्रजापतींची सायकल झेरॉक्स आणि कुरियरसाठी धावत राहिली. त्यांचे आभार न मानून कसं चालेल? श्री. चंद्रकांत भट्ट ह्यांनी काळजीपूर्वक प्रुफे तपासून दिली. एवढेच नाही तर मनापासून अभिप्रायही दिला, त्याचाही आनंद वाटतो.

'*अखेपातर*' प्रकाशित करणारे मा. भगतभाई शेठ आणि श्री. चिंतनभाई ह्यांची मी खूप आभारी आहे.

३ ऑगस्ट १९९९ **– बिन्दु भट्ट**

अनुवादाविषयी

गुजराती कथा व कादंबऱ्यांच्या अनुवादाचं काम करण्यास सुरुवात केल्यानंतर गेल्या पंधरा वर्षांत मी मराठीत अनुवाद केलेली ही दहावी कादंबरी. ह्या बहुतेक सर्व कादंबऱ्या बरेच पुरस्कार मिळालेल्या आणि दोन कादंबऱ्या तर सुप्रसिद्ध, महान गुजराती देशभक्त, कवी, लेखक, स्व. झवेरचंद मेघाणी ह्यांच्या. त्यांच्या काळात साहित्य अकादमी तर नव्हती; परंतु त्यांची लोकप्रियता अफाट होती; हे त्यांच्या कादंबऱ्यांच्या ज्या अनेक आवृत्त्या निघत असत, त्यातूनच कळत असे. पुरस्कृत आठ कादंबऱ्यांपैकी चार कादंबऱ्यांना साहित्य अकादमीचा सर्वोत्कृष्ट साहित्याचा पुरस्कार मिळालेला आहे, त्यातली '*अक्षयपात्र* ' ही अगदी अलीकडची.

हे लिहीत असताना माझ्याच लक्षात एक गोष्ट आली ती अशी, की ह्या दहा कादंबऱ्यांपैकी सहा कादंबऱ्या स्त्रीकेंद्रित आहेत. '*सागरतिरी*'मधील अवल– सौराष्ट्रच्या समुद्रकिनाऱ्यावरच्या खेड्यात राहणारी अत्यंत स्वाभिमानी, सुसंस्कृत, कर्तव्यात कधीही कसूर न करणारी. '*अणसार*'मधील रूपा– संपन्न शहरी कुटुंबातली, पण कुष्ठरोगाचा बळी झालेली. '*बावडीं*'मधील दरिया– खेड्यांमधील जुलूम व अन्यायाशी संघर्ष करत जिंकणारी, वेड लागलेल्या शेतकरी नवऱ्याला सांभाळणारी. '*रेतीचा पक्षी*'मधील सुनंदा– दोन तरुण मुले असलेल्या बिजवराशी परिस्थितिवश विवाह झाल्यावर मार्ग काढणारी. '*गहाण पडलेली टेकडी*'मधील आदिवासी स्त्रिया– गुजरातच्या साबरकांठा ह्या दुष्काळी भागातल्या अनेक अन्यायांशी व बिकट परिस्थितीशी झगडणाऱ्या तर प्रस्तुत '*अक्षयपात्र*'मधील कंचन– विलक्षण कठीण परिस्थितीशी जिद्दीने एकाकी लढा देता देता कधीही हार न मानणारी, स्वत:चे शिक्षण अपूर्ण राहिल्याने सोसाव्या लागलेल्या हालअपेष्टांमधून धडा घेऊन मुलांना शिक्षण देण्यासाठी अपार कष्ट करणारी.

ह्या सर्व स्त्रियांच्या आयुष्याभोवती गुंफल्या गेलेल्या ह्या कहाण्या, स्त्रीच्या खंबीर, लढाऊ वृत्तीचे, मनाची पकड घेणारे दर्शन घडवतात आणि त्याच वेळी एक कन्या, पत्नी आणि माता म्हणून तिच्या एकनिष्ठ, निरपेक्ष प्रेमाचे, अपार वात्सल्याचे मनोहारी रूपही दाखवितात. '*अक्षयपात्र*'चे आणखी एक वैशिष्ट्य असे आहे की, गुजराती कादंबऱ्यांमध्ये तरी प्रथमच देशाच्या फाळणीच्या पार्श्वभूमीवर, फाळणीमुळे, सामान्य जनतेची प्रतिनिधी अशा तरुण स्त्रीला सहन कराव्या लागलेल्या आपत्तींचे आणि तिने हार न मानता दिलेल्या एकाकी लढ्याच्या कथेचे वास्तवपूर्ण चित्रण आहे.

'*अक्षयपात्र*'चे मूळ गुजराती नाव '*अखेपातर*'. लेखिका बिन्दु भट्ट. ह्या गुजरात विद्यापीठाशी संलग्न असलेल्या अहमदाबादच्या एका कॉलेजमध्ये हिंदीच्या प्राध्यापिका आहेत. हिंदी वाङ्मयाचा अभ्यास करून त्यांनी एम.ए., पीएच.डी. केले आहे. अजून पन्नाशीला पोहोचेपर्यंतच त्यांनी वेगवेगळ्या स्वरूपाचे विपुल लेखन केले आहे. त्यात कादंबऱ्या तीनच आहेत आणि त्यातल्या '*अखेपातर*' ह्या दुसऱ्याच कादंबरीला साहित्य अकादमीचा सर्वोत्कृष्ट साहित्याचा पुरस्कार मिळावा ही खरोखर विशेष कौतुकास्पद गोष्ट आहे. कथानकातील पात्रे व वातावरण ह्यांना शोभेल अशी अगदी साधी, सरळ. सौराष्ट्रातील खेडवळ भाषेचा बाज असलेली भाषा वापरण्यात त्यांनी निश्चितच औचित्य दाखविले आहे; कारण तिकडच्या लहानशा खेड्यात राहणाऱ्या माणसांच्या तोंडी लालित्यपूर्ण, उपमा-उत्प्रेक्षांनी नटलेली अलंकारिक भाषा वापरणे सहजसुंदर असे वाटलेच नसते.

गेली कितीतरी वर्षे ज्यांचे सक्रिय प्रोत्साहन नेहमी मिळत राहिल्यामुळे माझा लेखनाचा उत्साह वाढता राहिला आहे, त्या मेहता पब्लिशिंग हाऊसच्या श्री. सुनील मेहतांना मन:पूर्वक धन्यवाद. मराठी प्रकाशनव्यवसाय विचारपूर्वक आयोजन केल्यास उत्तम रीतीने चालवता येतो, हे तर त्यांनी दाखवलेच आहे; परंतु अनुवादाचे महत्त्व जाणून इंग्रजीतील व भारतातल्या विविध भाषांमधील उत्तम साहित्य मराठी वाचकांना उपलब्ध करून देण्याचे फार महत्त्वाचे, मोठे काम करण्यात त्यांनी पुढाकार घेतला आहे.

मराठी वाचकांसाठी मी आत्तापर्यंत सादर केलेल्या कादंबऱ्यांसारखीच '*अक्षयपात्र*' ही वाचकांच्या पसंतीस उतरेल असा मला विश्वास वाटतो.

अंजनी नरवणे

एक

बसस्टँडवरून कंचनबा गावात पोहोचण्यापूर्वीच त्या आल्या असल्याची बातमी बाजारात सगळीकडे पसरली.

"कंचनबा आल्यायत." गल्ल्यावर पाच रुपयांचं नाणं फेकता फेकता मग वीरभद्र पुढे म्हणाला, "दोन मसाला."

"आँ? छे छे! अशा कशा येतील?" आश्चर्यानं एकदम वरच्या पट्टीत जाणाऱ्या आवाजाबरोबर हरीशही उभा राहात म्हणाला. हरीशच्या खांद्यावर हात ठेवून त्याला पुन्हा खाली बसवत वीरभद्र म्हणाला, "काऽय 'छे छे' माणिकचंद? अशा कशा येतील म्हणजे?" आणि हसत हसत त्यानं टोमणा मारला, "अरे, त्यांच्या वडिलांचं गाव आहे हे! तुझ्यासारखं थोडंच आहे?"

वीरभद्राचं शेवटचं वाक्य मनावर न घेता हरीश म्हणाला, "पण घर विकून गेल्या त्याला दहा वर्षं झाली. आत्तापर्यंत एकदाही डोकावल्या नाहीत आणि आत्ता आता श्रावण तर सगळा गेला आणि अधिक श्रावण सुद्धा अर्धा झाला; आता कशाला येतील त्या?"

"हे तुम्हा व्यापाऱ्यांचं असं असतं! कशाला येतील म्हणजे? आणि आल्या तरी तुला काय रे त्याचं? तुझ्यात का वाटणी मागणार आहेत त्या? नुकसान तर त्या जगा ब्राह्मणाचं होईल. तू आपला आठवड्याला कांपच्या चकरा मारत राहा अन् चैन करीत राहा!" कांपचं नाव घेतलं की हरीश हवा गेलेल्या फुग्यासारखा चिमटून जायचा.

कांप म्हणजे सुरेंद्रनगर. कांप हे जुनं नाव. इंग्रजांच्या आमदनीत तिथे लष्कराचा कँप असायचा, त्या कँपला लोक 'कांप' म्हणायचे. जिल्ह्यातल्या जवळ जवळ सगळ्या गावांमधून लोक बाजारहाट, औषधपाणी किंवा कोर्टकचेरीच्या कामांसाठी 'कांप'ला जायचे. हरीशचं आजोळ म्हणा की मूळ गाव म्हणा, 'कांप'च. त्याचे आईवडील तो खूप लहान असताना मरण पावले होते. मूलबाळ नसलेल्या मामीने त्याला वाढविले होते.

जसापरला हरीशचे सासरे तलकचंद होते. ते वारले तेव्हा घर, शेती आणि धंदा

सगळं सांभाळायला त्याला येथे यावे लागले होते. तलकचंदला एकच मुलगी– भावना. भावनाला हरीशने खूप समजावले; पण कांप सोडायची संधी तिला हातातून जाऊ द्यायची नव्हती. तिने जसापरमध्येच राहायचे ठरविले आणि हरीशला सांगितले, "तुम्ही राहा ना कांपमध्ये. दर आठवड्याला येत जा. याल तेव्हा दुकानासाठी माल पण घेऊन येत जा. मी इथलं सगळं सांभाळीन." लोक-लाजेस्तव मग हरीशने येथेच राहाणे पत्करले.

"हरीशकुमार, जरा पाचशे ग्रॅम व्हेजिटेबल घी द्या ना." म्हणत रुखीबा आल्या.

"माँ, व्हेजिटेबल सोसेल तुम्हाला?"

"अरे, मी तर दगड सुद्धा पचवू शकेन; पण हे तर उद्या एकादशी आहे, तर शिधा द्यायचाय ना, त्याच्यासाठी हवंय." बोलता बोलता रुखीबांनी दुकानाच्या ओट्यावर बैठक मारली.

"–आणि अधिक महिन्याच्या एकादशीला तुमच्या मैत्रिणीला साजुक तुपातले लाडू करून नाही का खाऊ घालणार?"

"अरे, मी लाख करून घालीन; पण माझी मैत्रीण इथं असली तर ना?"

"तीऽऽ येतेय बघा." हरीशने दूर दिसणाऱ्या ठाकुरजींच्या (कृष्णाच्या) मंदिराच्या दिशेने बोट दाखविले.

रुखीबांनी कपाळावर हात आडवा धरून डोळे जरा बारीक करून बघितले. ठाकुरजींच्या मंदिराच्या पायऱ्यांजवळ एक स्त्री पाठमोरी उभी असलेली दिसली. रुखीबाला वाटले, पायात चपला घालायला लागल्यायत वाटते. वेष तर तोच, तसाच आहे. तशीच पांढरी साडी आणि हातात पिशवी. कदाचित हा जावई (गावच्या मुलीचा नवरा म्हणून जावई) थट्टाही करीत असेल; पण ती स्त्री चालायला लागली, तशी लगेच रुखीबा उभ्या झाल्या. त्याच त्या! एका हातात पिशवी आणि दुसऱ्या हाताने साडीच्या निऱ्या जरा वर पकडून चालणाऱ्या कंचनबा. मध्यम बांधा आणि सडपातळ शरीर.

पाच वर्षांपूर्वीचे दिवस असते, तर रुखीबा पळतच सुटल्या असत्या. बघितलं लोकांनी तर बघू देत, पण अलीकडे कंबरेच्या दुखण्यानं त्यांना जवळ जवळ अर्धपंगूच करून टाकलं होतं. त्या दोन पावलं पुढे गेल्या. कंचनबांनी त्यांना बघितले, "किती बदलून गेल्यात रुखीभाभी! तोंडात दात नाहीतसं वाटतंय आणि कंबरेत वाकून उभं राहावं लागतंय!" कंचनबांच्या चेहेऱ्यावर स्मित उमटले आणि पावले जरा झराझरा पडू लागली; पण रुखीबांजवळ पोहोचेपर्यंत स्मित अस्पष्ट झाले आणि पावलं थिमी. मिठी मारायला उत्सुक असलेल्या रुखीबांचा हात आपल्या दोन्ही हातांमध्ये पकडून त्यांनी क्षणभरातच सगळ्या भावना व्यक्त केल्या. काही क्षण एकमेकींच्या बोटांमध्ये गुंफलेली बोटे बोलत राहिली, डोळे ऐकत राहिले.

रुखीबांचे ओठ उघडणार असे दिसले, तशी त्यांच्या सगळ्या प्रश्नांना डावलायला, कंचनबांनी पुढे चालायला सुरुवात केली. त्या म्हणाल्या, "मी जरा सतीमाच्या चबुतऱ्याचं दर्शन घेऊन येते, मग बोलू या."

हरीशने घाईघाईने स्वतःची उपस्थिती जाणवून द्यायला म्हटले, "जे नाराण (जय नारायण) गोराणी मा. (गोर = ब्राह्मण, गावचा पुरोहित. गोराणी म्हणजे गोरची पत्नी, जी खेड्यापाड्यात स्वतःही पौरोहित्य करते.)

"जे नाराण" म्हणत कंचनबा दरबारगढाकडे वळल्या.

कंचनबा गेल्या, तशा रुखीबाही चालू लागल्या.

"मा, तूप नाही का न्यायचं?" हरीशने पाठीमागून ओरडून विचारले.

"वजन करून ठेव, संजीवला पाठवते."

हरीशला वाटते होते की रुखीबा पण दरबारगढच्या रस्त्याला लागतील, पण त्या त्यांच्या घराच्या म्हणजे सुतारगल्लीच्या दिशेला वळल्या.

रुखीबा चालत होत्या हळूहळू; पण त्यांचं मन तर जणू घोड्याच्या वेगानं धावत होतं. दहा वर्षांनी अशा अचानक का आल्या असतील कंचनबा? घडीभरसुद्धा थांबल्या नाहीत, काही बोलल्याही नाहीत. काय झालं असेल? काही काळजी करण्यासारखं तर नसेल ना? चंद्रकांतशी किंवा त्याच्या बायकोशी काही भांडण झालं असेल? काय जाणे! हल्लीच्या पिढीचं काही सांगता येत नाही! नेताना तर अगदी प्रेमानं घेऊन गेली होती कंचनबांना. अहमदाबादसारख्या शहरात स्वतःचं घर. मुलगा न् सून दोघांनाही सरकारी नोकरी आणि मुलालाही दोन मुलगे. किती छान नीटनेटकं कुटुंब! देवाचं नाव घ्यायचं आणि मुलांना सांभाळायचं. ह्या वयात आता आणखी काय हवं? पण ईश्वरालाच ठाऊक! काही सांगता येत नाही! झाकलेल्या ह्या कपाळी काय असेल कोणाला माहीत!' (खेड्यामध्ये अजूनही वयस्क गुजराती बायका डोक्यावरून पदर घेऊन तो कपाळापर्यंत ओढून घेतात.)

घराच्या ओसरीची पायरी चढता चढता रुखीबांनी निःश्वास टाकला.

"का उशीर झाला बा?" बाहेर पडायला तयार होता होता स्मिताने विचारले.

"कंचनबा आल्यायत."

"मग तुम्ही बरोबर घेऊन नाही आलात?"

"आत्ता येतील. सतीमाचं दर्शन घ्यायला गेल्यायत."

खांद्याला पर्स लटकवत स्मिताने घाईने बाहेरच्या दाराचा अडसर काढला आणि जाता जाता सांगितले, "मी निघते शाळेत जायला. संजीव उशिरा येईल. तुम्ही जेवून घ्या."

"बरं," रुखीबांनी खाटेवर अंग टाकले. कंबरेला जरा आराम वाटला.

गावातला दरबारगढ भाग म्हणजे दरबार लोकांचा मोहल्ला (दरबार ही पटेल

जमातीतली एक पोटजात). त्यातलं शेवटचं, सगळ्यांत टोकाचं घर कंचनबांच्या बापूजींचं. ब्राह्मणाचं ते एकच घर. तिथून पुढे कणबी (कुणबी) लोकांची वस्ती सुरू होई. कितीतरी पिढ्यांपूर्वी ठाकोरसाहेबांनी कंचनबांच्या पूर्वजांना जमीन दिली होती. तशी तर सतीमाचा चबुतरा आहे, ती जागाही ब्राह्मणवस्तीच आहे. तेव्हा तिथे दिवा तर त्या लावतीलच. अंगणात गेल्या गेल्या उजव्या हाताला कडुलिंब आणि त्याच्या खाली सतीमाचा चबुतरा. शेंदूर लावलेल्या दगडावर चुडा भरलेल्या स्त्रीच्या हातांचे चिन्हं. कित्येक वर्षांपूर्वी दरबारच्या एका कुटुंबात बिट्ट्या, सागरगोटे खेळण्याच्या वयातली एक मुलगी सती गेली होती. तिचा नुकताच साखरपुडा झाला होता आणि तिचा भावी पती गावच्या गाई रानातनं परत आणायला गेला असताना मृत्यू पावला होता. आजही गावातले कुठल्याही जातीचे लोक असोत, ते मुलाचा किंवा मुलीचा साखरपुडा करायचा ठरवतील तेव्हा न चुकता सतीमाच्या चबुत‍र्याशी नारळ फोडतात. एवढेच नाही, पण कोणी परदेशी किंवा बाहेरगावी असले, तर काही नाही तर शेवटी मनीऑर्डरनं नारळ फोडण्यासाठी पैसे पाठवतात.

दरवाजासमोरून जात असलेल्या ठाकोरसाहेबांचा खेडूत जिवा याने कंचनबांना बघितले.

"ओहो! जे नाराण मा!"

"जे नाराण."

"राहणार आहात ना?"

"हो," कंचनबांनी चालता चालताच उत्तर दिले.

जिवा ठाकोरसाहेबांचा खेडूत. शेतीच्या मोसमात शेतावर खपायचा आणि बाकीचे दिवस चोवीस तास ठाकोरसाहेबांच्या सेवेत हजर असायचा. एक्का (एक बैलाची बैलगाडी) जोडून विहिरीवरून पाण्याचे पिंप भरून आणण्यापासून ते हुक्का, चिलीम भरून पेटवून देणे, चहापाणी देणे, सगळेच करायचा. त्याचे बापूजीही (वडील) ठाकोरसाहेबांबरोबरच असत. लोक म्हणायचे, 'जिवाच्या बापूनं जणू ठाकोरसाहेबांसाठीच जन्म घेतलाय!' जिवाला विलायतीसाहेबांनी म्हणजे प्रवीणसिंहबापूंनी पगार नक्की करून दिला होता आणि राहायला घर. जिवाची बायको केसर, कंचनबांची जणू 'मुंडण' न केलेली (विधिपूर्वक दीक्षा न घेतलेली) चेली. कंचनबांना वाटले, केसरला समजले, की घडीभर सुद्धा वाट न बघता धावत येईल.

कंचनबा जुन्या घरासमोर येऊन उभ्या राहिल्या तशा क्षणभर दिङ्मूढ झाल्या. 'ही कुठे आलेय मी?' खात्री करून घ्यायला आजूबाजूला बघितले. 'नाही, गल्ली तर तीच आहे!' मग भानावर आल्यावर त्यांच्या तोंडून निघाले, "अरे राम राम! माझी तरी कमालच आहे! दहा वर्षांनी गावात पाय टाकलाय आणि मला वाटत होतं, की जसं सोडून गेले होते, तसंच्या तसंच सगळं असेल! अरे माझ्या जिवा!

गोंधळून जाऊन हेही विसरलास का, की घर तर ठाकोरसाहेबांनी विकत घेतलंय!' स्वत:शी बोलायचं थांबवत त्यांनी परत बघितले. ठाकोरसाहेबांची कितीतरी वर्षांची इच्छा होती, की सतीमाच्या चबुतऱ्यापाशी शक्तिमाचे देऊळ बांधावे. ते बांधल्यालाही आता सात एक वर्षं झाली होती.

कंचनबांनी बघितले, समोर निळ्या रंगाने रंगवलेले लोखंडी जाळीचे दार होते. घराच्या चारी बाजूंना असलेली उंच भिंत पाडून टाकून तारेचे कुंपण केले होते. त्या कुंपणावर विलायती मेंदीची रोपे चढवायचा थोडा फार प्रयत्न केलेला दिसत होता. पूर्वी एक ओसरी आणि दोन खोल्या होत्या. दुरून जाळी लावून बंद केलेली ओसरी दिसत होती. कंचनबांनी कुंपणात बसवलेले फाटक उघडून अंगणात पाय ठेवला. पळभर त्यांचे पाय त्या जमिनीला जणू चिकटून बसले. खडकांमधून झरे फुटावेत तसे मनावर ठेवलेले दगड बाजूला ढकलत जणू आत्ता ते झरे वाहू लागतील, असे त्यांना वाटले. 'नाही, हे बरोबर नाही. जे आपण राजीखुशीनं सोडून दिलंय, त्यामध्ये असा जीव अडकणं!' कोणाचा तरी हात हलकेच बाजूला करावा, तशी त्यांनी दृष्टी वळवली आणि आसरा शोधत, त्या सतीमाच्या चबुतऱ्याकडे वळल्या. चबुतऱ्याच्या भोवताली पक्की फरशी केली होती आणि कडेने लोखंडाची बारीक जाळी बसविली होती. दर्शन घेण्यासाठी छोटासा दरवाजा होता. जाळीला आणि दरवाजाला हिरवा रंग दिला होता. सुमारे तीन फूट उंचीची ती जाळी बकरी, कुत्री आत जाऊ नयेत म्हणून केली असणार; पण तरी ती आत गेली असणार, ह्याच्या खुणा इकडे तिकडे दिसत होत्या! दार केलेले असले म्हणजे ते नीट बंद केलेले राहणार आणि ते पण सार्वजनिक जागी, असे समजून चालणे चुकीचे होते.

सतीमाच्या समाधीसमोर बसून कंचनबा प्रश्न विचारावा तशा नजरेने म्हणाल्या, 'ही सतीमा साक्षी आहे. मी कधीही माझ्यावर सोपवलेले काम पार पाडण्यात कामचोरपणा केलेला नाही; पण तूच सांग मा, आता किती दिवस माझ्यावरच कामं सोपवली जाणार आहेत? बघता बघता दोन वर्षांत मला ऐंशी वर्षं पुरी होतील. आता किती दिवस असं करीत राहू शकेन मी? तरीही मा, तुला जर माझी परीक्षाच बघायची असेल, तर फक्त एक कर– मला शक्ती दे.' मासमोर पसरलेल्या पदरात काहीतरी टाकले गेले, अशा भावनेने त्या उठल्या आणि छोटा दरवाजा उघडून जवळच्या कडुलिंबाच्या पारावर बसल्या.

आकाशात ढग येत होते न् जात होते. त्यामुळे घटकेत ऊन पडायचे, तर घटकेत सावली; पण भोवतालचे वातावरण बघून वाटत होते, की दुपार व्हायला आली असावी. कडुलिंबाचा वृक्ष खूप जुना. त्याच्या ढोलीत पोपट घरटी करायचे. आत्ता थोडे फार आवाज ऐकू येत होते. कोणीतरी झाडाच्या फांदीला पाण्याचे एक मडके लटकवले होते. कडुलिंबाची दाट सावली बघून कंचनबांना त्या सावलीत जरा

विसावा घ्यावासा वाटला. त्या बुंध्याला टेकून बसल्या. ज्याने खूप शारीरिक कष्ट केले आहेत, अशा घरातल्या एखाद्या वृद्ध माणसाच्या स्पर्शासारखा तो वृक्षाच्या खरखरीत सालीचा पाठीला झालेला स्पर्श त्यांना वाटला. त्या बाजूला सरकल्या. मनात आले, जर का आत्ता ह्या वृक्षाने तिच्या सुखदु:खांची चौकशी केली, तर त्याला तोंड कसं द्यायचं? कंचनबा उठून उभ्या राहिल्या आणि मागच्या परसात गेल्या. परसात बरीच मोकळी जागा होती. भूतकाळात कधी कधी कंचनबांना अशी कल्पना करायला आवडायचं, की थोरला चंद्रकांत समोरच्या बाजूला राहील आणि धाकट्या कार्तिकसाठी पाठीमागच्या बाजूला घर बांधू. अर्थात मनात खोलवर त्या जाणून होत्या, की पंख फुटले, की जसापरचे आकाश त्यांच्या नानाजींसारखेच ह्या मुलांनाही लहान पडेल!

परसात एका कोपऱ्यात कापसाचे गठ्ठे पडले होते. 'कोणाचे असतील? कोणाचे का असेनात, आपल्याला काय?' एक खड्डा खोदलेला होता– कचरा टाकण्यासाठी. क्षणभर त्यांच्या चेहेऱ्यावर स्मित उमटले. येथे कोणाला स्वच्छतेची फारशी फिकीर दिसत नव्हती. समोरचे अंगण फार तर आठवड्यातून एकदा झाडले जात असेल. एका बाजूला हँडपंप आणि जवळ एक मोठा हंडा पडला होता. हंड्यावरचे मातीचे झाकण उघडून पाहिले, तर वापर नसलेल्या त्या पाण्यावर शेवाळं तरंगत होते. हँडपंप हलवून त्यांनी पाणी काढायचा प्रयत्न केला. बराच वेळ हलवल्यावर थोडेसे पाणी आले. ते ओंजळीत घेऊन त्यांनी चूळ भरली. पाणी जरा खारे होते. परत फिरताना त्यांची नजर मंदिराच्या मागच्या बाजूला गेली. त्यांनी लावली होती ती कण्हेर जिवंत होती आणि त्यावर तीन-चार लाल-गुलाबी फुलंही होती. कंचनबांच्या मनाला बरे वाटले.

◆

दोन

पाच पायऱ्या चढून कंचनबांनी मंदिराच्या ओसरीची लोखंडी जाळी उघडली. नुसती कडीच लावलेली होती. ओसरीच्या उंबरठ्याच्या बरोबर समोर शक्तिमांच्या गाभाऱ्याचे मुख्य दार होते, ते बंद होते. त्याच्यासमोर, अर्ध्या भागात स्टीलच्या सळया बसविलेली लाकडी जाळी होती. जाळीच्या चारी बाजूंना वेलबुट्टीचे कोरीव काम केले होते. जाळीच्या चौकटीच्या डाव्या-उजव्या बाजूला दोन कोनाडे होते. त्यांमध्ये काजळी धरली होती. पूर्वी समया ठेवत असतील. कोनाड्यांच्या जवळच्या भिंतींवर दोन्ही बाजूंना तीन-तीन लाकडाच्या खुंट्या होत्या. कंचनबांना आठवले, की सगळ्या जागेचे बांधकाम आणि रंग खूपच बदलले आहेत; पण ह्या खुंट्या जुन्याच होत्या. ह्या खुंट्यांवर मुलांची शाळेची दप्तरे, निऱ्या करून ठेवलेले सोवळे, छत्री, कंदील आणि पिशवी लटकत असे. आज सगळ्या खुंट्या रिकाम्या होत्या.

कंचनबांनी हातातल्या पिशव्या खुंटीला लटकवून ओसरीत सगळीकडे नजर टाकली. वर जळमटे आणि खाली धूळ होती. जाळीमध्ये केरसुणीचा एक बुरखुंडा खोचून ठेवलेला होता. कोणीतरी पुजारी ठेवला असेल; पण त्याला पगार घेण्यापलीकडे मंदिरात विशेष रुची नसेल. तेही बरोबरच आहे. एखाद्या जागेवर जीव इतक्या पटकन, इतका सहज थोडाच जडतो? जसा जीव लगेच जडत नाही, तसाच जडल्यावर पटकन दुरावतही नाही. पाहा ना! आता इतकी वर्षे झाली, तरी मी कुठे सगळे सोडून देऊ शकते? जरा मन अस्वस्थ झाले, की हे वडिलांचे घरच आठवते. कंचनबांनी ती केरसुणी घेऊन झाडायला सुरुवात केली.

"घ्या! बेन (बहेन), मी तर तुमची वाट पाहतेय आणि तुम्ही इकडे केर न् जळमटं काढत बसलायत!" रुखीबांच्या आवाजात जरा नाराजी होती.

"शक्तिमांचं दर्शन घ्यायला दार अजून बंद आहे, तर मला वाटलं, इथं बसण्याइतपत स्वच्छ तरी करून टाकावं." केर गोळा करता करता कंचनबा म्हणाल्या.

"तो जगदीश तर थेट संध्याकाळी आरती करायला येईल. त्या आधी दर्शन नाही होणार."

"कोण? रामपराच्या त्रिभुवनचा मुलगा?"

"हो. तुम्ही गेलात आणि मग त्याला इथं घुसायची संधी मिळाली. कॉलेजात शिकलाय आणि शिवाय मास्तरकीचं पण शिकलाय; पण अलीकडे शाळेत पाणी प्यायला द्यायची नोकरी सुद्धा कुठे सहज मिळते? आणि त्याचे सुद्धा सौदे होतात! हे आपले दरबार दयाळू स्वभावाचे! मी म्हणत होते हो, की गावातल्या ब्राह्मणाला काम न देता बाहेरगावचा कशाला आणायचा? आईचं दूध न पिता मांजरीचं प्यायला जायचं, तसं झालं ना? तुम्हीच सांगा आता, केव्हाही, कुठल्याही वेळी पुजाऱ्याची जरूर असली, तर काय करायचं?"

रुखीबाचा राग जरा शांत करायला कंचनबा म्हणाल्या, "अहो भाभी, आता कुठं पहिल्यासारखं आहे, की बैलगाडी नाही तर एक्का जोडावा लागतोय आणि वाटेत लहान ओढे नाही तर खड्डे आले, तर उतरून चालत जावं लागतंय? आता तर टेम्पा (टेम्पो) आणि छकडे काय कमी का आहेत? बाराही महिने..."

"माझी तरी कमाल आहे ना! मुख्य गोष्ट राहिली बाजूला आणि गेली गाडी भलत्या रुळावर! बरं, जाऊ दे. चला आता घरी. संध्याकाळी येऊ या आपण दोघी नणंद-भावजया!"

"भाभी, तुमचं घर कुठं पळून जाणार आहे? येईन. आत्ता तर इथंच मंदिरात राहून अनुष्ठान करायचंय."

"किती दिवसांचं?"

"दोन दिवसांचं. नंतर मग जशी श्रद्धा आणि हिंमत राहील तसं!"

"तोपर्यंत इथंच राहाल? हे अंगण असं सताड उघडं! काही साप किरडू–"

रुखीबांच्या चेहेऱ्यावर आश्चर्य आणि चिंता दोन्ही होतं.

"तुम्ही निश्चिंत राहा. मढ्यावर वीज नाही पडत!"

"असलं काहीतरी काय बोलताय? घटकाभर तरी घरी चला. चहा-पाणी, जरा काहीतरी थोडा नाश्ता–"

"आज तर काहीच नाही. अरे हो, घरी सून, मुलं सगळी मजेत? अश्विनची काही बातमी?" कंचनबांनी विषय बदलत म्हटले; पण त्यांना कदाचित विसर तरी पडला होता, की हा विषय म्हणजे रुखीबांसाठी भरून न येणाऱ्या जखमेसारखा होता किंवा मग त्या स्वतःबद्दल बोलायचं टाळून त्यांना त्यांचं दुःख बोलून दाखविण्याची संधी देत होत्या.

"अरेरे बेन! माझ्या अश्विनबद्दल काय सांगू? चार वर्षं झाली, त्याची काही बातमी नाही. शेवटचं पत्र मुंबईहून आलं होतं. माझ्या शिरावर तरुण सुनेचं न् तिच्या लहान मुलाचं ओझं! देवानं अगदी वेचून काढून मला शिक्षा दिली आहे ना पतीचं सुख,न मुलाचं!"

"चालायचंच. ह्याचंच नाव संसार!" बोलण्याचा सूर जरा हलका-फुलका करायला कंचनबा म्हणाल्या, "त्याचं असं आहे ना भाभी, की तुम्ही चांगल्या पुऱ्या

पाच हात उंच! ज्याला भार वाहता येईल त्याच्यावरच तो सोपविला पाहिजे ना? आठवतंय ना, तुमच्या लग्नात कशी गाणी वऱ्हाड्यांनी रचली होती ते?''

रुखीबा चांगल्याच उंच. रतिलालच्या– त्यांच्या नवऱ्याच्यापेक्षाही जास्त. लग्नात वऱ्हाडातल्या बायका-मुलींना गाणी म्हणायला मजा आली होती. (ही गाणी गंमत, थट्टा-मस्करी अशी असतात आणि तिथल्या तिथे रचून म्हटली जातात.) चोखा करता कणकी मोटी हां जी रे, हैय्या जी– (तांदुळापेक्षा कण्या मोठ्या, हांजी रे, हैय्या जी) रुखीबांचे हात गुडघ्यापर्यंत पोहोचायचे. पहिल्या-पहिल्यांदा तर रस्त्यानं जात असल्या तर वाकून वाकून चालायच्या. आज काळाने वाकवल्या होत्या!

''काय कंचनबा तुम्ही तरी!'' पंचाहत्तर वर्षांच्या रुखीबांचा चेहेरा जरासा चमकून गेला.

''मी जरा हरजीभाईंकडे जाऊन येते, तुम्ही निघा.'' बोलणे आटोपतं घेत कंचनबा पायऱ्या उतरल्या. त्या जात असताना रुखीबा त्यांच्याकडे बघत राहिल्या. 'कंचनबा अशा काही चट्‌दिशी सांगणार नाहीत काय झालंय ते; पण काहीतरी झालंय नक्की. इथं अशा ह्या मंदिरात राहिल्या आणि काहीतरी झालं तर? पण माझं ऐकणार नाहीत. असं करते, बापूंच्या घरी त्यांना सांगून ठेवून जाते.'

कंचनबा हरजी पटेलच्या दाराशी पोहोचल्या तर खऱ्या; पण दाराची कडी वाजवायला पुढे केलेला हात मागे घेऊन परत फिरल्या. 'समजा ते बोलले नाहीत तर? तसं तर जवळ जवळ दारं असलेले हे शेजारी आणि समता– हरजीभाईंच्या लग्नात मांडवमुहूर्ताची पूजाही त्यांनीच सांगितली होती. कितीतरी वर्षे एका कुटुंबातले असावेत तसे राहिलेले. समता त्यांची पोटची पोरगी असेल तसा त्यांना मान द्यायची; पण घर विकले तेव्हा हरजीभाईंचे मन जरा दुखावले होते. घर त्यांना घ्यायचे होते. त्यांचा विचार असा, की कांचनबांचे घर मिळाले, तर पुढे त्यांच्या स्वत:च्या दोन्ही मुलांची चांगली सोय होईल. सलग एक मोठी ओसरी, चार खोल्या आणि मागे, पुढे, पुरेशी जागा. गुरेढोरे, शेती, सगळेच नीट सांभाळले जाईल; पण ठाकोरसाहेबांनी कंचनबांपाशी पहिल्यांदा शब्द टाकला. शिवाय, कंचनबांवर त्यांनी लहान-मोठे कितीतरी उपकार केले होते. त्यांच्या शब्दाची अवगणना कशी करायची? पण मग हरजीभाईंना नाराज करावे लागले.

'समता काय पूर्वीचं सगळं विसरली असेल? तिला तर मी–' कंचनबांच्या मनातले वाक्य पुरे व्हायच्या आधीच समोरच्या दाराची कडी उघडली. समता समोर उभी होती, डोक्यावर हंडा आणि हातात घागर घेऊन.

''घ्या! मा, तुम्ही? या, या. मी आत्ताच शेतावरून चारा घेऊन आले. शाळेपाशी रुखीबांच्या सुनेनं सांगितलं, की मा आल्यात म्हणून. मग मला वाटलं

आधी गोड्या पाण्याचे हे हंडे भरून आणते आणि मग स्वस्थपणानं मा कडे जाईन.''

समताच्या आवाजातल्या आपुलकीने कंचनबांच्या मनातले अवघडलेपण दूर केले. समता परत घरात आली.

''मलाही वाटलंच होतं, की समता घरी नसेल. नाहीतर येणार नाही असं होणारच नाही. जरा हँडपंपचं पाणी भरून हवं होतं.''

ओसरीवरच्या खाटेवर गोधडी अंथरता अंथरता समता म्हणाली, 'मा, हँडपंपाचं पाणी भरू नका. खारं झालंय. घाई नका करू. ही आत्ता मी गोड्या पाण्याची सुरई घेऊन येतेच. तुमचं सामान कुठंय?''

''शक्तिमाच्या मंदिरात.''

कंचनबांच्या कानात हरजी पटेलचे बोल घुमत होते, ''गोराणी मा, हे घर जरी तुम्ही मला विकलंत ना, तरी तुम्ही आहात तोपर्यंत ते तुमचंच. गावी आलात तर सामान कुठे ठेवायचं ह्याची काळजी करायचीच नाही!'' मी माझ्या हातांनीच मला बसता येईल अशी फांदी कापून टाकली का? कोण जाणे का, पण कितीदा तरी सोडविण्याची रीत बरोबर असूनही गणिताचं उत्तर चूक येतं ना! नाही तर पाहा ना–

''थोरली सून का दिसत नाही कुठे?'' खाटेवर बसत कंचनबांनी विचारलं.

''थोरला काळू त्याच्या वडिलांशी भांडून सुरतला निघून गेला. त्याची बायका-मुलंही गेली. मी तर रोज तुमची आठवण काढते आणि मनातल्या मनात तुमचे उपकार मानते. बरंच झालं तुमचं घर तुम्ही बापूंना विकलंत ते! नाही तर आम्ही मोठा पसारा करून ठेवून मोकळे झालो असतो आणि मग रोजची कटकट न् भांडणं! शेजारी राहून परके झालो असतो. माझी आई म्हणायची, की सासूच्या चुलीशेजारी दुसरी चूल घालावी; पण सासऱ्याच्या घराबाहेर पाय टाकू नये. पण मला तर बाई, रोजरोजची भांडणं अगदी नकोशी वाटतात. दूर असलेलंच बरं. प्रेमही वाढतं आणि शांतताही राहते.''

''धाकट्या गिरीशची काय खबरबात?''

''आहे ना इथंच. त्याच्या वडिलांबरोबर शेती करतोय. पलीकडल्या वर्षी त्याचं लग्न करून दिलं. सून माझ्या आजोळच्या नात्यातली आहे. तिचं डोहाळेजेवण करून पहिल्या बाळंतपणासाठी घेऊन गेलेत. तुम्ही बसा घटकाभर. गोवऱ्या थापून झाल्या की आत्ता येईलच रंजन.''

समता गेली आणि कंचनबांचे मन आठवणींच्या हिंदोळ्यांवर झुलत राहिले. मोठ्या चंद्रकांतच्या लग्नाच्या वेळी काही कार्यक्रम येथेच ठेवले होते. लग्नात जवळ जवळ सगळ्या गावाला जेवण घातले होते. किती हौसेने सुनेचे मी स्वागत केले होते! एकाही विधीत हात आखडता घेतला नाही. थोरल्याच्या बायकोचे डोहाळेजेवण केले तेव्हा भांड्यांची उतरंड उचलून पावले टाकायची असे सगळे कार्यक्रमही येथेच केले होते. शरीराने मजबूत म्हणून तिला ते करता आले! शिवाय तिच्या माहेरच्यांनाही हौस की

खर्च जास्त झाला तरी चालेल; पण आम्हांला तर ही एवढी एकच मुलगी. बापाचे बारावे आणि मुलीचे पहिले बाळंतपण परत परत येत नसते. देवानेही सूनबाईला पहिल्या खेपेला देवासारखे रूप असलेला मुलगा दिला– आनंद. तोही झाला आता बारा वर्षांचा.

'बेंऽऽ बेंऽऽ' आवाज आला तसे कांचनबांचे लक्ष तेथे गेले. समोरचे दार उघडे होते. त्यातून बकरीचे पिल्लू अंगणात येऊन इकडे तिकडे फिरत होते. बहुतेक त्याच्या आईला शोधत होते. कंचनबांचे मन चंद्रकांतच्या धाकट्या पाच वर्षांच्या मुलाच्या– टिकूच्या आठवणीने भरून आले. मला शोधत असेल तो. रात्री कोणाजवळ झोपत असेल? मम्मी-पप्पांजवळ झोपायची तर दोघा मुलांपैकी एकालाही सवय नाही. काय करत असतील?....

"घ्या! मा! तुम्ही केव्हा आलात?" डोक्यावरून कचऱ्याची रिकामी टोपली फेकून देत कंचनबांना बघून रंजन धावत आली. तिच्या ओसंडून वाहणाऱ्या आनंदात कंचनबा जणू भिजून चिंब झाल्या. आपल्या हातांना शेण लागलेले आहे हे आठवले तशी रंजन हँडपंपाकडे वळली. हात धुऊन येऊन कंचनबांना जवळ जवळ मिठीच मारत धप्‌दिशी त्यांना चिकटून बसून गेली. कंचनबांनी तिच्या डोक्यावरून हात फिरवत म्हटले, "किती मोठी झालीस गं! गोवऱ्या थापायलाही यायला लागल्या?"

"होऽ! तुम्ही म्हणाल त्याच्या डोक्यावर गोवऱ्या थापून देईन! आता तर भाकऱ्या सुद्धा छान थापता येतात मला." सगळी सर्टिफिकिटे आजच मिळवायला हवीत तशी रंजन खुशीत येऊन सांगत होती.

"कितवीत आहेस?"

"नववीत. पण आपल्या इथं तर दहावीपर्यंतच शाळा आहे. अकरावी-बारावी करायला तर कांपमध्येच जावं लागतं. माझे बापू 'हो' म्हणणारच नाहीत."

"मी सांगितलं ना, तर जाऊ देतील."

"खरं?"

"हो, नक्की. पण आत्ता तू एक काम कर. मी आता जाते. समता आली ना म्हणजे पाण्याची सुरई मला शक्तिमाच्या मंदिरात देऊन जा."

"पण थोडा वेळ तरी बसा ना! मा, एक गोष्ट सांगा ना!"

"एवढी मोठी झालीस तरी! आणि दिवसा गोष्ट सांगायची असते का कधी? मामाला मग घर विसरायला होईल तुझं! (ही एक समजूत आहे.) तू मंदिरात ये संध्याकाळी." म्हणत कंचनबांनी बाहेर पडून अडसर लावला आणि चष्मा पुसत गल्लीत नजर टाकली. दुरून मोटारसायकलचा आवाज ऐकू आला.

◆

तीन

मोटारसायकल आणि कंचनबा जवळजवळ बरोबरच सतीमाच्या आवाराच्या फाटकापर्यंत पोहोचले. गाडी स्टँडला लावत जयुभा म्हणाले, ''जे नाराण मा.'' ('भा' हा नावाच्या पुढे लावण्यात येणारा 'जी' किंवा 'राव'सारखा आदरार्थी शब्द. ठाकोरसाहेबांचा मुलगा म्हणून जयुभा.)

''जे नाराण.'' मा.

कंचनबांना जयुभाच्या आवाजात त्याच्या आजोबांचा खणखणीत आवाज ऐकू आला. त्यांना पन्नास वर्षांपूर्वीचा भाद्रपद महिना आठवला. आकाश आणि डोळे दोन्हींमधले पाणी थांबत नव्हते. कराचीहून पळून येऊन त्यांनी गावच्या झांपलदेवीच्या ओट्यावर आसरा घेतला होता. ठाकोरसाहेब असेच सहजच म्हणून आले होते. उंचापुरा दणकट देह आणि आवाजानेच अर्धी लढाई जिंकेल असे एकूण व्यक्तिमत्त्व आणि त्याबरोबरच आश्वासक नजर.

जयुभांच्या कपड्यांमध्ये आणि वागणुकीत नव्या युगाचा प्रभाव होता. कंचनबांबरोबर पायऱ्या चढता चढता काय बोलावे हे त्यांना सुचत नव्हते. पूर्वी कंचनबा गावात होत्या, तेव्हाही ते त्यांच्यासमोर येणे टाळत असत. जयुभांना नेहमी असे वाटत राहायचे, की ह्या माजींपासून काही लपून राहात नाही. खरे तर आजही त्यांना येथे यायचे टाळायचेच होते.

''काय? घरी सगळे मजेत?'' कंचनबांनी प्रश्नच असा विचारला, की त्या प्रश्नाचे बोट धरून जयुभांना बोलणे सुरू करता येईल.

''हो, तुम्हाला घेऊन जायला आलो आहे, बापूंनी सांगितलंय.'' जाळीची चौकट पकडून उभ्याउभ्याच ते म्हणाले.

उंबरठ्यावर बसत कंचनबांनी उत्तर दिले, ''येईन ना.''

''आत्ताच चला.''

''एवढं अनुष्ठान संपलं की येईन.''

''आपल्या घरी करा अनुष्ठान. हे पावसाळ्याचे दिवस आणि ह्या वयात आजारी-बिजारी पडलात तर?''

“परमेश्वर आहे रक्षणकर्ता! आणि पडलेच आजारी तर तुमच्याच घरी अंथरूण टाकीन.”

“असं करू या. आज संध्याकाळी जगदीश आला ना, की तुम्हाला खोलीची किल्ली देऊन जाईल.”

“नको रे बाबा! मला किल्ली घेऊन काय करायचंय? मला तर ओसरी न् खोली सगळं सारखंच.”

“पण मा, तुम्हाला काही झालं, तर आम्ही काय जवाब द्यायचा?” जयुभांच्या आवाजात आपुलकीपेक्षा भीती जास्त होती. काहीतरी झाले न् ह्या माजी मृत्यू पावल्या तर? कोण जाणे काय काम काढून आल्या आहेत? मुलाशी न् सुनेशी भांडून आल्या असल्या आणि येथेच गेल्या बिल्या, तर? पोलिसांना तर सांभाळून घेता येईल, पण उगीच उकरून काढून नाही तो गोंधळ उभा करायचा!

जयुभांनी बोलून न दाखवलेल्या प्रश्नाचे उत्तर देत कंचनबा म्हणाल्या, “बाळ, तुम्ही आपले निश्चिंतपणे घरी जा. बापूंना सांगा, की काही होणार नाही मला. अजून तर शंभर वर्षं पुरी करायचीयत!” आणि मग संभाषण आटोपते घेत त्या म्हणाल्या, “मी बोलेन जगदीशशी. बराय् तर मग जे नाराण.”

“जे नाराण” जायच्या घाईमध्ये जयुभांनी बुटांच्या दोऱ्याही बांधल्या नाहीत. गाडीला किक् मारता मारता मनातल्या मनात बडबडले, “ह्या रुखीबा एक रिकामटेकड्या आणि बापू सातपट रिकामटेकडे! तीनाच्या शोला कांपला पोहोचता आले तर बरं. दीड तर इथेच वाजला.”

कंचनबांनी बघितले, की ‘सुटल्या’च्या आनंदात जयुभांना फाटक बंद करायचीही आठवण राहिली नव्हती. त्या फाटकाशी आल्या आणि कडी लावून घेऊन गल्लीच्या रस्त्याकडे बघत उभ्या राहिल्या.

रस्त्यावरची बरीचशी घरे दरबारांची, अर्धी बंद. रिकामी पडलेली होती. मोठाले दिंडी-दरवाजे आणि चारी बाजूंना उंच भिंती. भिंतीच्या वरच्या बाजूला रंगीत काचांचे तुकडे लावलेले; चोराला उडी मारून आत येता येऊ नये म्हणून. आत मोठे अंगण आणि मग माड्या असलेले घर. उजेड फक्त बैठकीच्या खोलीपर्यंत पोहोचायचा. तिथून आत अंधकार आणि धूर ह्यांचे साम्राज्य असे. येथे जिवाचा होणारा कोंडमारा कधी ‘अपघातानं लागलेल्या आगीच्या रूपानं’, तर कधी ‘एकाएकी अपेंडिक्स फाटल्यानं होणाऱ्या मृत्यूने’ प्रकट व्हायचा; पण सत्ता आणि संपत्ती असली, की सत्य दाबून टाकायला किती वेळ लागणार?

कंचनबांना आठवले. त्या पहिल्या प्रथम बा बरोबर ठाकोरसाहेबांच्या घरी गेल्या होत्या. असेल आठ-नऊ वर्षांचं वय. बाने त्यांच्या परकर पोलक्यावर ओढणी घालून

दिली होती आणि बजावले होते, की ओढणी डोक्यावरून खाली येता कामा नये. ह्या रस्त्यावर त्या काळी डोक्यावर ओढणी न घेता आणि पायात चपला घालून बाहेर पडता येत नसे! बाने तर घुंगट खूपच तोंडावर ओढून घेतला होता. ती तर त्या गावची सून म्हणायची ना!

दरवर्षी ठाकोरसाहेबांच्या पत्नी जिजामा सतीमाच्या तिथीला 'कुमारिका' सजवायच्या आणि ब्राह्मण कुमारिकेला जेवायला घालायच्या. जिजामा कंचनबांना आधी आपल्या मांडीवर बसवायच्या, समोर चौरंगावर. कुंकू, अक्षता लावायच्या. आधी विचारायच्या, "आंघोळ केलीयत ना?" आणि मग हसायच्या. छोट्याशा कंचनच्या मांडीवर त्या सोनेरी लेस लावलेला लाल रंगाचा परकर-पोलका ठेवायच्या आणि तिच्या डोक्यावर ओढणी पांघरायच्या. मग हातात बांगड्या घालून द्यायच्या आणि पदर पसरून तिच्या पाया पडायच्या. वयाने एवढ्या मोठ्या जिजामांना आपल्या पाया पडताना बघून कंचनला कसेतरीच व्हायचे. पाठीशी उभी असलेली बा आशीर्वाद द्यायची, "अखंड सौभाग्यवती राहा, सुखानं राहा आणि तुमची वंशवेल वाढत राहो."

त्या दिवशी बाचे बोट पकडले होते, तरी सुद्धा आतल्या खोलीचा उंबरठा दिसला नाही. त्यामुळे ठेच लागली होती. बाने हात ओढून दटावले होते. खूप आतून, खोल विहिरीतून यावा तसा आवाज आला, "हळू! जपून चाला."

अंधाराची जरा सवय झाल्यावर डोळ्यांनी त्या आवाजाला शोधण्याचा प्रयत्न केला. प्रथम दिसली उंच फळ्यांवर चमकणारी तांब्या-पितळेची भांडी, लहानमोठे हंडे आणि घागरींची रांग. कुठे कुठे तांबे आणि पेले. लहान लहान वाट्या तर खिळे ठोकून त्यावर छान ओळीनं लावलेल्या, भिंतीत फळ्या मारून त्यांवर ठेवलेले पितळेच्या पत्र्याने मढवलेले दोन पेटारे. त्या पेटाऱ्यांना लावलेली मोठमोठी लोखंडी कुलुपे. त्या कुलुपांच्या किल्ल्यांचा जुडगा जरी कंबरेला लटकवला असता, तर खाली वाकायलाच झाले असते! दृष्टी खाली गेली तेव्हा दिसले, की तो बारीक आवाज लहानशा खाटेवर बसलेल्या जिजामांचा होता. रुपेरी किनार असलेलं हिरवं लहेरियुं आणि कपाळाला रुपयाच्या नाण्याएवढे कुंकू. त्यांच्या मागच्या भिंतीवर ठाकोरसाहेबांचा अस्सल दरबारी पोशाखातला मोठा फोटो होता. बंद गळ्याचा काळा कोट, लाल पगडी आणि पांढरी चुडीदार. कोरीव काम असलेल्या खुर्चीच्या हातांच्या टोकांवर सिंहाची तोंडं होती. पायावर पाय टाकून बसलेले ठाकोरसाहेब हाताने सिंहाचे डोके कुरवाळत होते.

ठाकोरसाहेबांचा फोटो म्हणजे काढवून घेतलेले तैलचित्र असणार. त्याच्याखाली लिहिले होते 'जसापर ठाकोरसाहेब श्री. किरपालसिंह हरपालसिंह राणा.' कंचनला वाचताना बघून जिजामांनी विचारले होते, "तुम्हाला वाचता येतं बाळ?" आणि बा कडे बघून म्हणाल्या, "कोण, गोरभा (पुजारीजी) शिकवितात?"

''छे! छे! ही तर धाकट्या विश्वनाथला शाळेत पोहोचवायला-आणायला जाते ना, तिथं दोन-चार शब्द कानांवर पडत असतील. धाकटा जरा वांड आहे ना, त्याला एकट्याला पाठवायची सोय नाही.''

थोरला भाऊ गेला, त्यानंतर बा ला धाकट्याची जास्तच काळजी वाटायची. त्याला रोज शाळेत पोहोचवायला जायचे आणि शाळा सुटेपर्यंत त्याच्यावर लक्ष ठेवायचे. वर्गातल्या मुलांशी भांडत नाही ना, हे बघायचे. शिक्षकांना खास सूचना होती, की त्याला हातही नाही लावायचा. शिक्षक त्याला रागावले तर आजी जाऊन हेडमास्तरांनाही सुनावून यायची. पंचायत ऑफिससमोर एक उंच ओटा. ओट्यावर शिक्षक मुलांना शिकवायचे आणि खाली खेळत बसलेली कंचन धुळीत अक्षरे गिरवायची. कमळातला 'क' लिहिताना काळजाचा वाढलेला ठोका आजही पहिल्या बोटाच्या टोकावर जाणवायचा. कमळातला 'क' म्हणजे कंचनमधलाही 'क' हा 'साक्षात्कार' झाला तेव्हा तर ती आनंदानं नाचली होती! धाकट्या भावाला तिनं 'क' दाखविला, तेव्हा त्याने 'क'च्या डोक्यावर एक टिंब काढून दिले. मग तर लिहिण्याचे, अक्षर ओळखण्याचे वेडच लागले. कधी कधी धाकट्या भावाला विचारले, तर तो मोठा मास्तर असल्यासारखा भाव खायचा. शिकणे, शिकविणे राहायचे बाजूला आणि भांडण सुरू व्हायचे. म्हणून मग अबोला! पण तरी शाळेत जाणं तर चालूच राहायचं.

चार अक्षरे वाचता यायला लागल्यावर तर कंचन आपली जिकडे तिकडे कागदाचे तुकडे गोळा करीत हिंडायची. त्या दिवसांत वर्तमानपत्रं गावातल्या दोन घरी यायची. एक ठाकोरसाहेबांच्या घरी आणि दुसरे शिवचंदभांच्या घरी. ठाकोरसाहेबांच्या घरी तर एकटीने जायची हिंमत होत नसे. त्यांच्या दाराशी ताक आणायला किंवा विहिरीवर पाणी भरायला जायची, तेव्हा पायाच्या बोटांनी कागदाचे तुकडे उचलायची आणि आजूबाजूच्या लोकांची नजर चुकवून परकराच्या नेफ्यात खोचून टाकायची. बाजारात किंवा रस्त्यात खाली वाकून काहीही घ्यायचे नसे, नाहीतर घरी चांगला खरपूस मार बसायचा!

शिवचंदशेठचा कापसाच्या बोंडांचा व्यापार होता. कंचनबांचे आजोबा शेती करायचे, त्याखेरीज ते शिवचंदशेठच्या ह्या धंद्यात भागीदार होते. बाजारभाव माहीत करून घेण्यासाठी ते वर्तमानपत्र मागवायचे. कंचनला वाचताना बघून शिवचंदभांना खूप आनंद व्हायचा. परमेश्वराच्या काय मनात असेल? जरा कुठे चार शब्द वाचता आले म्हणजे पावले सगळे? कोण जाणे!

''बघा ना आता, माझ्याही मनात नव्हतं; पण विलायतीसाहेबाला राजकोटला पाठवावंच लागलं ना! काय करणार?'' विलायतीसाहेब हे तर आईने ठेवलेले लाडके नाव. खरे नाव प्रवीणसिंह, चार मुलींच्या पाठीवर झालेला मुलगा. मुलगा व्हावा म्हणून ठाकोरसाहेबांनी दुसरे लग्न केले होते. जिजामांनी स्वतःच स्वतःच्या भाचीशी लग्न लावून

दिले होते. त्या काळी असल्या घटनांचे काही नावीन्य नव्हते; पण देवाची मर्जी! मुलाला जन्म देऊन त्याची आई बाळंतपणातच मरण पावली. त्या काळी म्हणायचेच, की बाळंतिणीचा एक पाय स्मशानातच असतो. लोक काहीबाही बोलायचे. म्हणायचे, जिजामांच्या पोटात तुम्ही नऊ महिने राहिलात ना, तरी त्यांच्या पोटात काय आहे, ते तुम्हाला कळायचे नाही. फार आतल्या गाठीची बाई; पण त्या मुलाला तळहाताच्या फोडासारखे वाढवून त्यांनी लोकांची तोंडं बंद केली होती.

ह्या विलायतीसाहेबांनीच जसापरमध्ये नव्या सुधारणा आणल्या होत्या; पण अर्थात त्याची त्यांना खूप किंमत द्यावी लागली होती. कदाचित म्हणूनच लोक त्यांना आज 'भलाभाई' म्हणत असतील (भला म्हणजे सज्जन.)

भलाभाईची बायको हरिप्रिया कंचनबांच्या बरोबरीच्या. कंचनबांच्या जवळ पुष्कळदा मन मोकळे करायच्या. हरिप्रिया ही भलाभाईंना इंग्रजी शिकविणाऱ्या शिक्षकांची मुलगी. हसत हसत त्या सांगायच्या, "बापूजींनी आम्हाला प्रेमकाव्य शिकवता शिकवता प्रेमाचेही धडे दिले." जुन्या आठवणींनी कंचनबांच्या ओठांवर स्मित झळकले. "त्यावेळी मी सायकल घेऊन कॉलेजात जायची आणि ठाकोरसाहेब तर होस्टेलमध्ये राहायचे; पण संध्याकाळी गाण्याच्या क्लासला जायची तेव्हा मोटार घेऊन मागे मागे यायचे. मी चालत असायची आणि हे मला 'गाडीत बस' म्हणून सांगायचे. बसले तरी लोक बघणार आणि नाही बसले तरी चार लोकांत तमाशा!"

हरिप्रियाच्या बापूजींना प्रथम पत्ता लागला होता; पण सुधारक विचारांचे असल्याने त्यांनी हरकत घेतली नव्हती आणि उघड उघड मदतही केली नव्हती. भलाभाईंसाठी ही गोष्ट पागोळ्यांचे पाणी वळचणीला चढवण्याइतकी अवघड होती. त्यांनी लग्न केले तर खरे; पण त्यांचे वडील जिवंत होते तितके दिवस त्यांनी भलाभाईंशी अबोला धरला होता आणि सासूने सुनेच्या हातचे पाणीही प्यायले नव्हते. त्यांची दोन्ही मुले मात्र आजी-आजोबांना अगदी जीव की प्राण होती. जयुभा कॉलेजात शिकले आणि इथला कारभार सांभाळत होते. थोरल्या दोघी बहिणींपैकी कुंजबालाचे लग्न दाजीनगरच्या ठाकोरसाहेबांच्या चित्रकार मुलाशी करून दिले आणि धाकटी विनोदबाला आर्किटेक्ट होऊन परदेशी गेली. तिने लग्न केले नाही. हरिप्रिया गेल्या वर्षी वारल्या. वर्तमानपत्रात वाचले होते; पण थोरल्याने शोकसमाचाराला येऊ दिले नव्हते. "आपला न् त्यांचा काय संबंध? ते कुठे आपल्या नात्यातले की जातीचे आहेत, की–"

कंचनबांनी एक नि:श्वास टाकला आणि त्या संथ पावलांनी परत येऊन मंदिराच्या ओसरीत साडी अंथरून त्यावर आडव्या झाल्या.

झोप तर येत नव्हती; पण पाय वळत होते. अजून किती मजल मारायची बाकी

असेल? आभाळात ढग गोळा झाले होते. दिवसाचा प्रकाश जरा अंधुक झाला होता, आरशावर वाफ धरावी तसा. तसे पाहिले तर आता भाद्रपद होता; पण ह्या वर्षी श्रावणातल्या सरीही पडल्या नव्हत्या की भाद्रपदातही भरपूर पाऊस झाला नव्हता. ऋतूंची तऱ्हाच खूप बदलली होती. कंचनबांना वाटले, ऋतूंचेच काय, सगळेच बदलून गेले आहे. तेवढ्यात त्यांच्या विचारांचा भंग करणारा आवाज करीत जाळीचा दरवाजा खडखडला.

◆

चार

त्या आवाजाने उठून कंचनबा उभ्या झाल्या. त्यांना वाटले, एखादे ढोर ढुशा मारत असेल. चष्मा घालून बघितले, तर कोणी मुलगी होती. मोतीबिंदूचे ऑपरेशन केले होते तरी त्यांना चेहेरे चट्‌दिशी ओळखू येत नसत. पायऱ्या उतरून बघितले तर रंजन होती. एका हातात मातीची सुरई आणि दुसऱ्या हातात पितळेचा लोटा. लोट्यावर झाकलेली पितळेची वाटी. कंचनबांना बघून म्हणाली, ‘‘मा, फाटक उघडा ना, माझ्या दोन्ही हातांत हे सामान आहे.’’

कंचनबांच्या पुढे होत, पायऱ्या चढता चढता ती म्हणाली, ‘‘मला यायला जरा उशीर झाला, होय ना? चला, चहा पिऊन घ्या.’’

‘‘मी तर तुला फक्त पाण्याचंच सांगितलं होतं आणि आज मी दुसरं काहीच घेणार नाही.’’

‘‘मा, तुम्ही कुठे शिवाशीव मानता?’’ म्हणत रंजननं वाटीत चहा ओतला.

रंजनचे म्हणणे तर खरेच होते. दुसरी ब्राह्मण मंडळी चहाला बोलावले असेल तर यजमानांच्या घरी चहा पीत नसत; पण चहा, दूध, साखर त्यांच्या घरून आपल्या घरी पाठवायला सांगत. कुठे जेवणावळ असेल, तर तिथे जाऊन आपले आपण शिजवून खात. कंचनबा ह्या कच्च्या-पक्क्या शिध्याच्या रामायणात पडत नसत. जेवणावळीत स्वयंपाकात मदत करायला जायच्या; पण जेवत नसत. शेवटची जेवणावळ कराचीला आषाढी पौर्णिमेला जेवल्या होत्या– त्यांच्या मोठ्या मुलाच्या, गौतमच्या वाढदिवसाची.हवाबंदरला कंचनबांचे पती, अमृतलालचे भागीदार कहानमल मोता ह्यांचा मोठा बंगला. लाल दगडांची हवेली होती ती. कहानमलच्या मूळ गावी– बिकानेरलाही अशीच हवेली होती. दरवर्षी अमृतलाल गौतमच्या वाढदिवसाला मोठी जेवणावळ करायचे. कहानमलचा खास आग्रह असे, की त्यांच्या बंगल्यावरच जेवण व्हावे. त्यांना गौतमचा खूप लळा. नव्या धंद्याचा मुहूर्त सुद्धा त्याच्या हातून करायचे.

वाटीतल्या चहातून निघणाऱ्या वाफा बघून कंचनबांना कहानमलच्या अंगणातली कारंजी आठवली. घरी दोन बग्ग्या आणि एक मोटार. साधासा राजवाडाच म्हणा ना!

तसे पाहिले तर कंचनबांना तरी काय कमी होते? पण ह्या फाळणीने त्यांना चोहीकडून लुटले होते. काय काय म्हणून मोजायचे?

"कसल्या विचारात हरविलात मा? हा चहा गार होऊन गेला."

"अं? हो, हो! दे इकडे, पिते." त्यांनी चहाचा घोट घेतला.

"कसा छान झालाय ना? मी आलं न् पुदिना दोन्ही घातलंय."

"हो बाबा, अगदी झकास झालाय. बस् आता माझ्या समताला कशाची काळजी उरली नाही. मुलगी सगळं स्वयंपाकघर सांभाळेल अशी झालीय."

"नाही बाबा, मला तर स्वयंपाकघरातलं काम आवडतच नाही."

"का? आणि मग आपण सासरी जाल तेव्हा काय कराल?"

"आपल्याला तर अरुणाबहेनसारखं खूप खूप शिकून एकटं राहायचंय. लग्न करायचंच नाहीये मुळी!"

कंचनबांची मुलगी अरुणा गांधीनगर सचिवालयात नोकरी करायची. रंजनला एवढेच ठाऊक होते, की ती एकटी राहते. तिला कसे माहीत असणार की एकटे राहणे कसे असते?

"काय हो मा, आता तर तुम्ही येथेच राहाल ना?"

"इथं कोण राहू देईल मला?"

"का? आमचं घर नाहीये? आणि मी अहमदाबादला चंदूकाकांना पत्र लिहून टाकीन, की मा काही तुमच्या एकट्याच्या नाहीत."

रंजनच्या बोलण्यातली हक्काची भावना बघून कंचनबांना फारसे बरेही वाटले नाही व त्या उदासही झाल्या नाहीत.

"मग मा, राहाल ना तुम्ही? मग रोज गोष्ट सांगत जा. पूर्वी कशा छान छान गोष्टी तुम्ही अधिक महिन्यात सांगायच्या! तुम्ही गेलात तेव्हापासून एकही व्रत किंवा सण करायची मजा येत नाही. जागरण करायचे असेल तेव्हा सगळ्या घुबडासारख्या टीव्हीत तोंड खुपसून बसतात! ना कोणी खेळत, की गाणी म्हणत, की रास करीत आणि मा, ह्या जगाभाईंना तर पूजा नीट सांगताही नाही येत!"

"असं का म्हणतेयस?"

"पूजा करवतात तर खरी; पण व्रत आणि मोळाकत (लहान मुलींचं गौरीव्रत) मध्ये तर पाचही दिवसांची पूजा पहिल्याच दिवशी सगळी एकदमच करवून घेतात आणि सगळ्या गावभरच्या मुली एकाच ठिकाणी गोळा करतात. शनिवारी शाळेत जणू सगळ्या व्यायाम करायला रांग करून उभ्या असतील तसं वाटतं! शाळेत तर माईक तरी असतो, म्हणून समोर उभं राहून बोलतील ते शेवटच्या रांगेत ऐकू येतं. इथं तर अगडम् बगडम्– आपली आपली जशी येईल तशी पूजा करायची आणि

आरतीच्या वेळी तर कमालच होते. कधी कधी तर देवाची नाही पण समोर उभ्या असलेल्या मुलीच्या कुल्ल्यांची आरती करीत असल्यासारखं वाटतं!''

''मर मेले! तू तर फार चावट झालीयस!''

''शप्पथ! एकदा तर त्या भावना आत्याच्या रूपलीच्या ओढणीला निरांजनाची ज्योत लागली होती. वाचली म्हणायची!''

कंचनबांना वाटले, जगदीशला इतकेही समजत नसेल? अर्थात मुलींच्या आई-बापांनीही लक्ष ठेवलं पाहिजे; पण ह्या लोकांना वेळ कुठे आहे?

त्यांना आठवले, सत्यनारायणाची पूजा सांगायला त्या पहिल्या प्रथम गेल्या, तेव्हा यजमान पती आणि पत्नी म्हणाले, ''गोराणी मा, हातांवर पाणी घाला म्हणजे कुंकू वाहून आम्ही निघतो. कथा झाली म्हणजे ह्या प्रसादाचा नैवेद्य दाखवा.'' आणि दोघेही शेतावर काम करायला निघून गेली. घटकाभरही ज्याला मोकळा वेळ नसेल, तो पाच अध्याय ऐकायला कसला बसणार? खरं तर कंचनबाच होत्या, म्हणून त्यांनी आपली पूर्ण कथा वाचली; पण त्यांच्या जागी दुसरा कोणी असता, तर यजमान निघून गेले, की तोही घरी निघून गेला असता! तरीही यजमानाचं अशी पूजा करूनही भलं व्हायचं! त्याचा उपास आणि त्याचा गृहस्थधर्म दोन्ही तो वर बसलेला लक्षात घ्यायचा; पण त्या पूजा करणाऱ्या ब्राह्मणाला मात्र कुठल्या ना कुठल्या तऱ्हेने ऋण चुकते करावेच लागायचे! कंचनबांना वाटले, ''मी असं काय केलं असेल? अजून किती ऋण चुकवायचं बाकी असेल माझं?''

खोलीतल्या घड्याळात पाचाचे ठोके पडले, त्याने कंचनबा दचकून भानावर आल्या. रंजन बसल्या बसल्या फरशीवर खडूने काहीतरी चित्र काढत होती. कंचनबा उठून तिच्याजवळ गेल्या. रंजन अगदी तन्मयतेनं जत्रेचे चित्र काढत होती. पाळण्यांचे फिरते चक्र, पालखी, फुगावाला, मदारी. एका हातगाडीवर वेगवेगळ्या थाळ्यांमध्ये गोल, चौरस आणि शंकरपाळ्यांच्या आकाराच्या वस्तू होत्या. रंजन ठिपके ठिपके काढत होती. कंचनबांनी विचारले, ''हे काय काढतेयस?''

''मिठाईवर घोंघावणाऱ्या माश्या.'' असे म्हणत ती पुन्हा गुंग झाली. रंजनचा हात तसा बरा होता; पण तिचे निरीक्षण फार उत्तम होते. फुगे फुगविणाऱ्या फुगेवाल्याचे गाल, डोक्यावर घडा घेऊन पाणी भरायला जाणारी माकडवाल्याच्या खेळातली माकडीण. जवळ बसून तिच्या डोक्यावरून हात फिरवित कंचनबा म्हणाल्या, ''चित्र काढायला खूप आवडतं?''

''हो, पण माझे बापू रागावतात. म्हणतात की अशी चित्रं काढून काय होणार आहे? त्यानं काय दिवसाकाठी पोटाला मिळणार आहे? पण मा, आमच्या बेनना तर शाळेत नोकरी मिळालीय.''

रुखीबाच्या अश्विनची बायको स्मिता शाळेत ड्रॉइंगची शिक्षिका होती; पण

अर्थात खेड्यात तर शिक्षकांना स्वत:च्या विषयाखेरीज इतर विषयही शिकवावे लागतात. कधी तर दोन इयत्तांची मुले एकत्र बसवितात तेव्हा तर दोन विषय एकाच वेळीही शिकवावे लागतात.

''मी स्मिताला सांगेन, तुला चित्रं काढायची बाहेरची परीक्षा असते ना, त्याचा फॉर्म आणून द्यायला आणि ती तुला जास्त लक्ष देऊन शिकवेल.''

''त्यांना तर माहीत आहे. त्यांनीच मला सांगितलंय की पुढे मग अहमदाबाद, बडोदा किंवा मुंबईला जाऊन आणखी चित्रकला शिकले तर नोकरी मिळेल.''

स्मिताचे एरवी तर लक्षही गेले नसते; कारण शाळेत तशा तऱ्हेचे वातावरण नव्हते आणि शिवाय तितका वेळही नसायचा. मुलांना अकरा ते पाच शांतपणाने बसवून ठेवता आले आणि वेळेवर सगळी रजिस्टरे भरली आणि पत्रके तयार केली की खूप झाले. आधीच शिक्षक कमी आणि नव्याने शिक्षकांची भरती करण्यावर सरकारने बंधन घातलेलं. जे शिक्षक होते, त्यातही गावात राहणारे दोघेचौघेच. बाकीचे जवळच्या शहरांतून यायचे, जायचे.

स्मिताचे सासर गावातच. शिवाय तिच्या ओळखीपाळखीही बऱ्याच. एकदा रविवारी ती तळ्यावर कपडे धुवायला गेली होती. तिथे कपड्यांची बादली धुण्याच्या दगडाशी ठेवत होती तेवढ्यात रंजन पळत जाऊन एका झाडामागे लपली. स्मिताने बघितले तर रंजनने म्हशीच्या अंगावर पतंग उडवणाऱ्या मुलीचे चित्र काढले होते. रंजनला भीती वाटली होती की ती शाळेतून खडू चोरून आणते, हे तिच्या बेनना कळेल; पण नंतर तर रंजनला फक्त पांढरेच नाही, तर रंगीत खडूही मिळू लागले. शाळेत रांगोळीची, चित्र काढायची किंवा मेंदी काढायची स्पर्धा असली की सगळ्यांत रंजन असायची; पण म्हशींना चरायला किंवा धुऊन काढायला घेऊन जाईल तेव्हा म्हशींच्या अंगावर चित्र काढायला तिला खरं खरं आवडायचं! तिचा वेगळा, एकटीचा ब्लॅकबोर्ड आणि कल्पनांचं रंगीत आकाश! पण मग जेव्हा तिला आठवायचे, की बापू....

''मा! अरुणाबेनना शिकायला तुम्ही शहरात पाठवलं होतं ना?''

''हो; पण चित्रकला शिकायला तर कार्तिकला पाठवलं होतं; पण तो तर परत आला.''

''का?''

''त्यासाठी खूप मेहनत करावी लागते. लक्ष लावून एका जागी बसून आठ-आठ तास काम करावं लागतं. कधी कधी चित्र मोठं असलं म्हणजे तर कितीतरी दिवस लागतात. उभं राहून काम करावं लागतं. कार्तिकनं शिक्षण पूर्ण नाही केलं, परत आला.''

''पण मा, आपल्याला आवडत असेल ते काम करायला मजा नाही येत?''

"होय गं, तुझं म्हणणं अगदी बरोबर आहे; पण कितीतरी लोकांना तर अर्ध आयुष्य संपेपर्यंत आपल्याला नेमकं काय आवडतं, हेच लक्षात आलेलं नसतं! ह्या रुखीबांच्या अश्विनचंच बघ. कसाबसा मॅट्रिक झाला. मग म्हणाला, की धंदा करायचाय. म्हणून बिचाऱ्या रुखीबांनी पैसे उसने घेऊन त्याला दिले आणि त्यानं कापडाचं दुकान काढलं. आता इथं तर असं आहे, की भाजी सुद्धा चांगली हवी असली तर ती घ्यायला लोक कांपमध्ये जातात. ते ह्याचं कापडाचं दुकान काय चालणार? वर्षभरात ते मध्येच बंद केलंन् आणि म्हणाला की कॉलेजात शिकायचंय. मग तेही अर्धवट सोडलंन् आणि नाटकात काम करायच्या नादी लागला. आता देव जाणे कुठं आहे न् काय करतोय!"

"मा, सगळी म्हणतात की त्यांचे वडीलही बेपत्ता आहेत, ते खरंय?"

"कोण जाणे! असतं ज्याचं त्याचं कर्म! राहू दे बरं ही सगळी डोकेफोड आणि घरी जा. समता वाट बघत असेल."

"–पण आधी तुम्ही सांगा, गोष्ट सांगाल ना?"

"पण कशाची?"

"घ्या! विसरलात? अधिक महिन्याची!"

कंचनबांना वाटले, रंजनच्या लक्षात आहे ते त्या कसं विसरल्या? पण अर्थात एका दृष्टीनं पाहिलं तर सगळ्या गोष्टींची आठवण राहणं हे तरी कुठे चांगलं आहे? सध्या तर वाटते आहे, की विसरून जाण्यातच सुख आहे; पण हे मन परत परत–"

"बरं, सगळ्याजणी जमल्या तर 'आनंदधारा'मधून अधिक महिन्याच्या दोन-तीन गोष्टी वाचू या; पण माझं पुस्तक तर अहमदाबादलाच राहून गेलंय."

"माझ्या बा-कडे आहे पुस्तक; पण तिला तुमच्यासारखं वाचता नाही येत. मी घेऊन येईन पुस्तक."

"बरं, ही भांडी घेऊन जा आणि आता मला विचारल्याशिवाय काहीही आणू नको. संध्याकाळी आरतीसाठी ये."

रंजन गेली तशी कंचनबांना घटकाभर एकदम एकटे एकटे वाटले. एकाएकी सगळे रिकामे रिकामे वाटायला लागले. रंजन होती तोवर कसं भरलं घर वाटत होते. मधून मधून फारच भरलेले, मनावर ओझं वाटेल असे सुद्धा. ह्याचे कारण असे होते, की त्या वर्तमानकाळ आणि भूतकाळ ह्यांच्या खेचाखेचीत सारख्या अडकत होत्या. प्रयत्नपूर्वक त्यातून निघायच्या आणि पुन्हा एकदा अडकायच्या. आणि आता एकदम ओशाळल्यासारखं वाटेल इतके रिकामपण! एखादं भांडं भरलेले म्हणून उचलायला जावे आणि ते रिकामे निघावे, मग वाटते तसे!

काय करावे? खुंटीवरून पिशवी काढून त्यातून जपमाळ काढली, गोमुखी

(जप करताना जपमाळ ठेवायची पिशवी) काढली. गोमुखीच्या लाल कापडाकडे शून्य नजरेने बघता बघता त्या विचार करू लागल्या. 'ही कशासाठी असेल? जपमाळ फिरवता फिरवता गोमुखी हातात घालायची, कोणाला माळ दिसू नये म्हणून! म्हणजे आपण अशा तऱ्हेने धर्माचरण करावं की त्याचं प्रदर्शन इतरांसमोर होऊ नये म्हणून असेल? खरं म्हणजे स्वतःच्या मनातून सुद्धा ही जाणीव निघून गेली पाहिजे– मी सव्वालाख वेळा जप केला– मी तर रोज तीन तास पूजाअर्चेतच घालवते– दर एकादशीला उपास करून ब्राह्मणाला शिधा तर मी देतेच– चातुर्मासात साडेचार महिने एकदाच जेवायचा नियम मी पाळतेच– अमक्या तिथीला गोग्रास घालायचा आणि तमक्या तिथीला अभिषेक! बाहेरच्या जगाला दाखवल्याशिवाय आणि मनातल्या मनातही जाहिराती लावल्याशिवाय चालतच नाही!

कंचनबा सतीमाच्या चबुतऱ्याजवळच्या कडुलिंबाच्या पारावर बसल्या. एक माळ पुरी झाली, तसे मोठा मणी आणि गोंडा हातात आले. दुसऱ्याच क्षणी पुन्हा मणी हातात आला, पुन्हा दुसऱ्यांदा जप. न थांबणारा क्रम. ह्या आयुष्याचेही काहीसे असेच आहे. पुष्कळदा वाटते, की चला, ह्या कामातून मोकळे झालो! घटकाभर मन विसावा घेते, न घेते तोवर दुसरा 'मणी' हजर होतो. पुन्हा नव्याने 'माळा जपायची' नव्याने आयुष्याचे नवे प्रकरण सुरू करायचे! कदाचित निरंतन हे असे चालू राहणे म्हणजेच आयुष्य!

दिवस हळूहळू खाली जात होता. कंचनबांचे ओठ हळूहळू हलत होते; बोटांमधून मणी सरकत होते आणि नजर दाराकडे लागलेली होती. कदाचित त्या वाट बघत होत्या.

◆

पाच

घड्याळात सहाचे ठोके पडले आणि कंचनबांची जपमाळ फिरवणारी बोटे थांबली. जप करताना हळूहळू हलणारे ओठ, अर्धोन्मीलित डोळे, टवकारलेले कान आणि दुसऱ्याच कशाचा तरी विचार करीत असणारे मन. कंचनबांच्या मनात विचारांची सरमिसळ होऊ लागली. गेली दहा वर्षे घड्याळाच्या काट्याबरोबर चालणारे आयुष्याचे वेळापत्रक 'सावधान' करीत होतं आणि मग आठवण झाली, आता 'विश्राम'– आनंद कराटेच्या क्लासहून परत आला असेल? फाटकाचा आवाज आला तसे कंचनबांचे लक्ष तिकडे गेले. त्या विचारणार होत्या, 'कोणाचं काम आहे?' पण लगेच लक्षात आले, 'अरे! हे तर मा जगदंबांचं स्थान! इथं कोणाला काम नसणार?' स्वत:शीच ओशाळल्यासारखं होऊन त्यांनी डोळे मिटून घेतले.

फाटक उघडता उघडताच जगदीशच्या नजरेने सतीमाच्या ओट्यावर बसलेल्या कंचनबांना टिपले होते. तशी तर त्याने गावात पाय टाकल्याबरोबरच त्याला बातमी समजली होती. बाजारात हरीशच्या दुकानात बसलेल्या हरजी पटेलच्या गिरीशने तर सरळ फर्मानच काढलं होतं, ''जगाभाई! बाडबिस्तरा बांधा आणि निघा!''

''छे छे रे गिरीश! एकदम अगदी असं काही थोडंच होईल?''

हरीशने विझवण्याचा अभिनय करीत आगीत तेल ओतले, ''अहो जावई, ह्यांना तुम्ही ओळखत नाही? दुसरं काही शक्य आहे?''

जगदीश घाबरा होऊन म्हणाला, ''अहो भाईसाब! काही धड सांगाल का? का तुम्हीच दोघं भांडत बसाल?''

''चल, मी सांगतो.'' जयुभानं जगदीशच्या खांद्याभोवती हात टाकत म्हटले.

जयुभाच्या घरापर्यंत गेल्यावर जयुभाने एवढेच सांगितले, ''आज परत जाल तेव्हा किल्ल्या कंचनबांना देऊन जा.''

जगदीशला खूप वाटत होतं, त्यांना विचारावं की ''का?'' पण त्याला धीर झाला नाही. जयुभाबरोबर मैत्री होती म्हणून येथे एवढेतरी काम मिळाले आहे, नाहीतर– पण मनातून तो धसकलाच. 'आता ही म्हातारी–?'

स्टँडला सायकल लावता लावता जगदीशने बघितले. कंचनबा जप पुरा करून

मधला मोठा मणी डोळ्यांना लावत होत्या. 'छे, नाही ह्या माजी अशा दिसत नाहीत, की दिलेलं दान परत घेतील. त्याची आणि कंचनबांची फारशी ओळख नव्हती. जवळपासच्या कुठल्याही गावात ब्राह्मणांचे ज्ञातिभोजन व्हायचं तेव्हा भोवतालच्या गावातली ब्राह्मण कुटुंबं अधून मधून भेटायची; पण कंचनबांचा तर जेवणावळींना न जाण्याचा नियम होता. काही दु:खद प्रसंग घडेल तेव्हा मात्र त्या न चुकता उपस्थित असायच्या. जगदीशने पहिल्या प्रथम कंचनबांना त्याच्या आजोबांच्या मृत्यूच्या वेळी बघितले होते. त्या शोकसमाचाराला आल्या होत्या.

रामपराला कंचनबांचे सासर होते; पण त्यांचे कुटुंब कित्येक वर्षे कराचीला व्यापार करीत होते. त्यांच्या सासऱ्यांचा जन्मही कराचीतला होता. ज्या गावात बालपणच्या आठवणी नसतील, की वडिलांचं घर, शेत, काहीही नसेल, ते गाव स्वत:चे वाटणार तरी कसे? अमृतलालने तर गावची वेस सुद्धा पाहिली नव्हती. फाळणीनंतर कंचनबा जसापरला आल्या, तेव्हा रामपराबरोबर पुन्हा थोडे संबंध प्रस्थापित झाले होते.

जगदीशला आजोबांच्या कांणचे (शोकसभा, ज्यात गावच्या पैसे घेऊन धंदेवाईक रडणाऱ्या बायका रोज येऊन मृत्युगीते गातात आणि छाती पिटून रडतात) ते दृश्य आजही आठवत होते. तेव्हा तो असेल सात-आठ वर्षांचा. त्या मीराणींच्या– पैसे घेऊन रडणाऱ्या– रडण्यात घरच्या स्त्रियांना भाग घ्यावा लागायचा. जगदीशची बिचारी बा तीन दिवस हे सहन करीत होती. आधी तिला दमा होताच; त्यात हे जोरजोरात रडायचे. वर आणखी घरच्यांची चढलेली, उतरलेली तोंडं बघायची ती वेगळीच! कंचनबांनी खड्या आवाजात एकदाच सगळ्यांना सांगून हे सगळं बंद करून टाकले होते.

"आजोबा छानशी हिरवीगार फळबाग ठेवून गेले आहेत आणि नव्वदाव्या वर्षापर्यंत हिंडता फिरता माणूस पोटच्या पोराच्या खांद्यावरून गेला, तर त्याच्यापेक्षा भाग्यवान आणखी कोण? आता शांत राहा सर्वांनी आणि जी माणसं मागे राहिलीयत त्यांचं भलं होवो अशी इच्छा करा, देवाचं नाव घ्या."

जगदीशला वाटले, 'ह्या म्हातारबाई सुद्धा मुलाकडे राहून प्रभुभजन करीत राहायला तर गेल्या होत्या, त्या पुन्हा आता इथं काय घेऊन जायला आल्यात?' त्यानं जरा सावध राहायचं ठरवलं.

जप पूर्ण झाल्यावर कंचनबांनी बघितले. जगदीश मंदिराच्या ओसरीची जाळी उघडत होता. जगदीशचे बाह्यरूप, कपडे आणि त्याचे काम ह्यांचा एकमेकांशी काहीच मेळ बसत नव्हता. रंगीबेरंगी मोठमोठ्या डिझाइनचा बुशशर्ट आणि पँट, डोक्यावरचे केस मानेपर्यंत लांब आणि तोंडातल्या तंबाखूमुळे खालचा ओठ पुढे आलेला. फर्रफर्र आवाज करीत जगदीशने मंदिरातला केर काढायला सुरुवात केली.

केर निघण्यापेक्षा धूळच जास्त उडत होती. कंचनबांना वाटले, 'एक चांगली केरसुणी असली तर मंदिर स्वच्छ राहील. उद्या समताला सांगेन, ती घेऊन येईल; पण ह्या जगदीशचा काही चुकीचा समज झाला तर? पण माताजींच्या कामातही ज्याला स्वार्थाचा वास येईल अशा नाकाची भीती कशाला बाळगायची? जन्मभर काय आपण लोकांना खऱ्या-खोट्याची प्रचीतीच देत राहायचं? खरं काय होतं ते सांगत बसणं, खुलासे देणं, प्रमाणपत्र देणं– मुळीच नाही! मी फक्त माझ्या 'रामा'ला खुलासा द्यायला बांधील आहे. दुसऱ्या कोणाचं काही नुकसान होणार असेल तरच चिंता.'

ओसरीवर येऊन त्यांनी सुरईतून पाणी घेतले. माताजींचे मंदिर उघडले होते. तिथे मंदिराच्या दाराच्या चौकटीशी उभ्या उभ्या त्या बघत राहिल्या. खोलीच्या दारासमोरच्या मागच्या भिंतीच्या मध्यभागी, लहान ओटे असावेत तशा तीन रुंद संगमरवरी सलग पायऱ्या एकावर एक अशा बांधलेल्या होत्या. त्यातल्या मधल्या ओट्यावर सिंहावर बसलेल्या अष्टभुजा माताजींची सुमारे तीन फूट उंचीची सफेद संगमरवरी मूर्ती होती. माताजींच्या मूर्तीचे स्वरूप, सौंदर्य आणि शक्तीचे प्रतीक असावे तसे दिसत होते. मूर्तीच्या समोर दोन्ही बाजूंना समया आणि मध्ये तांब्याचे ताम्हन आणि पळी-पंचपात्र पडलेली होती. पूजेची उपकरणी चिंच लावून कोणी घासेल का, अशी वाट बघत असल्यासारखी दिसत होती. खोलीच्या डाव्या भिंतीत लहानसे कपाट होते. कंचनबांनी कपाटाच्या कडीवर त्यांच्या बोटांचे छाप दिसतायत का हे बघण्याचा प्रयत्न केला. मुळात ते स्वयंपाकघरातलं कपाट. आत्ता उघडेल आणि वरच्या कप्प्यात असायच्या त्या मसाल्याच्या बरण्या आणि खालच्या खणात तेला-तुपाच्या बरण्या आणि पोळ्यांचा डबा असेल ती दिसतील असे त्यांना वाटले.

जगदीश बागेतून कण्हेरीची दोन-तीन फुले घेऊन आला. त्यानं हळूच मंदिराच्या खोलीचे दार बंद केले. उंबऱ्याशी उभ्या असलेल्या कंचनबा दोन पावले मागे सरकल्या, तशी खरे म्हणजे मागे सरकण्याची जरूर नव्हती; पण कदाचित जगदीशच्या ह्या कृतीने त्यांना परके बनविले होते. परक्या माणसांना खोलीत डोकवायची परवानगी कुठे असते?

नजरेसमोरच्या बंद दरवाजाकडे बघता बघता कंचनबा घटकाभर पूर्णपणे वर्तमानकाळात मनानंही स्थिर झाल्या. दारे स्वत: बंद करणे आणि दुसऱ्या कोणी दारे बंद करणे ह्या दोन घटनांमध्ये जमीन-अस्मानाचा फरक असतो. 'जे अंबे' अशा ध्वनीबरोबर दार उघडले आणि कंचनबांनी डोक्यावरून पदर घेत स्वत:ला भानावर आणले. जगदीश पँट बदलून पीतांबर नेसला होता. त्याच्या उघड्या खांद्यावर जानवं होतं. समोरच्या डावीकडच्या अर्ध्या उघड्या कपाटातून माताजींची ओढणी आणि जगदीशच्या शर्टची बाही डोकावत होती. हिरव्या रंगाच्या ऑईल पेंटखाली मसाल्याचा

वास आणि तेला-तुपाचा चिकटपणा झाकला गेला होता. एक दीर्घ श्वास घेत कंचनबांनी त्या खोलीच्या उजव्या भिंतीशी असलेल्या मोठ्या कपाटावरच्या आरशाची सपाटी नजरेनं धुंडाळली. अरुणा म्हणायची, ''बा, मी नोकरी करेन आणि सगळ्यांत प्रथम ड्रेसिंग टेबल बनवेन.'' यौवनात पदार्पण करणाऱ्या तेव्हाच्या त्या अरुणाची एकही खूण त्या आरशात नव्हती. पाठीमागच्या भिंतीवरच्या उंचावरच्या जाळीतून येणारा प्रकाश आणि ही दोन कपाटं सोडून बाकी सगळे काही नवे होते. कंचनबांनी निःश्वास टाकीत आणि 'हरि ओम' म्हणत मनाला दुसऱ्या विषयात गुंतवले. त्यांनी बघितले तर जगदीश कापूस घेऊन वात वळत होता; पण त्याला ते फारसे जमत नव्हते. त्या म्हणाल्या, ''आण, करून देते.''

''चालेल. असू दे आता.'' म्हणत जगदीश तुपाचा डबा घ्यायला वळला.

कंचनबांनी आग्रह केला नाही. त्या जाऊन देवीकडे तोंड करून ओसरीत बसल्या. संध्याकाळ व्हायला आली होती. आकाशात खुललेल्या रंगांचा लालसर प्रकाश ओसरीवर आणि रस्त्यावर पडला होता. झाडांवर कितीतरी पक्षी किलबिलाट करत होते. कडुलिंबाच्या ढोलीत राहणाऱ्या पोपटाचा आवाज सगळ्यांत मोठा होता. तो सर्वांत जुना रहिवासी असल्याने कदाचित आपला जास्त हक्क दाखवत असेल. भांडाभांडी करणाऱ्या लहान मुलांना बघून एखाद्या वडील माणसाने हलकेसे स्मित करावे, तसा कडुलिंबाचा वृक्ष हळूहळू डोलत होता.

मावळत्या दिवसाच्या ओसरत्या उजेडात कंचनबांनी ओसरीच्या मधोमध बसवलेली पाटी वाचली, 'स्व. श्री. अमृतलाल देवशंकर शुक्ल ह्यांच्या स्मरणार्थ त्यांच्या धर्मपत्नी गंगास्वरूप श्रीमती कंचनगौरी ह्यांनी माताजींच्या मंदिरात फरशी घातली आहे. संवत् २०३४, अक्षय्यतृतीया, रविवार.' थोरल्याने परस्पर ठाकोरसाहेबांकडे पैसे पाठविले होते. सवयीनुसार पूर्ण वाचले तर खरे, पण कंचनबांच्या मनाची तडफड झाली. 'अरेरे! किती मी अधम! देणारे तर उजव्या हाताने दिले, तर डाव्या हातालाही कळू देत नाहीत. दिलं, त्याचं श्रेय घेतलंच आणि आता आणखी पुन्हा वसूल करायला आलेय.'

दोन्ही हात जोडून त्या मनोमन कळवळून म्हणाल्या, 'मा, मला– तुझ्या लेकीला क्षमा कर. तुला अर्पण केलेल्या कोणत्याही वस्तूची मला हाव नाही. आज तर मनोव्यथांनी गांजून मी तुला शरण आले आहे; पण ह्या देहाने तुझं ऋण चुकतं केल्याशिवाय मी मरणार नाही.'

आरतीच्या घंटेच्या आवाजाने जणू कंचनबांच्या प्रार्थनेला साथ दिली. त्या उभ्या होऊन ओसरीत लटकणारी मोठी घंटा वाजवू लागल्या. रोज तर जगदीश एकटाच असायचा. एका हाताने आरतीचं तबक फिरवता फिरवता दुसऱ्या हाताने छोटी घंटा लयीत वाजवणे त्याला अवघड व्हायचे. घंटेची लय सांभाळायला गेला तर

आरतीची लय चुकायची आणि आरतीचा ताल सांभाळायला गेला तर घंटेचा नाद चुकायचा. असाही नाहीतरी आयुष्यात एक ताल सांभाळणं अवघड असतं. त्यात दोन-दोन ताल– पण आज मोठ्या घंटेच्या आवाजाने आजूबाजूची दहा-बारा मुले गोळा झाली. समताची रंजन येऊन हक्काने कंचनबांच्या जवळ उभी राहिली.

आरती संपली तशी मुलांना रिकाम्या हातांनी परत जाताना पाहून कंचनबांना वाटले, 'माताजींना काहीतरी नैवेद्य दाखवून प्रसाद वाटला पाहिजे. उद्या कोणाला तरी सांगेन. पण–'

"ए पोरांनो, फाटक बंद करून जा, रे!" जगदीशने ओरडून सांगितले आणि मग मंदिराचे दार परत लावून घेतले. रंजनने कंचनबांना चिकटत विचारले, "होय हो मा, जगाभाई आता काय करीत असतील?"

"पूजा."

जरा वेळाने पँट घालून प्लॅस्टिकची पिशवी घेऊन जगदीश बाहेर आला. जगदीशला बघून रंजनला हसू आले. कंचनबा तिला गप्प करणार, एवढ्यात ती म्हणाली, "काय हो जगाभाई, धोतर नेसून सायकल चालवायची नसते?"

"फार दीड शहाणी!" मग कंचनबांकडे वळून जगदीश म्हणाला, "घ्या मा, ह्या किल्ल्या."

"मला काय करायच्यात किल्ल्या, बाळा?"

"बापूंनी सांगितलं होतं."

"असेल. पण मला किल्ल्यांची जरूर नाही. तुम्ही आपले स्वस्थ चित्तानं माची पूजा करा, मला तर हा ओसरीचा कोपरा पुष्कळ झाला."

"पण बापूंनी विचारलं तर–"

"तर सांग दिली म्हणून. मग मी बोलेन त्यांच्याशी. बराय् तर मग, जय अंबे."

जगदीशने मंदिराचं मुख्य दार बंद केले नाही. आत नाईट-लँप चालू ठेवला. अर्धी जाळी असलेले दार बंद करून किल्ली जानव्याला बांधताना त्याला वाटले, 'हे गिरीश, हरीश न् सगळे उगाचच मला घाबरवत होते. ह्या माजींना तर काही नकोय.' पण 'काही नकोय' हे वाक्य मनात पूर्ण होण्यापूर्वीच पुन्हा संशयाने डोके वर काढले. ह्यांचा काही मोठा बेत तर नसेल ना? बापूंचे कान फुंकून मुकाट्याने स्वत:ला हवं तसं करून घेणार असतील. काय करू, किल्ली देऊन टाकू? पण त्या तर घेतच नाहीयेत. पण अशी घेणार नाहीत आणि बापूंना जाऊन सांगतील की त्यानं मला दिलीच नाही.'

पायऱ्या उतरता उतरता जगदीशला अरब आणि त्यांचा उंट यांची गोष्ट आठवली. हिवाळ्यातल्या रात्री वाळवंटात थंडीपासून बचाव करण्यासाठी उंटाने पहिल्यांदा नुसते तोंडच तंबूच्या आत घातले होते आणि शेवटी अरबाला बाहेर

ढकलून दिला होता. 'पण ह्या तर बोट सुद्धा धरायला नाही म्हणतायत! नक्कीच काहीतरी मोठं कारस्थान असेल. इथल्या पाठीमागच्या परसातल्या जागेवर तर त्यांचा डोळा नसेल ना? पण आता त्यांचा काय हक्क? त्यांनी तर ठाकोरसाहेबांना घर विकून टाकले आणि ठाकोरसाहेबांनी सगळी वहिवाट पाहण्याचे काम पंचायतीकडे सोपवले आहे. ह्या निवडणुकीच्या वेळी सरपंचांनी वचन दिले आहे, की पाठीमागच्या जागेत खोली बांधून देतील; पण ह्या सरपंच सविताबेन नाही म्हटले तरी बाईमाणूस. त्या तर नुसत्या अंगठाच उठवणार आणि शिवाय जिला घरातच कवडीचीही किंमत नाही, तिचे पंचायतीत कोण ऐकणार? क्षणभर जगदीशला वाटले, की त्याच्या हातून सगळेच जाणार. हे सकाळ-संध्याकाळ आरती करण्याचे महिन्याचे दोनशे रुपये मिळत आहेत. त्यात तर सायकलचे पंक्चर सुद्धा काढायचे महाग पडते. बाकी सणवार, काही कारणा-प्रसंगांसाठी पूजा-कथा होतात म्हणून वर्षाचे धान्य तरी निघते; पण आता वाटते आहे, की इथले आपले दाणापाणी संपले म्हणायचे की काय?

ठाकोरसाहेबांच्या दारासमोरून जाता-जाता जगदीश क्षणभर थांबला. 'भेटून यावं का?' मग त्याला वाटले, 'चला, सरपंचांच्या घरी जाऊन यावं. सविताबेनचा दीर रवजीमास्तर आपला मित्र आहे, तर आधीपासूनच त्याच्या कानांवर हकिकत घालून ठेवावी, म्हणजे काळजी नाही. जगदीशने सायकल सरपंचांच्या घराकडे वळवली.

◆

सहा

सरपंच सविताबहेनचे घर, गाव जेथे संपायचे तेथे होते. स्वातंत्र्य मिळून पन्नास वर्षं झाली तरीही हरिजन वस्ती गावाचा भाग झाली नव्हती; पण गेल्या सात-आठ वर्षांमध्ये जसापरच्या हरिजनवस्तीचा कायापालट झाला होता. शनाभाई आमदार म्हणून निवडून आल्यानंतर समाजकल्याण खात्याच्या योजना योग्य दिशेने चालू झाल्या होत्या. तसे तर शनाभाईंना आपण होऊन कुठल्याच पक्षाने कधीच अगदी आमंत्रण देऊन आपल्यात बोलावले नव्हतेच. समाजधुरीणांचे आतल्या गोटातले समजले जाणारे सवर्ण लोक तळ्यातल्या पलीकडल्या वस्तीतल्यांची गणना 'माणसां'त करतच कुठे होते? लहान-मोठी प्रलोभने दाखवून, धाकदपटशा दाखवून किंवा 'नाही' म्हणायला अवघड वाटेल असे वागून त्यांची मते मिळवली जायची; पण ही एक राखीव जागा शिल्लक राहिली होती म्हणून जसापरची सीट शनाभाईंसारख्याला मिळाली. सुरुवातीचे वर्ष तर त्यांनी माजी आमदार सांगतील, तसेच करण्यातच घालवले. पण नंतर मात्र शनाभाईंनी आपले कर्तृत्व दाखवले. माणूस फार हुशार नसला, तरी व्यावहारिक समज असलेला होता. सुरुवातीच्या दिवसांत त्यांनी सगळे बघून, समजून घेतले, चांगली माणसे कोण, लबाड माणसे कोण, ते ओळखायला शिकले. आता जसापरच्या हरिजनवस्तीत रस्त्यांवर दिवे, हँडपंप आणि पक्के रस्ते दिसायचे, ते सगळे शनाभाईंमुळे.

शनाभाई साधा सरळ माणूस. तो बरा अन् त्याचा हातमाग बरा. त्यांचे वडील वालाभगत भजने चांगली गायचे. त्यांच्या आवाजाचा तो वारसा धाकट्या मुलाला– रवजीला मिळाला होता आणि मागावर विणता येण्याचा शनाभाईंना. गेल्या कितीतरी वर्षांपासून पॉलिएस्टर खादीचा वापर वाढल्यामुळे मागावरच्या कामाला बरे दिवस आले होते. जसापरचा मतदारसंघ राखीव म्हणून जाहीर झाल्याबरोबर धाकट्या भावाने, रवजीने संधीचा फायदा घेतला. भलाभाईंच्या पाठिंब्याने त्याने शनाभाईंना उमेदवारी मिळेल, हे निश्चित करवून घेतले. काळाचे बदलते रूप कोणालाच समजत नव्हते असे नव्हते; पण हातचे सोडायला कोण तयार होणार? बदलासाठी पुढाकार कोण घेणार? गावात सर्वांत मानमरातब ज्यांचा होता, त्या भलाभाईंच्या मर्जीविरुद्ध

जाणे भूतपूर्व आमदार भारतसिंहना परवडणारे नव्हते. त्यांच्या मुलाच्या–वीरभद्रच्या लहान-मोठ्या 'पराक्रमां'वर पांघरूण घालून सांभाळून घेण्यासाठी वर्षातून वीसदा तरी त्यांना भलाभाईंचे उपकार घ्यावे लागायचे. जर राखीव जागा हातची जाऊ देण्याने आपला वरचष्मा राहणार असेल, तर वाहत्या गंगेत हात धुऊन का घेऊ नयेत? अशा तऱ्हेने विधानसभेपर्यंत शनाभाई पोहोचू शकले. गेल्या वर्षी त्यांच्या पत्नी, सविताबहेन 'महिला सरपंच' म्हणून निवडून आल्या होत्या.

जगदीशने शनाभाईंच्या गल्लीत सायकल वळवली, तेवढ्यात पाऊस पडू लागला. क्षणभर त्याला वाटले, की कोणाच्या तरी घराच्या आडोशाला थांबावे, पण मग तो तसाच गल्लीच्या पलीकडच्या टोकापर्यंत जाऊन पोहोचला. गळ्याशी गुंडाळलेल्या पॉलिएस्टरच्या रुमालाने चेहेरा पुसता पुसता जगदीशने रवजी मास्तरांच्या घराचे दार खडखडावले. दाराच्या वरच्या बाजूला बांधण्यात आलेल्या मजल्याच्या खिडकीतून कोणीतरी डोकावलं.

"जगा बामण आलाय."

जगदीशला ऐकू आले. दार उघडले गेले, तसे रवजीने वरूनच मोठ्याने जगदीशला समोरच्या ओसरीत बसायला सांगितले.

बाहेरचे मोठे दार, मग मोठा चौक, मग ओसरी, त्याच्यामागे एकाला एक लागून चार खोल्या, वरच्या मजल्यावरही तशाच. ओसरीच्या पायऱ्यांजवळ रवजीची स्कूटर उभी होती. जगदीश संकोचाने ओसरीवरच्या लोखंडी खुर्चीवर बसला. रवजी त्याचा मित्र. कॉलेजात आणि बी.एड.ला ते दोघे बरोबर होते; पण घरी जाणे-येणे खूपच कमी असायचे, दोघांच्यातले अंतर 'कांप'मध्ये गेल्यावर अजिबात नाहीसे कसे होऊन जायचे आणि गावात परत आले की आपोआप परत पडायचे, ते कळतही नसे.

एखादा पाण्याचा लोंढा यावा, तशी वरच्या मजल्यावरच्या जिन्याच्या पायऱ्यांवरून बरीच पोरं दडादडा खाली आली. जगदीश मनोमन चडफडला. रवजी हायस्कूलमध्ये शिक्षक आणि त्याची बायको गावच्या प्राथमिक शाळेत शिक्षिका. नोकरीखेरीज ट्युशन्सची कमाई पण भरपूर. मुलांच्या पाठोपाठ रवजी खाली आला. झोपाळ्यावर बसता बसता त्यानं सेलफोन एका बाजूला ठेवला आणि दुसऱ्या बाजूला हात दाखवीत जगदीशला तिथे येऊन बसायला सांगितलं.

"या, असे इकडे महाराज."

"इथंच बरा आहे," म्हणत जगदीशनं विचारलं, "काय, आजची 'शिफ्ट' संपली?"

"नाही ना, आणखी एक बॅच बाकीय."

"सारा दिवस अखंड काम करून थकायला नाही होत?"

"अरे, इथं कुठं फार श्रमाचं काम करायचंय? बसवून ठेवायची, शिकली तर बरंच, काही नाही तर निदान अक्षर सुधारलं तरी पुष्कळ! बसून राहण्यापेक्षा दुकान मांडून बसलेलं बरं की!"

"दहावीची असतील?" वीस-वीसच्या बॅचेसचा हिशोब मनातल्या मनात करता करता जगदीशने विचारले.

"छे, रे! ती डोकेफोड कोण करतंय? आपण आपली आठवी-नववीतलीच घ्यायची, परीक्षा शाळेतलीच असते. त्यामुळे–"

"बाबाजी घरचाच अन् डफळी वाजवणाराही घरचाच!" जगाने त्याचे वाक्य पुरे केले.

जगदीशने मारलेल्या टोमण्याकडे दुर्लक्ष करीत रवजीने विचारले, "बोला! आज घरी कसं येणं केलंस?"

"सविताबहेन नाहीयेत?"

"भाई-भाभी गांधीनगरला गेलेत. काम होतं काही?"

सरळ सरळ विचारण्यात आलेल्या प्रश्नाने जगदीश गडबडला. काय सांगावे? पूर यायच्या आधीच बांध घालायला निघालेल्या जगदीशने हा विचार नव्हता केला, की नेमके काय सांगावे? तसे तर काही झालेच नव्हते. एक गोष्ट तर दिव्याइतकी स्पष्ट होती, की मंदिराचे काम त्याच्यावर केवळ दया करायची म्हणून त्याला मिळालेले होते. त्यामुळे हा दुसऱ्यांच्या दयेवर जगणारा माणूस कुठल्या तोंडाने आपला काही हक्क असल्याचा दावा करणार? पण सांगायचे तर होतेच. असा तर रवजी त्याचा मित्र. बरोबर शिकलेले, पण त्याला आता फार दिवस झाले होते. शिवाय त्यावेळी तो आमदाराचा भाऊ नव्हता. निवडणुकीच्या वेळी सविताबहेननी जगदीशला दिलेले वचन त्याला आठवले, 'शक्तिमाच्या मंदिराच्या मागच्या बाजूला पंचायतीतर्फे पुजाऱ्यासाठी एक खोली बांधू. म्हणजे व्रते-वैकल्ये असतील तेव्हा बायकांना पूजा करायला अडचण पडणार नाही आणि श्रावणात कथा-कीर्तनेही होतील.' पण निवडणुकीच्या वेळी दिलेली ही वचने! त्याने शेवटी त्या काडीचाच आधार घ्यायचे ठरवले.

"सविताबहेनशी जरा बोलायचं होतं. ह्या अप-डाऊनमध्ये सायकल मारून मारून थकून जायला होतं. सविताबहेननी शक्तिमाच्या मंदिराच्या मागच्या जागेत पुजाऱ्यासाठी खोली बांधून देऊ असं म्हटलं होतं. इथेच असलो, तर तुमच्यासारख्यांच्या शिफारशीने दोन-चार चांगल्या शिकवण्याही मिळतील. आमच्या रामपरामध्ये फक्त प्राथमिक शाळाच आहे. तिथे ट्युशन्स करायच्या म्हणजे मेहनत जास्त आणि कमाई काही नाही. आज जरा वेळ होता, तर वाटले चला भेटून यावं." जगदीश

बोलत होता आणि रवजीच्या चेहेऱ्यावरचे बदलते भाव बघत होता. बोलणे संपवता संपवता त्याला वाटले, की रवजी त्याच्या प्रत्येक वाक्याला टिचकी मारून बघत होता आणि रद्द करून बाजूला फेकून देत होता.

जगदीश गप्प झाला. रवजी काहीतरी बोलणार, एवढ्यात शेजारी पडलेला सेलफोन वाजला.

रवजी फोन घेऊन ओसरीच्या पलीकडच्या टोकाशी असलेल्या स्वयंपाकघरात गेला. फोनवर बोलणे थांबवून त्याने काहीतरी सांगितले. जगदीशने तर्क केला, की चहा ठेवायला सांगितले असणार. फोनवरचे बोलणे संपवून रवजी आला, तसे जगदीशने सांगितले, "चहा नकोय."

"मग जेवूनच जा." आणि मग हसत हसत रवजी पुढे म्हणाला, "मी बाहेर कोणाला नाही सांगणार."

"नाही, तसं काही नाही; पण घरी पोहोचायला उशीर होईल आणि हा पाऊस आत्ता थांबलाय; पण पुन्हा पडेलच."

रवजी उठला आणि जगदीशला निरोप देता देता म्हणाला, "तू शांत राहा. कंचनबा तुझ्या आड येणार नाहीत. त्या तर टाकणखारासारख्या आहेत आणि तरीही काही झालंच, तर मी बसलोय ना इथे!"

"बरं," म्हणून जगदीश रामपराच्या दिशेने निघाला.

रवजीला खूप वर्षांपूर्वीचे एका धगधगत्या उन्हाळ्याचे दिवस आठवले. रवजी बारा-तेरा वर्षांचा असेल. गावात हरिजनांची विहीर वेगळी, विहिरीजवळचं गुरांना पाणी पिण्यासाठी केलेले कुंडंही वेगळे. उन्हाळ्यात विहिरीचे पाणी खारे व्हायचे. गोड्या पाण्यासाठी एक तर सवर्णांच्या विहिरीवर जावं लागायचं किंवा मग रामपराच्या रस्त्यावर एक मोठी विहीर होती तिथे. मोठी विहीर अशीही दूर होती आणि उन्हाळ्यात उजाड रस्त्यावरून जाणे खूपच त्रासाचे होते. गावातल्या सवर्णांच्या विहिरीवर सकाळी सकाळी लवकर जायचे. कोणाला दया आली तर ते एक-दोन घागरी त्यांच्या घागरींमध्ये ओतून द्यायचे. किती हातीपायी पडावं तेव्हा जेमतेम संध्याकाळपर्यंत एवढं पाणी मिळायचं. कधी कधी तर वाटायचं, की अश्रूंनीच तहान भागत असती तर किती चांगले झालं असतं! पण तेही तर खारंच!

कंचनबा आल्या, त्यानंतर त्यांचा नियम होऊन गेला– त्या आणि त्यांची मुलगी अरुणा विहिरीजवळ दोन तास उभ्या राहायच्या. कंचनबांना कोणी कोणी विचारायचे, "गोराणी मा, आत्ता ह्या वेळी मोकळा वेळ आहे तुम्हाला? पूजापाठ, स्वयंपाक, सगळं उरकलं?" कंचनबा उत्तर द्यायच्या, "हो! पाणी भरून देता देता पूजापाठ होऊन जातो." त्या दोन तासांत जे कोणी त्यांच्याकडे जाईल त्याला आई अन् मुलगी मिळून पाणी उपसून द्यायच्या.

असे कुठले गाव असेल का, जेथे नसत्या पंचायती करणारे नसतात? मग हे गाव तरी अपवाद कसे असेल? गावात कुरकुर, कुजबूज सुरू झाली. तेव्हा कंचनबांनी सांगितले, "तुमचा धर्म पाळला जातोय ना, मग काय आहे? आणि मी करतेय ते फारच खुपत असलं, तर मग एक तर त्यांना विहिरीवर पाणी तरी भरू द्या, नाहीतर त्यांच्या वस्तीत नवी विहीर खणून द्या." मग ठाकोरसाहेबांनी नवी विहीर खणून दिली. हरिजनवस्तीत सगळे त्याला 'फुईनी कुई' (आत्याची विहीर) म्हणायचे, कारण रवजीचे वडील वाला भगत, यांना कंचनबा राखी बांधायच्या.

त्यावेळी खरोखर कमाल झाली होती. विहीर खणून झाल्यावर कंचनबांचे हरिजनवस्तीत जाणे-येणे वाढले. त्यात आणि असे झाले, की रवजींच्या बहिणीचे

लग्न ठरले. लग्नाच्या पत्रिका आल्या; पण त्यांच्यावर अक्षता, फुले टाकून आशीर्वाद देण्याचे काम करायला त्यांचा नेहेमीचा ब्राह्मण नव्हता. तो कांपमध्ये गेला होता म्हणून काम अडले. मग वाला भगत कंचनबांना बोलावून घेऊन आले. कंचनबांनी वाला भगतच्या व्याह्याकडून संकल्प करवून घेऊन, पत्रिकांवर अक्षता-फुले टाकून आशीर्वाद दिले. दक्षिणा म्हणून कंचनबांनी वाला भगतकडून एकदा भजनाचा कार्यक्रम करण्याचे वचन घेतले.

वाला भगतचे वय फार नव्हते. त्याचे लग्न लहानपणी झाले होते; पण बायकोला प्रथम सासरी आणण्यापूर्वीच ती मरण पावली. मग त्याने दुसरे लग्न केले ते शनाभाईंच्या आईशी. शनाभाईंचे वडील वारले त्यानंतर आईचे बोट धरून शनाभाई आईबरोबर तिच्या दुसऱ्या सासरी आला होता. (अशा येणाऱ्या मुलाला 'अंगळियात' असा शब्द आहे.) नशिबाचे भोग ते. ही पत्नीही एक मुलगा न् एक मुलगी मागे ठेवून मरण पावली. घर असे मोडून पडल्यावर वालाभाईंनी मग हातमाग आणि भजने म्हणणे ह्यात मन गुंतविले. रवजी आणि लीलाला शनाभाईंनीच सांभाळले. लहानाचे मोठे केले. रामदेवपीरचे आख्यान मांडायचे असले, की वाला भगत रात्र रात्र घरी येत नसत. कंचनबांच्या आमंत्रणाला नाही कसं म्हणणार?

दरबारांच्या सतीमाच्या चबुतऱ्याच्या अंगणात भजन करायचे म्हणजे रात्रीला दिवस म्हणण्याइतके अवघड काम. पण भगत आले. समई लावली आणि अजून कुठे चोहर म्हणजे पहिली चार भजनं गाऊन होतायत तेवढ्यात बाहेरून आरडाओरड ऐकू आला.

"बंद करा हे सगळं! चोहीकडे विटाळ करून ठेवला. काढा ह्या सगळ्यांना बाहेर, नाहीतर पेटवून देऊ!"

कंचनबांनी दुरूनच, आलेल्या टोळक्यातल्या भारतसिंहचा आवाज ओळखला. त्या उठल्या आणि टोळक्याच्या समोर जाऊन उभ्या राहिल्या. "भजन बंद होणार नाही. तुम्हाला जे करायचं असेल, ते करा."

कंचनबांना धक्का मारून बाजूला करत भारतसिंह समोर आले आणि भजनमंडळींच्या लोकांना सांगू लागले, ''अरे, तुम्ही पण विसरलात आणि ह्या हलक्या जातीच्या ब्राह्मण बाईच्या नादी लागलात? निघा बाहेर, नाहीतर जिवंत पुरून टाकेन इथं!''

कंचनबा आणि वाला भगत सोडून बाकीचे सगळे एक-एक करीत निघून गेले. दोन रात्री आणि दोन दिवस वाला भगत आणि कंचनबा अन्नपाण्याचा त्याग करून अखंड पाठ करीत राहिले. तिसऱ्या दिवशी सकाळी ठाकोरसाहेबांनी पगडी उतरवून कंचनबांच्या पायाशी ठेवली.

''बाळ, सतीमाच्या चबुतऱ्याशी बसला आहात. काहीतरी भलतंसलतं झालं तर मला स्त्रीहत्या आणि ब्रह्महत्या दोन्हीचं पाप लागेल. ह्या गावावर सतीमाचा कोप होईल. भारतसिंहच्या वतीनं मी माफी मागतो, आता तरी उपास सोडा.''

कंचनबांनी ठाकोरसाहेबांच्या म्हणण्याला मान दिला, पण त्याचबरोबर शेवटचा धोक्याचा इशाराही दिला, ''तुम्ही भारतसिंहला सांगा, की माझ्या वाटेला जाऊ नको. आज तुमच्या शब्दांची लाज राखून पोलिसांपर्यंत जात नाही; पण इथून पुढे हे असं फार दिवस चालणार नाही. दिवस बदलले आहेत.''

त्या वर्षी राखी पौर्णिमेच्या दिवशी पहिल्यांदा कंचनबांनी वाला भगतना राखी बांधली.

◆

सात

"घ्या! तुम्ही तर बेन, लाइट पण नाही लावला. बरं तर बरं, माझ्याजवळ बॅटरी होती म्हणून कळलं की तुम्ही बसलायत." म्हणत रुखीबांनी ओसरीवरचा दिवा लावला. विजेचा दाब कमी होता. त्यामुळे लाईट लहान-मोठा होत होता.

"जेनाराण भाभी. सांगा, कुठे बसायला सांगू? आणि स्वागत तरी कसं करू? हे कुठं माझं..." वाक्य अर्धच सोडत कंचनबांनी गळून पडू पाहणारे धैर्य एकवटले.

"असं काय बोलताय बेन? माझंच बघा ना. जी माणसं माझी होती, ती तरी माझी राहिली?"

"जितके ज्याचे ऋणानुबंध–"

"रात्रंदिवस एकच काळजी माझं मन पोखरत असते. माझ्या स्मिताचं काय होईल? तिला तर ह्या जगात वरती आकाश अन् खाली धरती! उद्या सकाळी माझा जीव गेला, तर तिचं कोण?"

"होईल, तिचंही सगळं ठीक होईल. आपल्यापेक्षा त्या वर बसलेल्याला जास्त काळजी असते." कंचनबा रुखीबांना कितीतरी वर्षं ओळखत होत्या. मनानं खूपच चांगल्या, फक्त जरा जास्त बडबड करणाऱ्या, स्वत:बद्दल बोलणे सोडून दुसऱ्याचे क्वचितच काही ऐकून घ्यायच्या! कोणाला मुद्दाम भेटायला म्हणून आल्या असल्या तरी ते बोलणे बाजूला राहायचे आणि स्वत:बद्दलच बोलायला लागायच्या. कदाचित जन्मभर भोगलेले एकटेपण आणि अनिश्चितता ह्यांमुळे त्यांचा स्वभाव असा झाला असेल.

शिवाय, ह्याला कंचनबाही कारणीभूत तर खऱ्याच! त्यांचे व्यक्तिमत्त्वच असे, की प्रत्येकाला त्यांच्याजवळ मन मोकळे करावेसे वाटायचे. कधी कधी तर कंचनबांना वाटायचे, की त्या म्हणजे एखादी खुंटीच आहेत! जे कोणी येईल, ते आपले एक गाठोडे तिच्यावर लटकावून जायचे! कोणी असेही विचारत नाही, की 'अगं, तुला असं एकाच जागी अडकून राहायला आवडतं? तुला तुझं असं काही सांगायचंय? तुला ह्या गाठोड्याचं फार वजन तर होत नाहीये ना?' कधी कंचनबांना वाटायचे, की त्या शीतळासप्तमीच्या कहाणीतली धाकटी जाऊ आहेत. जे कोणी भेटेल ते तिच्या हातात एकेक पुडके सोपवून मोकळे होते; पण मग त्यांना वाटायचे, की

धाकट्या जावेने सगळ्यांवर जे उपकार केले, त्याचे फळ तर तिला मिळालं होतं ना! आज अशा तऱ्हेने त्या शक्तिमाच्या आसऱ्याला....

तेवढ्यात लागलीच मन म्हणायचे, 'नाही हं! माची कृपा काही लॉटरी लागण्याइतकी साधी नसते! आणि बघ ना, कदाचित ह्या शक्तिमाच्या कृपेनेच हे हातपाय अन् डोकं धड आहे. कोणास ठाऊक!'

"घ्या बाई! मी तरी कशी विसरभोळी आहे! स्मिता म्हणाली, की तुम्ही जाऊन कंचनबांना घरी घेऊन या. संजीव म्हणाला, माझ्या सांगण्यानं त्या नाही येणार! चला तर मग–"

"हे बघ भाभी, कितीतरी वर्षं तुझ्याच आधारानं तर राहिले. लहान लहान मुलं घेऊन कराचीहून आले होते, तेव्हा आईसारखा म्हण की बापासारखा म्हण, सारा काही आधार तुझाच तर होता; पण ऊस गोड लागला म्हणून काही मुळापासून खाऊ नये."

ते दिवस विसरणे कसे शक्य होते? कराचीहून पळून निघाल्यावर पुरा एक महिना रखडत, भटकत गावी पोहोचलो होतो. सासरच्या गावी– रामपराला पाय टाकायला सुद्धा कुठे जागा होती? इथे तर गावातले प्रत्येक झुडूप ओळखीचे आणि कच्च्या बांधकामाचं का होईना, पण वडिलांचं घर होतं. गावात पाय टाकल्याबरोबर 'नभई' (जिला स्वतःचं कोणीच नाही) ह्या शिवीच्या अर्थानं अगदी मनाच्या गाभ्यापर्यंत ढवळून काढले होते. ईश्वराने एखाद्या आधाशासारखं जणू कंचनबांच्या सगळ्या स्वजनांना उचकटून, उचलून नेले होते.

भा आणि मा वारल्यानंतर घराची किल्ली एका दूरच्या चुलत नातलगाकडे असायची. घराचे फक्त बाहेरचे दार शिल्लक होते. बाकी सारे लहान-मोठे सामान कोणीना कोणी लांबवले होते. रुखीबाचे सासरे लालजी सुतार ह्यांनी पंचांना बोलावून घेतले होते आणि त्या चुलत नातेवाइकाकडून गावात पुरोहिताचे करायचे जे काम असायचे, त्यातले काही काम कंचनबांकडे सोपवले जाईल अशी व्यवस्था केली होती. कंचनबांची बाजू मांडताना असा युक्तिवाद केला होता, की "आपुन तर मागं जे घडून गेलं, त्याची कायबी आठवनच ठिवत न्हाई! उलटून ग्येलेली तिथी तर बामनबी बगत न्हाई; पण यवडं तर खरंच ना, की जर ज्येठाबापांना ल्योक असता तर? आता द्येवाची मर्जी म्हनायची की दोन ल्योक व्हऊनबी दोगं पन देवाघरी ग्येलं आनि ह्या लांबच्या नात्यातल्या मानसाला इतकी वर्सं समदं भोगाया मिळालं, पन आता दुखात, अडचनीत सापडल्येली ह्या गावची ही ल्येक आपल्या पोरास्नी वाडवायसाटी हतं आलीया. आनि आपल्याला कुटं आपल्या खिशातून द्यायचं हाये? तिचंच हाये त्ये तिला सोपवायचं हाये. भाचरांच्या हातानं धर्माची दोन कामं झाली तर शंबर बामनांना कायबी तरी दिल्याचं पुन्य आपल्याला मिळंल. ही घेण्याजोगती

न् आपुन देन्याजोगते. तवां आपुन मदला मारग काडावा. समदं न्हाई तरी अर्धं काम कंचनला मिळालं, तरी दोघांचंबी बरं चालंल.'' ह्याच्यातही लालजीबापांनी समोरच्याची चाल त्याच्यावर आधीच उलटवली होती. आधीच स्पष्ट केलं होतं.

''आनि ह्ये पन हाये बरं का रं बाबा, की तू समदी खालच्या जातीतली घरं कंचनला घेऊन टाकशील, तर तसं न्हाई चालनार. वरच्या न् खालच्या दोनीबी जातीतल्या घरांची सारकी सारकी वाटणी. आन् तुज्या घरी कुटं बाजरी खुटतीया? मी तर सांगत व्हतो ज्येठाबापाला की येक तरी शेत ठिवा, पन न्हाई ऐकलं. कवा कसा काळ यईल कोनाला ठावं असतंया?''

''कोण जाणे कुठल्या मुहूर्तावर बापूजींनी गाव सोडलं, ते परत कधी आलेच नाहीत! आणि माझं बघा ना, पुन्हा पुन्हा परत येतेय!'' कंचनबांनी दीर्घ सुस्कारा टाकला!

''कसल्या विचारात पडलात? माझ्या घरी यायला तुम्हाला काही हरकत-?''

''छे छे! नाही भाभी, हरकत कसली असणार? पण आठवतंय, की मी जेव्हा कराचीहून येऊन पहिल्या प्रथम ह्या दारात पाऊल टाकलं होतं, तेव्हा तुम्ही आला होतात, तुमच्या डोक्यावर बोचकं भरून बाजरी होती आणि हातातल्या पोत्यात स्वयंपाक करता येईल अशी भांडी.'' बोलता बोलता कंचनबा एकदम उभ्या झाल्या आणि खुंटीला अडकवलेल्या पिशवीतून काहीतरी काढून घेऊन जवळ आल्या.

''बघा भाभी, हे भांडं ओळखू येतंय? हे तेच तसराळं आहे जे तुम्ही त्या दिवशी आणलं होतं. ह्याच भोपळ्याच्या आधारानं हातपाय मारत इथपर्यंत पोहोचलेय.''

''काय बेन तुम्ही तरी! अजून हे सगळं सांभाळून ठेवलं आहेत? चला आता, आणि माझ्या घरी आल्यानं काही फुकट जेवलात असं होणार नाहीये! परक्या परदेशात तुम्ही आणि माझ्या नणंदोईंनी (नणंदेचा नवरा) माझ्यासाठी जे केलंय, त्याचं तर मोल करताच येणार नाही. माझ्या कातड्याचे जोडे शिवून तुमच्या पायात घातले तरी कमीच म्हणायचं!''

रुखीबाचा नवरा रतिलाल. सहा मुलींवरचा एकुलता एक मुलगा. लालजी मिस्त्रींनी खूप खूप प्रयत्न केले; पण अजिबात काहीही काम शिकला नाही. जबरदस्तीने काम करायला बसवला तरी कुठे ना कुठे लागवून घ्यायचा. आईने डोक्यावर चढवून ठेवलेला. बस्, एकच वेड- सिनेमात जायचं, नाटकात काम करायचं, गावात किंवा आसपासच्या गावांत भवाई (लोकनाट्य) किंवा रामदेवपीरचे आख्यान असले, की रतिलाल न चुकता तिथं पोहोचायचा. सारा दिवस भवाईवाल्यांच्या मागे-मागे असायचा. त्यांची चिलीम भरून देणे, विड्या आणून देणे असली लहान-मोठी कामे करायचा. तासन् तास बसून त्यांचे मेकअप करणे बघत राहायचा. मोठा झाल्यावर छोट्या-मोठ्या भूमिकाही करायचा, मग कितीतरी

दिवस त्याच धुंदीत असायचा. गावातले लोक त्याला 'रतियो फाडियुं' म्हणायचे, 'फिलमनुं फाडियुं' (नादिष्ट). बापानं लग्न करून दिले, लग्न झाल्यावर तरी ठिकाणावर येईल म्हणून!

कधी कधी रुखीबा कंचनबांना जुन्या आठवणी झाल्या, की सांगायच्या, ''मला जेव्हा मोठी झाल्यावर सासरी आणली, तेव्हा तुमचे भाऊ कधी हरिश्चंद्राचं नाटक करायचे, तर कधी कादु मकराणीचं. एकदा पृथ्वीराजसारखं संयुक्ताला उचलून न्यायला बघितलं न् त्यात माझा पाय मुरगळला.'' रुखीबांच्या अशा हसण्यात लपलेल्या दु:खाची एखादी रेषाही कंचनबांपासून लपून राहात नसे.

रुखीबा पहिल्या बाळंतपणाला माहेरी गेल्या आणि रतिलालने पळ काढला, तो अहमदाबादच्या बाजूला. थोडे दिवस इकडे-तिकडे टक्केटोणपे खाऊन मग कराचीचा रस्ता पकडला. कराचीमध्ये अमृतलालची भेटही मोठ्या नाट्यपूर्ण रीतीने झाली. तिकीटबारीवर बाचाबाची चाललेली ऐकून अमृतलाल ऑफिसातून उठून बाहेर गेले. तिकीटबारीवरच्या कारकुनाने सांगितले, ''हा माणूस सोन्याची अंगठी देतोय आणि सांगतोय्, ह्याचे जे पैसे येतील तेवढ्या पैशांची येतील तेवढ्या दिवसांची तिकीटं द्या. मी म्हटले की एखाद्या सोनाराच्या दुकानात जा, पण हा ऐकत नाही. आता शो सुरू व्हायची वेळ झालीय.''

रतिलालला ऑफिसमध्ये बोलावून त्यांच्याशी बोलता बोलता ओळख निघाली. त्याच दिवसापासून रतिलालला थिएटरमध्ये प्रोजेक्टर रुममध्ये फिल्म दाखविण्याची नोकरी मिळाली. कंचनबांच्या सांगण्यावरून रतिलाल बायको-मुलांनाही घेऊन आला; पण एका जागी टिकून राहिला, तर तो रतिलाल कसला? पाच-एक वर्षं झाली तशी गेला निघून लाहोरला. हार मानून शेवटी कंचनबांनी स्वत:च्या खर्चानं रुखीबांना आणि मुलांना परत गावी पाठवून दिले. त्या नशीबवानच म्हणायच्या, की वेळीच आपल्या देशात पोहोचल्या.

कंचनबांनी त्यावेळच्या आठवणी काढता काढता विचारले, ''काय हो भाभी, तुमचा मोठा मुलगा कशानं गेला?''

''आम्ही कराचीहून आलो आणि दुसऱ्या वर्षी त्याला धनुर्वात झाला. तसा तर लहान, पण आजोबांबरोबर सारा दिवस लाकडं, बांबू ह्यांचं काम करीत राहायचा. त्यात आता कोणाला ठाऊक, केव्हा काय लागलं असेल? मग कांपमध्ये घेऊन गेले तेव्हा कळले, की लोखंडाचे काहीतरी लागले होते. दवाखान्यात गेलो, अन् तासाभरातच त्यानं मान टाकली.''

''माझे भाऊ (रतिलाल) आलेवते?''

''हो. त्यांना उडत उडत बातमी समजली. त्यानंतर वर्ष-दोन वर्षांतून एखाददा येऊन जायचे. बघा ना, त्यामुळंच तर ही अश्विनची पीडा गळ्यात पडली!''

"त्यातही काही ईश्वरी संकेत असेल. त्याच्यामुळेच तर तुमचा संसार पुढे चालू राहिला."

"ते तर बरोबर, पण तिसाव्या वर्षी धाकट्या नणंदेच्या जोडीनं बाळंतिणीची खाट टाकायला लागणं काय शोभून दिसलं? दरवाजाबाहेर पाय टाकायलाही लाज वाटायची. सासू-सासरे माझ्या पाठीशी होते म्हणून, नाही तर लोक तर सीतेसारख्या सतीलाही कुठे सोडतात?"

रुखीबांना फार वर्षांनी पुन्हा दिवस गेले होते, तेव्हा सासूला वाटले होते की पुढच्या पिढीला वंश तरी चालू राहील; पण रुखीबांना मनावर सतत एक ओझं असल्यासारखे वाटायचे. मनातून एक नकार उमटत राहायचा. अश्विनच्या जन्मानंतरही मनातून वात्सल्य उचंबळून आले नाही. त्याला वाढविला, त्याला धंदा सुरू करून द्यायला स्वतःचे दागिने विकून पैसे उभे केले, कर्ज काढून लग्न करून दिले. केले तर सगळे काही, पण जन्मभर जणू कोणाच्या दुसऱ्याच्या शेतात मजुरी करीत जन्म काढावा तशी ही सगळी जबाबदारी उचलली. स्वतःची जमीन नाही, बी नाही, फळ नाही– काहीच जणू स्वतःचं नाही. अश्विन जर 'त्यांचा' असता, तर असा निघून गेला असता?

"सध्या माझे भाऊ कुठे आहेत?"

"कोण जाणे! दोन वर्षांपूर्वी मद्रासहून पत्र आलं होतं. सिनेमाच्या धंद्यासाठी एक्स्ट्रा माणसांपासून सगळ्या गोष्टी पुरवायचं काम करतात. म्हणजे तसं पाहिलं तर दलालीच म्हणायची. जे असेल ते! ज्याचं कर्म त्याच्याबरोबर. बेन, माझ्या डोक्यावर देवानं टाकली ती सगळी जबाबदारी मी तर पार पाडली. सासू-सासऱ्यांची शेवटपर्यंत सेवा केली. ती दोघं दोन शेतं ठेवून गेलीयत म्हणून रोजच्या भाकरीची तरी काळजी नाही. एरवी ते असले काय अन् नसले काय, माझ्या नशिबी तर भडाभडा जळणंच आलं ना! माझ्या-तुमच्यासारख्या बायकांचे असे चबुतरे– सतीस्थानं केली ना लोकांनी, तर गावोगावी घरं कमी आणि सतीस्थानंच जास्त होतील."

कंचनबांना वाटले, की रुखीबांचे म्हणणे काही खोटे नाही. जी पतीमागे सती गेली तिची चिता तर सगळ्यांनी बघितलीय, पण पती बरोबर राहातच नसतो तेव्हा ज्या स्त्रिया जीवन कंठत सारे सहन करत राहतात, त्यांना भाजणाऱ्या झळा जगाला कुठं दिसतात?

उठता उठता रुखीबा म्हणाल्या, "तुम्ही तरी कमाल करता! मला गप्पांमध्ये गुंतवून विसर पाडलात. चला आता घरी. जेवून घेऊया आणि मग आपण दोघी नणंदा-भावजया कडू-गोड आठवणी काढत बसू या."

"नंतर येईन. उद्यापासून मला अनुष्ठान करायचंय. जा तुम्ही. स्मिताला काळजी वाटत असेल. पावसाळ्याचे दिवस हे. अंधारात कुठे साप-किरडू–"

“बघा ना. म्हणून तर बॅटरी घेऊन आलेय. गावात लाईटचे खांब तर पुष्कळ लावलेत, पण लोक बल्ब राहू देतील तर ना! पंचायतवाले लावतात न् दुसऱ्या दिवशी कोणीतरी फोडून टाकतं! ह्या गावाची काही म्हणून लायकीच नाही!”

“आता बाकीच्या गप्पा नंतर. चला, तुम्हाला अर्ध्या वाटेपर्यंत पोहोचवून येते.” कंचनबा रुखीबांचा हात पकडत म्हणाल्या.

“नको-नको मी जाईन ना! पण तुम्ही एकाही गोष्टीत ऐकत म्हणून नाही, जे मनाशी ठरवलं असेल तेच कराल! बरं मग, दुपारी कथा वाचणार असलात तर कळवा.”

“बरं, समताच्या रंजनला बोलवायला पाठवेन. बराय मग, जे नारा'ण.”

रुखीबा गेल्या आणि फाटक बंद करून कंचनबा पायऱ्या चढून ओसरीत येऊन उभ्या राहिल्या. रुखीबा होत्या तोवर जरा बरे वाटत होते आणि जरा मोकळेही. आभाळ आलेले असले म्हणजे ऊन लागत नाही; पण पाऊस पडला नाही तर गदमदण्याने जीव घाबरा होतो. रुखीबाशी बोलताना एक दिलासा वाटत होता, हे तर खरेच; पण मनाला ही जाणीवही होती, की त्या थोड्या वेळाने निघून जातील आणि मनाला पुन्हा एकटे वाटेल! पावसाळी रात्र, मंदिरात त्या एकट्या! घरात माणूस एकटे असले तरी शेवटी काही नाही तर तुळया आणि भिंतींचा तरी आधार असतो. तसा तर येथे साक्षात शक्तिमाचा आधार होता; पण कधी कधी अत्यंत सामान्य वस्तू काही आगळेच बळ देऊन जाते आणि रुखीबा तर त्यांच्याच होत्या!

कंचनबांना वाटले, 'गेले असते रुखीबाबरोबर तर!' तेवढ्यात मनातून कोणीतरी बोलले, 'बस्? एवढ्याशा शिध्यासाठी निघालीस?' त्यांनी अंथरलेली साडी झटकून पुन्हा अंथरली आणि पिशवीतून शाल काढली. उशाला घ्यायला पिशवीच. मग उभ्या होऊन त्या ओसरीवरचा दिवा बंद करायला गेल्या, तेवढ्यात तो मिणमिणा दिवा वीज गेल्यामुळे विझलाच. अनपेक्षितपणे पडलेल्या अंधारानं काही क्षण त्या जराशा डगमगल्या. मग हळूहळू अंथरलेल्या साडीपर्यंत पोहोचल्या. हातांनी चाचपडत पिशवी उशाखाली घेतली आणि अदमासाने शाल शोधून ती पांघरूण म्हणून अंगावर घेतली.

घड्याळात नवाचे ठोके पडले. गावात मध्यरात्रीसारखे वातावरण होते. शहरात तर रात्री नऊ वाजल्यानंतर नवा दिवस सुरू होतो! टीव्ही सिरियल, पान-मसाला, पावभाजी, दोसे, भेळ, हजमाहजम, आईस्क्रीम– मोजाल तेवढे थोडेच. येथे तर पहाटेपासून घरी आणि शेतात काबाडकष्ट करून थकून गेलेली माणसे लवकर झोपून जातात. पुन्हा शिवाय रात्रीतून एक-दोनदा गुरांना चारा टाकायला उठावे लागतेच. शेतीची नवी अवजारे तर पुष्कळ आली– नांगरायची, पेरणीची, निंदायची, खुरपायची; पण बायकांचे कष्ट विशेष कमी झाले नाहीत. शिवाय अंबर चरख्यावरही

काहीजणी काम करायच्या.

कंचनबांना आठवले, त्यांनी चंद्रकांतला म्हटलं होतं, की मला एक अंबर चरखा आणून दे. सारी दुपार मी मोकळीच असते. जे काय भाजीपाल्यापुरते पैसे मिळतील तेवढेच; पण तो 'नाही' म्हणाला. कदाचित त्याला त्यात कमीपणा वाटत असेल किंवा कदाचित असे वाटत असेल, की आता तरी बाला आराम मिळावा. कंचनबांनी कूस बदलली.

रातकिड्यांचा आवाज ऐकू येत होता. कंचनबा पडून होत्या; पण झोप मात्र कितीतरी योजने लांब होती. शरीर थकले होते म्हणून आडव्या झाल्या होत्या. रात्र झाली म्हणजे झोपायचे असा नियम असतो; पण झोप अशा नियमांना दाद थोडीच देते? ती येणार असेल तर चालू बसमध्ये वरच्या दांड्याला पकडून उभे असतानाही तुम्हाला डुलक्या घ्यायला लावू शकते, आणि नसली लागणार तर मच्छरदाणी लावलेला भलामोठा पलंग आणि त्यावर शंभर मण कापसाची गादी असली तरी झोपेला त्याची पत्रास नसते! दोन घड्या केलेल्या साडीखालची फरशी गार लागत होती. झोपेची आराधना करायचीही आज इच्छा नव्हती. पावसाळी मेघ दाटलेली रात्र होती. कोरी पाटी स्मृतिचित्रे काढून घ्यायला तत्पर.

◆

आठ

कंचनबांना जणू कितीतरी वर्षांनी स्वत:च्याच सोबतीने एकटीने राहण्याची संधी मिळाली होती. दिवसाच्या उजेडाचा आधार होता, तोवर कोणाच्याच प्रश्नांची पर्वा केली नव्हती; पण आत्ता आता जर मनातूनच प्रश्न उठला तर? आत्ताच का, पूर्वीही अनेकदा असे क्षण येऊन गेले होते, तेव्हा वाटायचे की आत्ता भूतकाळाच्या लाटा येतील आणि त्या वर्तमानकाळावर येऊन थडकतील. तेव्हा धापा टाकत, धावतपळत पडलेले खड्डे झाकले होते. वर्तमानकाळात जगण्यासाठी आणि तो सहन करण्यासाठी ते जरूरच होते. लक्षातही येणार नाही अशा तऱ्हेने तळघर भरत चालले होते– उपयोगी आणि निरुपयोगी गोष्टींनी; पण आता तर वाटते आहे, की तळघर भरत भरत थेट बैठकीच्या खोलीपर्यंत येऊन पोहोचेल.

गंमत अशी असते, की कंचनबांसारखेच प्रत्येकजण तळघराचे अस्तित्वच विसरू बघत असतो! पण जर का कधी तळघरात जाऊन बसले, तर मात्र मन तिथे रमतेच रमते. हे जुने ढोलके आणि ही चिंध्या भरून केलेली बाहुली! हे जात्याचे वरचे पाळे आणि ही ट्रायसिकलची सीट! हा विणलेल्या रुमालात बांधलेला सोंगट्यांचा पट! ह्या खोळीच्या पाळण्याच्या दोऱ्या, ही फोटो नसलेली रिकामी फ्रेम, हा भोवरा आणि हे उंदरांनी कुरतडलेले आरामखुर्चीचे कापड, हे पापड लाटायचे जाड लाटणे, हा भरतकाम केलेला, दांडा तुटलेला हाताने वारा घालायचा पंखा, हे..., हे..., हे... एक-एक वस्तू एक वेगवेगळा काळ घेऊन येते!

आज ह्या पावसाळी रात्रीच्या नि:शब्द शांततेत कंचनबांना एक अजबशी फुरसत मिळाली होती. जणू घरात कोणीही नव्हते आणि त्या जुन्या सामानाचा पेटारा उघडून बसल्या होत्या. एकामागून एक वस्तू बघत जात होत्या आणि गेलेली वर्षं डोळ्यांसमोरून जात होती. अर्थात असे बघणे नेहमीच काही सुखाचे नसते. चांगल्या असोत की वाईट, त्यांची नखे लागण्यापासून बचाव होणे अवघड असते. एखादा रानटी पशू चारी पायांनी उडी मारून तुमचा चेहेरा ओरबाडतो, रक्त निघते, जिभेला रक्ताची ती खारट चव आवडते. ते चरचरणे, आग होणे, ह्याचीच हळूहळू नशा चढायला लागते. वर्तमानकाळापासून दूर, मन हवेहूनही हलके होऊन उडत

जाते. एकामागून एक आवरणे बाजूला सरकत जातात. स्वत:कडे बघण्याची हिंमत असेल तर एक पारदर्शी व्यक्तिमत्त्व दिसते.

पहिल्या प्रथम जेव्हा गावाच्या बाहेर पाऊल टाकले होते, तो दिवस कंचनबांना आठवला. बापूजी कराचीहून त्यांना सगळ्यांना तिकडे घेऊन जायला आले होते. भा (आजोबा) आणि मा (आजी) त्यांच्याबरोबर कराचीला येत नव्हते. ते म्हणाले होते, ''आता आयुष्याच्या अखेरीला परदेशात नाही जावेसे वाटत. आता तर इथल्याच स्मशानात, सोमनाथच्या शेजारीच कायमचं झोपू!'' कंचनहून मोठा सोमनाथ गेला होता. त्याच्या मृत्यूचा घाव त्याचे आजोबा महादेवप्रसाद जिरवू शकले नव्हते. लग्न झाल्यावर खूप वर्षांनी रेवाला– कंचनच्या आईला दिवस गेले होते. कितीतरी नवससायासानंतर पहिल्या खेपेलाच मुलगा झाला होता. सोमनाथचे जावळ काढण्याचा समारंभ तो तीन वर्षांचा झाल्यावर केला, तेव्हा कुठे रेवाने चार वर्षं तांदूळ न खाण्याचे व्रत सोडले होते.

–पण देवाने देताना उलट्या हाताने दिले होते, की काय कोण जाणे! तो चौथं वर्षं लागल्यावर सोमनाथला घेऊन गेला. बा सांगायची, की खूपच देवी निघाल्या होत्या. घशाच्या आतही फोड आले होते, पाण्याचा थेंबही गिळता यायचा नाही. डॉक्टरांचे औषध आणले तर देवीचा कोप होईल म्हणून औषधपाणी करायचे नाही! आणि खेड्यात डॉक्टर तरी कुठला? त्यासाठी तर कांपमध्ये जावे लागायचे.

बा ने घाबरत घाबरत मा ना 'कांपमध्ये नेऊ या' म्हटले, तर मा डाफरल्या, ''घ्या! तुलाच जणू नव्या नवलाईचा मुलगा झालाय! देवी तर सगळ्यांनाच निघतात एकेकदा, तेव्हा काही घराच्या बाहेर काढायचा असतो पोराला? फट् म्हणता कोणा अस्पृश्याची सावली पडली तर वेड्यातच काढतील लोक आपल्याला!'' पण रात्रंदिवस मुलाची शुश्रूषा करणाऱ्या बा ला थोडाफार अंदाज आलाच होता. तिला तेवढी एक संधी घेऊन बघायची होती– कदाचित सोमनाथ वाचेल!

मानमर्यादा सांभाळायची म्हणून ज्या पोराला तिनं सासू-सासऱ्यांसमोर जवळ कवटाळून खेळवलाही नव्हता, उचलून घेतला नव्हता, तो गेल्यावर तिने कितीतरी दिवस दोन्ही हातांनी छाती पिटून आक्रोश केला होता, आणि तोंडानं रडत ओरडत राहिली होती, ''हाय हाय रे शंकरे बाण मार्या, हाय हाय रे ईबाण कोने वाग्या!''

कंचनला जरा समज आल्यावर बा तिला कितीतरी काय काय सांगायची. कंचनचा जन्म झाला, तेव्हा मा नी छाती पिटून आक्रोश केला होता. मुलगा घेऊन जाऊन देवाने मुलगी दिली होती! पण जेव्हा कंचनच्या जन्मानंतर दोन वर्षांनी धाकट्या भावाचा– विश्वनाथचा जन्म झाला, तेव्हा मात्र मा नी साऱ्या गावात बत्तासे वाटले होते आणि छोट्या कंचनच्या पावलांना कुंकू लावून त्याचे ठसे नव्याकोऱ्या

पांढऱ्या कापडावर उमटवून ते कापड पेटाऱ्यात सांभाळून ठेवले होते. 'माझी कंचन कुंकवाचे पाय घेऊन आली! भाऊ घेऊन आली!''

विश्वनाथ हाडाचाच हट्टी, त्यात महामोलाचा मुलगा! उमिया मां नी त्याला डोक्यावर चढवून ठेवण्यात थोडीही कसर ठेवली नव्हती. अत्यंत हट्टी आणि भांडखोर. घटकाभरही कंचनला सोडायचा नाही. ती कचरा टाकायला गेली तरी कडेवर, आणि गोवऱ्या थापायला बसली तरी कडेवर! जे कंचन करेल ते सगळे तो करायचा. परकर-पोलके घालायचा हट्ट करायचा आणि कंचनला जणू एखादे खेळणे मिळाले असावे, तशी कंचन त्याच्या केसात तगरीच्या फुलांची वेणी घालून त्याला नटवायची. कंचन नसली तर तो अंघोळ करायचा नाही, जेवायचा नाही, शाळेत जायचा नाही. कधीतरी कंचन आधी जेवली तर विश्वनाथ तिला समोर बसवायचा अन् म्हणायचा, "मी हलवेन तसं तोंड हलव तरच मी जेवेन.'' व्रत असेल तेव्हा कंचन गल्लीतल्या मुलींबरोबर पूजा करायला जायची, तळ्यावर जायची, कधी कधी गल्लीतल्या मुली कंचनला चिडवायच्या, की 'लग्न झाल्यावर तुला सासरी नेतील तेव्हा ह्या तुझ्या शेपटाला बरोबर घेऊन जा!' मैत्रिणींची थट्टाही पुढे खरीच झाली. अमृतलालनीच विश्वनाथला नोकरी मिळवून दिली होती. घटकाभरही कंचनला सोडून न राहणारा विश्वनाथ निघून गेला– नारळी पौर्णिमेच्या आधीच. राखी बांधून घ्यायलाही थांबला नव्हता. कराचीला गेले तेव्हा सगळे बरोबर गेले होते आणि ती परत आली तेव्हा–

पहिल्या प्रथम जेष्ठाराम कराचीला गेले, तेव्हा कंचन तीन वर्षांची होती आणि विश्वनाथ एक वर्षाचा. भां बरोबर भांडण होऊन बापूजी गेले होते. भा शेती करायचे, पौरोहित्य करायचे आणि सीझनमध्ये कापसाच्या बोंडाचा व्यापारही करायचे. बापूजींना कांपमध्ये शिकायला ठेवले होते. इंग्रजी सातवी पास झाल्यावर बापूजींना नोकरी करायची होती. गावात फार फार तर मजुरीचे काम मिळायचे. नोकरी करायची तर आपला प्रांत सोडला पाहिजे. बापूजींनी कराचीला जावे अशी भांची मुळीच इच्छा नव्हती. त्यांच्या हिशोबी जो आपले वतन सोडतो, तो बाटलाच. शिवाय त्यांना ठाऊक होते, की कर्मकांड, दान-दक्षिणा, शिधा-सामग्री ह्यांपैकी एकाही गोष्टीच्या जवळपास न फिरकणारा त्यांचा लेक डोळ्यांसमोरून दूर झाला रे झाला की जानवेही नाहीसे होईल. शरीराने अशक्त असलेल्या बापूजींना शेती सांभाळणे शक्य नव्हते. शिवाय त्यांना ते काम आवडतही नसे. करायची वेळ आलीच तर ते टाळण्यासाठी बापूजी हजार सबबी सांगायचे. उन्हाळ्यात ऊन लागले तर उष्माघाताने आजारी पडायचे, पावसाळ्यात थंडीताप यायचा आणि हिवाळ्यात कुडकुडायला व्हायचे.

एकदा रात्री बापूजी ओसरीवर बसून जेवत होते आणि बा समोरच स्वयंपाकघरात

बाजरीच्या भाकरी करीत होती. मा ओसरीच्या कडेच्या खांबाला टेकून बसून जपमाळ फिरवत होत्या आणि भा अंगणात जळणासाठी लाकडे तोडत होते. बापूजींनी मा ला दूध मागितले आणि भां चे डोके फिरले. "काम करायला नको आणि ह्यांना खिचडी न् दूध खायचंय! हरामी हाडांचा– हा तुझा बाप नसेल तेव्हा कोण भरेल तुझ्या बायकापोरांची पोटं? आणि ह्याच्या मुळाशी खरी तर ही रांड...." असे म्हणत उठले आणि स्वयंपाकघरात जाऊन चुलीतले पेटते लाकूड ओढून घेऊन मां ना मारायला धावले. "ह्या रांडीनंच लाडावून ठेवलंय." खाकेत विश्वनाथला पकडून उभी असलेली कंचन काही न उमजणाऱ्या नजरेने बघत होती. बापूजी थाळी बाजूला ढकलून झटक्यासरशी उभे झाले, भां च्या हातातलं लाकूड खेचून घेऊन ते अंगणात फेकले आणि बाहेर पडले. दारातून बाहेर पडले ते सरळ शिवचंदभांच्या घरी. त्यांच्याकडून उसने पैसे घेतले आणि कराचीची वाट धरली.

मुलगा निघून गेल्याचे दुःख भा, मा वर रागावून व्यक्त करायचे आणि मा बा वर. बा अश्रू ढाळत वाट बघत राहायची. कंचनला बा च्या बोलण्यातून बापूजी जवळ आहेत असे वाटत राहायचे. कराचीहून दोन महिन्यांनंतर बापूजींचे पहिले पत्र आले तेव्हा भा नी लापशी (गव्हाच्या जाड्या रव्याचा शिऱ्यासारखा पदार्थ) करायला सांगितले. स्वयंपाकघरात बसलेल्या बा ला ऐकू जावे म्हणून भां नी पत्र मोठ्याने वाचले. बा अर्थात आलेली पत्रे नंतर कंचनकडून पुन्हा वाचून घ्यायची. एकदा लिहिले होते, की इथं जसापरच्या देवशंकर शुक्लांच्या पेढीवर हिशोब लिहिण्याचं काम मिळालंय. पंधरा रुपये पगार देतात. तर एकदा लिहिले, मी हरिशंकर शास्त्रींच्या चाळीत खोली घेतलीय. स्वयंपाक हातानं करतो. कधी कधी मनीऑर्डरबरोबर एखादे वाक्य कंचनसाठी लिहिलेलं असायचं, 'ह्या दिवाळीत कंचनला नवे पैंजण घेऊन द्या.' त्या दिवाळीत बा लाही नव्या साखळ्या मिळायच्या.

एकदा कंचनकडून बा ने पत्र लिहवून घेतले.

श्रीमानजी,

तुमचं पत्र मिळालं. आम्ही इथं मजेत आहोत. तब्येतीची काळजी घ्या. पैशाची चिंता करू नका. रोज सकाळ-संध्याकाळ दूध पीत जा. परक्या देशात आहात. आम्ही इथं मिरच्या-भाकरी खाऊन राहू. विशू आणि कंचीला तुमची खूपच आठवण येते. बा आणि बापूही आठवण काढतात. इथं आपले शेजारी तुमचे मित्र सवजी पटेलांच्या घरी मुलगा झाला. कंचननं त्याचं नाव हरजी ठेवलं आहे. शिवचंद भां ना कांपमधल्या दवाखान्यात नेलं आहे. खैरोग (क्षयरोग) झालाय असं म्हणतात. बापूंना डाव्या डोळ्यानं कमी दिसतं. तुम्ही आलात की दाक्तरांना दाखवू. ह्या वर्षी शेतात आठ आणे (रुपयाला अर्धा भाग म्हणजे पन्नास टक्के) कापूस झालाय. बापूंच्यानं एकट्याच्यानं काम होत नाही.

रामपराच्या रस्त्यावरचं शेत विकून टाकूया असं म्हणत होते. कंचनला आठवं वर्ष लागलं. माझे मामा त्यांच्या मेव्हण्याच्या मुलासाठी कंचनला मागणी घालायला आले होते; पण बापूंनी 'नाही' म्हटलं. म्हणाले की 'तो सुधारक, तो माझं ऐकणार नाही.'

आमची काळजी करू नका. इथं तुमची सर्वांना खूप आठवण येते. सांभाळून राहा. पत्र लिहा.

रेवाचे नमस्कार

(गुजरातीत पत्राच्या शेवटी सहीबरोबर नमस्कार लिहितात.)

भा आणि मा पासून लपून छपून मागच्या परसात बसून पत्र लिहून तर घेतले; पण पोस्टात कसे टाकायचे? कंचनने शिवचंद भांच्या मुलाला– नानचंदकाकांना पत्र पोस्टात टाकायला दिले. त्यांचा मुलगा तलकचंद हा कंचनहून दोन वर्षांनी लहान. त्याला हे समजले, तेव्हा तो कंचनला धमक्या द्यायचा, की तुझ्या भां ना सांगून देईन. असं करून पत्राच्या बदल्यात त्याने एक आठवडाभर कंचनकडून चिंचा आणि बोरे घेतली होती.

कंचनचे वाकड्यातिकड्या अक्षरातलं, शुद्धलेखनाच्या खूप चुका असलेलं पत्र वाचून बापू घर सोडल्यापासून पाच वर्षांनी सगळ्यांना घेऊन जायला घरी आले. कंचन गल्लीत ठिकरी खेळत होती, तिथं विश्वनाथ धावत धावत आला. "बेन, बेन चल! आपल्या घरी कोणीतरी आलंय. भा, मा आणि बा सगळीच खूप रडतायत!" डाव अर्धाच टाकून कंचन पळाली. दारात पाय टाकताक्षणी ती एकदम तिथल्या तिथे थांबली. समोर ओसरीवरच्या खाटेवर भां जवळ बापूजी बसले होते आणि ओसरीवरच्या खांबाला टेकून मा. भां चा हात बापूजींच्या पाठीवर फिरत होता. मा सारख्या डोळे पुसत होत्या.

"बापूजीऽऽ!" मोठ्यानं हाक मारत कंचननं 'पाहुण्यां'च्या पायांना मिठी मारली. आत्ता कुठे विश्वनाथच्या जरा लक्षात आले, कारण मगाशी तर भां नी बापूजींची कानउघडणी केलीच होती. "आत्ता तुला घराची आठवण झाली? आईबापांना सोडून असं जाणं बरोबर आहे? बायको-पोरांचा तरी काही विचार करावा." आणि मग बापूजींना कवेत घेऊन ते रडायला लागले होते. जरा शांत झाल्यावर भां नी दूर उभ्या असलेल्या विश्वनाथला जवळ बोलविले; पण तो तर बाहेर खेळत असलेल्या कंचनला बोलवायला पळाला होता. त्याच्या बहिणीला ह्या सगळ्यांत भाग घेता नाही आला, तर कसे चालेल?

कंचनला मांडीवर बसवत बापूजींनी विश्वनाथला जवळ बोलावलं. बिचकत बिचकत भा आणि मा च्या चेहऱ्याकडे बघत तो दोन पावलं पुढे गेला अन् परत

थांबला. भा म्हणाले, ''अरे, ये इकडे. हा तुझा बाप आहे. तुझ्यासाठी काहीतरी आणलंय बघ!'' कंचन पण पुढे म्हणाली, ''बबड्या, हे तर आपले बापूजी आहेत.'' तेव्हा मग तो टकामका बापूजींच्या कपड्यांकडे बघत जवळ आला. 'सास्किन'च्या (शार्स्किन) क्रीम कलरच्या पँटला हात लावून बघत तो म्हणाला, ''ह्याच्यावरून तर हात सरकतायत!''

बापूजींच्या मांडीवर बसलेल्या कंचनला स्वयंपाकघराच्या जाळीतून बघणारे दोन डोळे दिसले, तशी तिला बा ची आठवण झाली. ती उठून स्वयंपाकघरात गेली. बा कणीक भिजवत होती आणि समोरच्या जाळीतून बापूजींकडे बघणाऱ्या तिच्या डोळ्यांमधून अश्रू वाहात होते. त्या दिवशी जेवताना विश्वनाथने विचारले होते, ''बा, तू फुलक्यांमध्ये मीठ घातलंयस?'' बा ने बापूजींकडे एकदा दृष्टिक्षेप टाकला आणि मग म्हणाली, ''हो! घराला आज घरपण आलंय ना!''

बापूजी आले त्या दिवशी भां नी सगळ्यांना पुन्हा अंघोळी करायला लावल्या. प्रत्येकाच्या पाण्याच्या बादलीत दोन-दोन थेंब गंगाजळ घातले होते. बापूजींनी दोन दिवस फक्त दूध पिऊन उपास केला. नंतरही बापूजींची ताट-वाटी आणि पाण्याचा पेला वेगळेच ठेवले होते. बापूजींचे जानवे आणि शेंडी शाबूत असूनही भां ना भरवसा वाटत नव्हता. घराबाहेर पाय टाकूनही धर्मभ्रष्ट झाला नाही, असे होईलच कसे?

निघायचे दिवस जवळ येत होते. घर बदलत चाललं होतं. मुलाबरोबर आता ह्या वेळी सून अन् नातवंडे पण जाणार होती. कोण जाणे, आता केव्हा भेट होईल? ह्या जन्मी असे दिवस परत येणार नाहीत! पुन्हा भेट होईल, घर हेच असेल आणि माणसेही हीच; पण काळ तर हा नसणारच! वाहून गेलेल्या पाण्याच्या स्पर्शाचा ओलावा फक्त आठवत असेल! भा आणि मा जणू होते-नव्हते तेवढे सगळेच प्रेम देऊन टाकावेसे वाटत असेल तसे उचंबळून येत होते. भा जसे काही पेन्शन घेण्याआधीच्या रजेवर होते. कंचनला त्यांचं नवंच रूप दिसत होतं. पूर्वी तर घटकाभरही रिकामे बसत नसत.

काही करायला नाही सापडले तर शेवटी जळणासाठी लाकडे फोडायचे; पण जेव्हापासून बापूजी आले होते तेव्हापासून ते जणू सगळी आवराआवर करीत होते. बापूजींबरोबर तासन्तास बोलत बसायचे, कधी कधी हिशोबाच्या वह्या काढून समजावून सांगायचे. मा चे जग तर सून आणि मुलांमध्येच सामावलेले होते. प्रत्येक गोष्टीत बा ला एरवी टोकणाऱ्या मा आता पोटच्या पोरीला परदेशात पाठवायची असेल, तशी काळजी करायच्या. ''अगं पोरी, एवढं पण ठाऊक नाही? तिथं परक्या परदेशात काय करशील?''

कंचन आणि विश्वनाथ तर बापूजी आले तेव्हापासूनच जायचे बेत करत होते. दोन्ही भावंडे मागच्या अंगणात, कोणाला समजणार नाही अशा रीतीने आपापले

सामान गोळा करायला लागली होती. चिंध्या भरलेल्या बाहुलीचे कपडे, बिट्ट्या, गोट्या, मातीचे बैल आणि लालजी मिस्त्रीनं बनवून दिलेली लाकडाची बैलगाडी, रंगीत कागद, मातीची भांडी आणि खुंचामणची सळई (विटीदांडूसारखा खेळ– लोखंडाचा दांडू असतो.) शेवटी ह्या सगळ्यांतले नेता मात्र आले होते, बाहुली आणि बैलगाडी.

जायच्या आदल्या दिवशी मां नी कंचनला आपल्याजवळ झोपवून घेऊन सांगितलं होतं, ''चला या! शेवटचं एकदा आजीच्या कुशीत झोपून घ्या.'' क्षणभर कंचनला वाटले होते, की खरंच, आता आपल्याला झोप कशी येईल? मा च्या गोऱ्या पोटावरच्या लाल तिळावर बोट फिरवत फिरवत कंचन त्यांच्याकडून रोज एक गोष्ट वसूल करायची. त्या रात्री मां नी राम वनवासाला गेला ती गोष्ट सांगायला सुरुवात केली; पण त्या ती पुरी करू शकल्या नाहीत. कौसल्या रामाला निरोप देताना जे बोलली होती, ते सांगता सांगता त्या शब्दांमध्ये त्यांचे हुंदके मिसळले.

◆

नऊ

कंचनबा दचकून हातानं अंथरूण चाचपडू लागल्या. त्यांना वाटले, की रात्री मां च्या अगदी जवळ झोपलेली कंचन आणखी जवळ कुशीत शिरू बघते आहे. जणू त्यांचे सगळे दु:ख तिला शोषून घ्यायचे होते! पण ती कंचन जर मीच आहे तर मग माझा हात कोणाला कुरवाळू बघत होता? नाही, मी मा तर नाही. त्या तर बिचाऱ्या केव्हाच देवाघरी गेल्या! तर मग काय माझ्या आतूनच एक दुसरी कंचन वेगळी होत आहे. कधी कधी वाटते, की ती माझ्यामधून निघून, दूर उभी आहे. छातीवर हात बांधून आणि माझ्याकडे म्हणजे त्या छोट्याशा कंचनकडे बघते आहे! पण असे होणे कसे शक्य आहे? मी भिजते आहे आणि दूर कोरडी उभी राहून तिचे भिजणे बघतेही आहे. कदाचित जपलेल्या आठवणी बघण्यासाठी स्वत:ला असे 'मी' आणि 'ती' यांमध्ये वेगळे करावे लागत असेल!

कंचनबांनी पडल्या पडल्याच चोहीकडे नजर फिरवली. रातकिड्यांचा आणि बेडकांचा आवाज अखंड ऐकू येत होता. एखादे वर्षानुवर्षे घडी घालून ठेवलेले जुने वस्त्र उलगडले, की प्रत्येक घडीवर बारीक बारीक चिरांमधून उजेड दिसतो, तशा समोर ओसरीतून दिसणाऱ्या आभाळात कुठे कुठे चांदण्या दिसत होत्या. ढग सगळे गेले नव्हते; पण मध्ये मध्ये कुठे-कुठे ते जरा कमी काळे झाले होते. कंचनबांची मन:स्थितीही काहीशी तशीच होती. भूतकाळाचे आवरण दूर झाले नव्हते; पण मध्ये मध्ये पातळ झालेल्या पोतातून वर्तमानकाळ डोकावत होता. त्या त्यांच्या आयुष्यातला तो पहिला प्रवास आठवू लागल्या. कोण जाणे कोणत्या मुहूर्तावर सामान बांधले होते, की अजूनही ते कुठेच पुरते उघडले नाही? नाहीतर सामानाबरोबर बांधल्या जाणाऱ्या आठवणी काय कधी केव्हाही सुटतात?

ती पहाट. सवजीकाकांनी पहाटे पाच वाजताच बैलगाडी आणून उभी केली होती. विश्वनाथला वाटत होते, की आपण कराचीपर्यंत ह्या बैलगाडीतूनच गेलो तर? त्याला बैलांचे दोर पकडायला मिळाले असते म्हणजे कित्ती मजा ना! बापूजींनी तेव्हा सांगितलं होतं, की सगळ्यांत पहिल्यांदा हालावाडहून जे मणिशंकर दवे कराचीला

गेले होते, ते तर कच्छचे लहान वाळवंट ओलांडून चालत कराचीला गेले होते; पण अर्थात ट्रेनचे आकर्षण तर बा लाही होते. रामपरा स्टेशनपर्यंत बैलगाडीतून जायचे होते. मां नी सामान बांधण्यात काही बाकी म्हणून ठेवले नव्हते. हे तर न्यायला हवंच, तिकडे परक्या देशात आपल्या इकडच्या सारखं नाही मिळणार, तिथं परक्या ठिकाणी कोणाकडे मागता येईल? असे करता करता धान्य, मसाले, भांडी, अंथरुणे, पांघरुणे आणि कपडे... अगदी केरसुणी सुद्धा! त्यांना कसे समजावयाचे की कराचीमध्ये सिमेंटच्या लादीवर ही केरसुणी चालणार नाही? त्यांचे ऐकले असते तर सारवण लिंपण करायची माती सुद्धा त्यांनी बरोबर बांधून दिली असती!

सवजीकाकांनी बैलांच्या गळ्यात घंटा बांधल्या होत्या. सवजीकाकांच्या आवाजाने पहाटेपासूनच शेजारीही जागे झाले होते. नाहीतरी गेल्या दहा दिवसांपासून चहाची आमंत्रणे घराघरांतून यायला लागली होती, ती शेवटी नारळ आणि रुपयाच्या शकुनाने निरोप देऊन संपली होती. ओसरीवर झालेला नारळांचा ढीग बघून विश्वनाथला तिथेच राहावेसे वाटले होते. गूळ आणि ओले खोबरे त्याला फार आवडायचे. त्याला काळजीही पडली होती, की इतके सगळे नारळ मा आणि भा कसे खातील? भां नी चार-पाच नारळ फोडून खोबरे टोपलीत बांधून दिले, तेव्हा विश्वनाथला पुन्हा उत्साह आला.

निघायच्या दिवशी होळाष्टक सुरू होत होते. बापूजींचा शकुन-अपशकुनावर विश्वास नव्हता. द्वादशीला नवा दरवाजा लावू नये आणि रविवारी किंवा मंगळवारी सुनेला माहेरी पाठवू नये किंवा अमुक तिथीला तमक्या दिशेला गेले तर समोर काळ उभा असतो, अशा अनेक समजुती. अर्थात लोकच अशा समजुतींमधून पळवाटाही शोधून काढत असत. शकुन सांभाळायचा म्हणून आदल्या दिवशी निघाल्यासारखे करायचे. म्हणजे असे करायचे की शेजारच्या घरी सामानातली एक पिशवी ठेवून यायची. मां नी कंचनला एक पिशवी देऊन शिवचंद भां च्या घरी प्रस्थानाची म्हणून ठेवून यायला पाठवले होते. सवजीकाकांनाही असेच गुपचूप सांगून ठेवले होते, की आधी शिवचंदभांच्या घरी जाऊन मग इकडे या. सारा रस्ताभर कंचनला सारा वेळ भीती वाटत होती, की बापूजींना समजले तर! तिला कळत नव्हते, की असले कसले शकुन अन् अपशकुन, जे सांभाळायला खोटे बोलावे लागते! मुळात खोटे बोलून केलेल्या कामाने चांगले कसे होणार?

फाल्गुन महिन्याची पहिली सकाळ. गावाची हद्द ओलांडून जाताना आंब्याच्या आणि कडुलिंबाच्या मोहोरांच्या सुगंधाची झुळूक आणि हाकणाऱ्या सवजीकाकांचे खांदे पकडून उभा असलेल्या विश्वनाथचे कुरळे केस विस्कटत होते. फळांच्या वाड्यांमधून येणाऱ्या कोकिळांच्या 'कुहू'ला जवाब द्यायला उत्सुक कंचन बा आणि बापूजींचे उदास चेहेरे बघून गप्प होत होती.

रामपराचं स्टेशन असेल वीस एक मैलांवर. बैलगाडीतून जायचे म्हणजे तीन तास सहजच व्हायचे. रस्ता खाचखळग्यांचा. गाव सोडण्याचं दु:ख मोठ्या माणसांना जशा प्रकारचे आणि जितके होते त्यापेक्षा कंचन आणि विश्वनाथचे दु:ख वेगळे होते. बा, बापूजींनी आपल्या गावाच्या आठवणी बरोबर बांधून घेतल्या होत्या आणि समोर होते एक नवे जग. मा आणि भां नी तळमळत्या मनाने हे स्वीकारले होते, की मुलाचा अन् सुनेचा एवढाच सहवास आपल्या नशिबात होता. आपण काय गमावणार आहोत आणि पुढे काय मिळेल, असे सगळे समजण्याचे विश्वनाथचे वयच नव्हते. कंचनच्या मनात धुके दाटले होते. मा, भा, घर, शेत, गल्ली, मैत्रिणी, व्रते-पूजा.... किती किती म्हणून गोष्टींमध्ये जीव अडकलेला होता! हे सगळे सोडण्याच्या दु:खातच एक अनामिक भीती आणि जे नव्याने दिसणार होते, त्याबद्दलचे कुतूहल मिसळत होते. तिचे मन दोलायमान स्थितीत होते, तेवढ्यात स्टेशन आले.

पहिल्या प्रथम रेल्वे स्टेशनच्या प्लॅटफॉर्मवर पाय ठेवला तो अनुभव ती आजही विसरली नव्हती. सवजीकाकांनी बैलगाडी उभी केली. बैलांना सोडून शेजारच्या बाभळीला बांधले आणि त्यांना चारा टाकला. बापूजी गाड्यातून सामान उतरवत होते. बा ने डोक्यावर जेवणाखाणाचा मोठा डबा घेतला होता आणि बोट धरून चालणारा विश्वनाथ, तसेच डोक्यावर गाठोडे घेऊन चालणाऱ्या कंचन यांच्याबरोबर प्लॅटफॉर्मवर पाऊल टाकले होते. दोन्ही बाजूंना उतरती छपरे, छपरांमध्ये राहणाऱ्या पक्ष्यांचे आवाज, पाण्याच्या हातगाडीवर माठांची उतरंड आणि कसल्यातरी तळणीचा वास. कंचनने वासाच्या दिशेने बघितले, तर एका हातगाडीवर भजी तळली जात होती. घरी तर वर्षातून दोनदाच– शिळासप्तमी– अष्टमीला आणि दिवाळीत तळणाची कढई चुलीवर चढायची. विश्वनाथने नजरेने मागणी केली तशी बा म्हणाली, ''ते खायचं नसतं आपण– विटाळ होतो.''

पुस्तकात बघितलेल्या गाडीच्या चित्राच्या जोरावर शौर्य दाखविणारा विश्वनाथ लांबून इंजिनची शिट्टी ऐकल्याबरोबर बाला चिकटला. कंचन बापूजींच्या मागे दडली. गेला तासभर लांबलांबवर नजर लावत गाडीची वाट बघितली होती, रुळांना कान लावून गाडीचा आवाज ऐकू येतोय का ते बघितले होते, आणि प्लॅटफॉर्मवर विश्वनाथच्या शर्टाचं टोक पकडून गाडी चालवली पण होती. तीच गाडी प्लॅटफॉर्मवर आली, तेव्हा मात्र कंचन कावरीबावरी झाली. बा ने सवजीकाकांना नारळ दिला. रेल्वेचे इंजिन जणू काळा राक्षसच होते, शंकराचे अक्राळविक्राळ गण असतात तसे. खुशीत असतील तोवर हरकत नाही, पण रागावले तर? बा ने आधीच नवस बोलून ठेवला होता. सवजीकाकांनी दोन रुळांच्या मध्ये नारळ फोडला. बा ने पाया पडून कानशिलांवर बोटे मोडली आणि म्हटले, ''माझं सौभाग्य अखंड ठेव आणि माझ्या

बछड्यांचा जीव सांभाळ!'' कंचन आणि विश्वनाथही पाया पडले. बापूजी आणि सवजीकाकांनी सामान डब्यात चढवले. बा विश्वनाथला घेऊन खिडकीजवळ बसली. डबे लहान होते. कंचनला वाटले, हे रिकामे डबे उलटून पडले तर? तेवढ्यात इंजिनने वाफ सोडली. कंचनने घाबरून दोन गुडघ्यांच्या मध्ये डोके घातले आणि विश्वनाथने घाबरून उडी मारून दाराकडे धाव घेतली. दार बंद करणाऱ्या बापूजींना तो ओरडून सांगायला लागला, ''नाही यायचं– मला नाही यायचं!'' बापूजी त्याला उचलून सीटजवळ घेऊन आले, तर तो खिडकीतून सवजीकाकांना बघून मोठमोठ्यानं सांगायला लागला, ''काका, मला भीती वाटतेय, मला भां कडे घेऊन जा काका, मला भीती वाटतेय!'' संध्याकाळी चार वाजता कांप आलं, तोपर्यंत विश्वनाथनं बा चा पदर पळभरही सोडला नाही.

कांपचे स्टेशन हे जंक्शन, मोठे स्टेशन. गाड्यांची ये-जाही पुष्कळ आणि माणसंही खूप. स्टेशनवर जवळजवळ सहा तास थांबायचे होते. विश्वनाथचं अंग जरा गरम लागत होते. बापूजी स्टेशनाच्या बाहेर जाऊन लोट्यामध्ये विश्वनाथसाठी गरम दूध घेऊन आले होते. घरून दुधात पीठ भिजवून केलेली थालीपिठे, सुकडी, गूळ आणि मिरच्यांचे लोणचे प्लॅटफॉर्मवर बसून खाता खाता कंचनला दरवर्षी शीतळासप्तमीच्या दिवशी बळियाकाकाच्या मंदिरात थंड फराळाचे पदार्थ घेऊन जात असत, तेव्हा जी मजा यायची, त्याची आठवण झाली.

दुसऱ्या गाडीत चढताना कंचनच्या डोळ्यांवर झोप होती. विश्वनाथ गाढ झोपला होता. सकाळी सगळे जागे झाले, तेव्हा गाडी पालनपूर स्टेशनवर उभी होती. क्रॉसिंग होते. बापूजी स्टेशनवर पाणी भरून आणायला उतरले होते. तेवढ्यात शेजारून दुसरी गाडी गेली. कंचन मोठ्याने ओरडली, ''थांबवा, थांबवा! माझे बापूजी खाली राहून गेले.'' क्षणभर तर बा ला पण समजले नाही; पण मग प्लॅटफॉर्मकडे बघितल्यावर तिच्या लक्षात आले, की गाडी तर उभीच आहे. काही वेळाने वाटेने कडेला असणारे वृक्ष, नदी, पूल, घरे, शेते... सगळे धावत होते आणि कंचन खिडकीशी बसून बघत होती. लुणी स्टेशनवर पहिल्यांदा दहीवडे खाल्ले. बाहेरचे खाणे बा तर खात नव्हती. ती जरा नाराज होऊन म्हणाली सुद्धा, ''धर्म बुडवाल!'' बापूजी ह्यावर हसत हसत म्हणाले, ''असला कसला धर्म तुझा, की प्रत्येक बारीकसारीक गोष्टीची त्याला हरकत असते. धर्म म्हणजे काय शिजवलेलं धान्य आहे का, की ते खराब होईल? आपलं तर सरळ गणित– कोणाचं मन दुखवलं तर तो अधर्म!''

आयुष्यात प्रथमच अफाट विस्ताराचा अनुभव घेत बारमेरपासून छोरपर्यंतचं रण कंचननं बघितलं. तिचे छोटेसे डोळे चकित होऊन त्या भुरकट रेताड जमिनीकडे बघत राहिले. दूरदूरपर्यंत नजर टाकली, तरी त्याचा अंत दिसतच नाही. कुठेतरी

रेतीच्या मोठ्या ढिगामागे एखादी हिरवी फांदी डोकावतेय्? काय असेल तिथे? घर असेल? अंगणात गाय बांधलेली असेल? मुली ठिकरी-सागरगोटे खेळत असतील? काय असेल तिथे? तिला वाटले, ह्या निर्जन असीम विस्तारातला तीही एक रेतीचा कण आहे. क्षणभर तिला वाटले, छोटीशी मुंगी होऊन वारुळात लपून जावे. वाळवंटाचा तो विस्तार तिला जणू आणखी आणखी लहान बनवत जात होता, तिच्यावर दडपण आणत होता. दुपारच्या उन्हात ठिकठिकाणी पाण्याची तळी चमचम करायची. बापूजींनी मृगजळाचे मायाजाळ कसे असते, ते समजावले, पण ह्या मायाजाळातून सुटायचे कसे? आणि मन जर स्वत:ला आवडणारी प्रतिबिंबं त्यात बघत ओल्या स्पर्शाचा आनंद लुटू इच्छित असेल तर? गाडी लहान लहान स्टेशनांवर थांबायची आणि त्या गावांमधले लोक पाणी भरून न्यायचे. ह्या दूरदूरच्या गावांमध्ये राहणाऱ्या लोकांसाठी ह्या गाड्या म्हणजे बाहेरच्या आयुष्याशी त्यांना जोडणारे धागे होते.

कराचीला जायला पुन्हा हैदराबाद सिंधहून गाडी बदलायची होती. तिसऱ्या दिवशी संध्याकाळी क्वेटा मेलचे कनेक्शन मिळाले. गाडी आली ती भरलेलीच होती, जागा मिळण्याची शक्यताच नव्हती, जेमतेम आत चढायला मिळालं. दरवाजाजवळच्या जागेत एका बाजूला सामान आणि त्याच्या जवळ वळकटीवर बा विश्वनाथला आणि कंचनला घेऊन बसून राहिली. बापूजी जरा वेळ उभे राहायचे, जरा वेळ फिरायचे. ट्रेनच्या प्रवासाची ती शेवटची रात्र कंचनच्या फार विचित्र रीतीनं कायमची लक्षात राहिली.

ट्रेनमध्ये कंचनला संडासात जायची खूप भीती वाटायची. हलणारी गाडी आणि खाली लक्ष गेले तर दिसणारी जमीन, आपण खाली पडू अशी सारखी वाटणारी भीती. आत्तापर्यंत तर स्टेशन आले की बा तिला प्लॅटफॉर्मवर घेऊन जायची. संध्याकाळ होऊन गेली होती. नाइलाजाने कंचन डब्याच्या दुसऱ्या टोकाला गेली. संडासाचे दार उघडले; पण धीर झाला नाही आणि परत फिरली. बा रागावली तर? म्हणून जरा वेळ दरवाजाजवळ उभी राहिली. ती खिडकीतून बाहेर बघत होती. तिला वाटले तिच्या पाठीवर काहीतरी आहे. तिने पाठीवर हात फिरविला आणि मागे वळून बघितले. गाडीच्या दुसऱ्या बंद दरवाजाच्या कोपऱ्यात एक माणूस बसला होता. अंधुक प्रकाशात त्याचे मळके घाणेरडे कपडे आणि पायाशी पडलेली दोन गाठोडी दिसत होती. तो कंचनकडे बघत होता. त्याचे डोळे तांबरलेले होते. अंधारात जरा दिसायला लागल्यावर कंचनला दिसले, की त्याचे ओठ काही विचित्र तऱ्हेने उघडे होते. त्याने चादर पांघरून घेतली होती. कंचनला त्याच्याकडे बघताना त्याने बघितले, तशी त्यानं मुद्दाम अंगावरची चादर सरकवली. ते घाणेरडे दृश्य बघून ओकारी आल्यासारखा आवाज करीत कंचन बा कडे पळाली. तिचं उतरलेलं तोंड

बघून बा नं विचारलेही, पण तिला असे काही होत होते, की एक अक्षरही बोलायला तोंड उघडले तर उलटीच झाली असती. दुसऱ्या दिवशी विश्वनाथ तिला सागरगोटे खेळू या म्हणाला, तेव्हा ती विमनस्कपणे खेळत राहिली, पण खेळण्यात तिचं लक्ष लागत नव्हते. ती सारा वेळ हरत राहिली. संध्याकाळी कराची स्टेशनवर उतरेपर्यंत ती शून्य मनानं बसून राहिली.

◆

दहा

मंदिरातल्या घड्याळ्यात रात्रीच्या दोनचे ठोके पडले आणि कंचनबांनी कूस बदलली. डोळ्यांत आठवणींचा कैफ वाढत चालला होता. बंद डोळ्यांनी त्या जणू चित्रपट बघत होत्या, त्यात भूतकाळातली दृश्य एकामागून एक सरकत होती.

पहिल्या प्रथम कराची शहर बघितले, त्याची आज त्यांना आठवण येत होती. कराची शहर, तिथले रस्ते, बाजार, चाळी आणि बंदराचा विस्तार याबाबत एका शब्दात सांगायचे, तर सांगता आले असते, की कराची म्हणजे समुद्र. कुठे त्यांचे ओंजळीत मावेल एवढे गाव– जसापर, ज्याच्या सगळ्या गल्ल्या, बोळ, मोहोल्ले, सहज पायी जाऊन पोहोचता येईल इतके जवळ आणि कुठे कराची? नजर वर जायची ती खाली येता येता दूर पोहोचायची. कराची पहिल्या प्रथम पाहिल्याबरोबर कंचनला वाटले, की भा आणि मां ना कराची केवढे आहे, ते सांगायचे झाले, तर हात किती लांब पसरावे लागतील! विहिरीतला बेडूक हिंदकळणाऱ्या घागरीत अडकून बाहेर निघाला आणि उड्या मारत जाऊन पोहोचला समुद्राकाठी, तर त्याचे एवढाल्ले झालेले डोळे डुबक करून बाहेरच निघतील! तसाच काहीसा अनुभव छोट्याशा कंचनला आला. आधी काहीशी भीती, मग विस्मय आणि मग निखळ आनंद!

व्हिक्टोरियात बसल्यावर तर विशु आणि कंचनला राजासारखंच वाटलं. पक्के, सपाट रस्ते, रुंद, बांधून काढलेले फूटपाथ, ट्रॅम, विजेच्या दिव्यांनी झगमगणारा बवळी बाजार, चार चार मजली इमारती, काय बघावं न् काय नाही? ती दोघं भावंडं जणू आश्चर्यलोकात येऊन पोहोचली होती!

बग्गी हरिशंकर शास्त्रींच्या चाळीजवळ येऊन उभी राहिली. कंपाउंडच्या भोवताली पक्की भिंत, मोठे गेट होते, तर दुसरीकडे एका बाजूला लहान दार. बापूजींनी खाली उतरून गेट उघडले आणि सामानासकट बग्गी आत गेली. पक्की फरशी घातलेलं अंगण बघून कंचनला वाटले, की इथे विशु विटीदांडू कसा खेळू शकेल? विश्वनाथ तर तिसऱ्या मजल्यावर चांदण्या पकडायला बापूजींच्याही पुढे निघून गेला. कुलूप उघडून बापूजींनी ओसरीवर सामान ठेवले. तिसऱ्या मजल्यावर लांबलचक व्हरांड्यात

दारे उघडणारी दहा घरे. ओसरी, स्वयंपाकघर, एक खोली आणि पाठीमागे लहानशी मोकळी जागा. प्रत्येक मजल्यावर दहा घरांत मिळून एक संडास, एक बाथरूम. त्या रात्री कितीतरी वेळ विशु आणि कंचन घरात गेलेच नाहीत. कॉरिडॉरमध्ये उभे राहून रस्त्यावरून जाणाऱ्या-येणाऱ्या माणसांच्या रहदारीकडे बघत राहिले. खेड्यातल्या एकसुरी आयुष्यात काही वैविध्य नसे, की काही रोमांचित करणारं नसे. येथे तर पळोपळी नवे आश्चर्य दिसत होते.

दुसरा दिवस सुरू झाला. नवी लय, नवा ताल. वापरण्यासाठी पाणी गच्चीवर बांधलेल्या टाकीतून यायचं. विशू कितींदा तरी नळ उघड-बंद करायची मजा लुटत राहिला. पिण्याचे पाणी भरायला खाली जावे लागायचे. सकाळ-संध्याकाळ तो नळ यायचा. चाळीतल्या तीसही घरांमधले लोक खाली रांगेत लावलेल्या नळांवरून पाणी भरून घ्यायचे. पण त्यात पुन्हा ज्या बायका घुंगट घेत असत, त्यांचा नंबर आधी लागायचा. 'बिचारी सून आहे, तिला आधी भरून घेऊ दे,' असे म्हणायचे. बापूजींना आवडत नसे तरी बा घुंगट घेऊनच पाणी भरायला जायची.

आषाढातल्या द्वितीयेला शाळेत बसवले, तेव्हा विशू आणि कंचन विस्मयाच्या हिंदोळ्यावरून खाली उतरले. खरे म्हणजे रेवाची (बाची) फार इच्छा नव्हती. 'पोरीची जात, करायचंय काय शिकवून?' पण ज्येष्ठारामनी (बापूजींनी) दोघा बहीण-भावांना शाळेत घातले. विशूला पोहोचवायला न् आणायला जाणाऱ्या कंचनच्या डोळ्यांपुढे जसापरच्या शाळेचे चित्र होते. शाळेत जायच्या दिवशी ब्रह्मसमाजाच्या प्राथमिक शाळेच्या शिक्षिका शारदाबहेन आणि आठ-दहा विद्यार्थी कंचन आणि विश्वनाथ यांना घेऊन जायला आले होते. विश्वनाथने चोळणा, झब्बा आणि टोपी घातली होती. कंचनला आज नवा परकर-पोलका आणि ओढणी मिळाली होती. बा ने दोघा मुलांना कुंकू लावून हातात नारळ दिला. गळ्यात फुलांचे हार घालून बँडच्या तालावर त्यांनी शाळेच्या दिशेने पावले टाकली होती. सगळ्यांना शकुनाचे गूळधने दिले होते. कंचनला लिहायला, वाचायला येत असलेले बघून शिक्षिका बहेननी दोघांनाही एकदम गुजराती दुसरीतच घेतलं.

लाल विलायती कौले घातलेली शाळेची पक्की बांधलेली इमारत. व्हरांड्यात दारे उघडणाऱ्या ओळीने नऊ खोल्या. प्रत्येक तास संपला की घंटा वाजवणारा पट्टेवाला, मोठ्या साहेबांच्या ऑफिससमोरून जाताना 'नमस्ते' करणारी मुले, शनिवारी समूहप्रार्थना, पांढरा शर्ट आणि निळ्या हाफपँटमध्ये मुलगे आणि पांढरा परकर-पोलका आणि ओढणीमध्ये मुली. कंचन वर्गात सगळ्यांपेक्षा उंच. सुरुवाती सुरुवातीला तिला अवघडल्यासारखे वाटायचे. विश्वनाथ बुटका आणि अशक्त. त्याला समोर बसायला मिळायचे. कंचनने पहिल्याच दिवशी शारदाबहेनची चापून चोपून नेसलेली साडी बघितल्यावर मनाशी ठरवून टाकलं होतं, की आपणही

'मेती'च (शिक्षिका) व्हायचे. शारदाबहेन विधवा होत्या. शिकलेल्या होत्या फक्त गुजराती चौथीपर्यंत. स्वभावाने एकदम कडक. विद्यार्थिनींच्या डोक्यावरची ओढणी जरा सटकली तरी रागावून ओरडायच्या, ''खिळे ठोकून घ्या डोक्यावर, खिळे!'' एका गरजू स्त्रीला मदत करायची म्हणून ब्रह्मसमाजाच्या संचालकांनी त्यांना नोकरीला ठेवले होते. शारदाबहेन नोकरी करायच्या; पण त्यांना त्यांच्या जातीचे विटाळाचे, शिवाशिवीचे सगळे नियम पाळावे लागायचे आणि पाळून घ्यावे लागायचे. पाणी प्यायल्यावर प्रत्येक विद्यार्थ्याला पितळेचा ग्लास घासून काढावा लागायचा. महिन्यातले चार दिवस शिक्षिकांना मासिक धर्माचा विटाळ पाळावा लागायचा. त्या दिवसांत नोकरीवरून सुटी मिळत असे. कंचनच्या शारदाबहेन पहिल्यांदा सुटीवर गेल्या, तेव्हा कंचननं घरी येऊन सांगितलं, ''बा, आमच्या बेनना पण तुझ्यासारखा विटाळ होतो.'' बा ला वाटलं, आता कंचन मोठी व्हायला लागली!

रेवा (बा) गाव सोडून आली होती खरी; पण इतक्या वर्षांच्या सवयी सोडणे सोपे नव्हते. गावी भा आणि मा असल्याने रेवाला एवढेच ठाऊक होते, की मोठी माणसं सांगतील तसे करायचे. स्वत:चे वेगळे, स्वतंत्र अस्तित्व असणेच तिला अवघड वाटायचे. नव्या चपलांची पायाला सवय होईपर्यंत त्या घालून चालणे अवघड होते. तशी तिची स्थिती होती. रेवाच्या मनात सतत दहशत असायची, 'भां'ना कळलं तर!' 'मां ना आवडलं नाही तर!'

कंचनला शाळेत घातली, त्यानंतर भां नी नानचंदकाकांकडून लिहून घेऊन पाठवलेलं पत्रं आलं होतं

'राजमान्य राजेश्री चि. ज्येष्ठाराम व इतर सर्वांस,

तुमचं पत्र मिळालं. शास्त्रांमध्ये असं सांगितलं आहे, की पुत्र मोठा झाला की पित्याच्या बरोबरीचा समजावा. तुम्ही तर सुशिक्षित, समंजस आहात. विश्वनाथला शाळेत घातला हे चांगलं केलं; पण कंचनसाठी तर आता वर शोधण्याची वेळ आली आहे. मुलीची जात, तिला शिकवून फायदा काय? अखंड सौभाग्यवती रेवाला सांगा, की मुलीला सर्व घरकाम शिकवून टाकावे, नाहीतर त्यांनाही लोक नावं ठेवतील. कंचनच्या लग्नातच विशूची मुंज करून टाकू, तर आम्ही आहोत, तोपर्यंत एक कार्य होऊन जाईल. मुलीचा कन्याकाळ संपला (मुलगी वयात आली) म्हणजे मग कन्यादानाचं पुण्य मिळत नाही. आम्ही आता पिकली पानं झालो. तुझ्या मा ला मुलांची खूप आठवण येते. प्रकृतीला जपून असावे.

महादेवप्रसादचे शुभाशीर्वाद.

पण भां ची इच्छा पूर्ण झाली नाही. कराचीला आल्याच्या दुसऱ्याच वर्षी ते मृत्यू

पावले. पापणी लवते न लवते तेवढ्यात काय काय होऊ शकतं! जाता जाता भां ना बापूजींच्या हातून गंगाजलही मिळू शकले नाही! नात्यातल्या माणसांनी अंतिम संस्कार केले. लांबचा पल्ला, भां चे शेवटचे दर्शनही झालं नाही. भा अगदी अनपेक्षितपणे गेले. शेतात भागीमध्ये हरभरा लावला होता. त्यांना वाटले, एक चक्कर टाकून यावे. सकाळी उजाडता गेले आणि दहा वाजता तर बातमी आली, की भा गेले! शेतातल्या एका झाडाच्या बुंध्याला टेकून बसल्या बसल्याच प्राण गेला! कितीतरी वेळ तर कोणाला कळलेही नाही. शेजारच्या शेतात कापसाची बोंडे तोडायला रोजीवरचे मजूर आले तेव्हा त्यांनी बघितलं, की भागीतल्या शेतकऱ्याची कुत्री भुंकत होती आणि रडल्यासारखा आवाज काढत भां च्या भोवताली घिरट्या घालत होती! "मेला म्हातारा तरी कसला म्हणायचा हा? ही रांडीची कुत्री अपशकुनी रडतेय, तर तिला 'हाड' पण म्हणत नाहीये!" जवळ जाऊन बघतात तर काही उरलेच नव्हते! शिवचंदभा म्हणायचे, "ह्या महादेवाचा जन्म चुकून भलत्या घरी झाला! ह्याचा जीव खरा शेतकऱ्याचाच आहे!" आणि भा शेवटचे त्यांच्या शेतातच झोपले– एका बाजूला मोहरीची पिवळीधमक फुले आणि दुसऱ्या बाजूला फाट्फाट् उमलणारी कापसाची बोंडं.

कंचन परत गावी आली; पण तिला गाव, घर, शेत, विहीर, तलाव, दरबारगढ, सगळेच अनोळखी असावे तसे वाटत होते. शाळेशिवाय तर तिला अजिबातच करमत नव्हते. विशूला तर मजा येत होती. भा देवाच्या घरी गेले हे त्यानं मनाने स्वीकारलं होतं. लोक बोलत असायचे, ते कंचन ऐकत असायची, 'चांगली माणसं देवालाही आवडतात' तर मग जी जगतायत ती काय चांगली माणसं नाहीत? आणि असे घटकेत होतं तरी काय, की माणूस मरून जातो? देव कुठे राहात असेल? खूप, खूप वर? म्हणजे किती जिने चढले तर तिथे पोहोचता येते? ती बघत असायची. बापूजींनी मुंडण करून घेतले, लोकरीतीप्रमाणे सर्व पार पाडले. बापूजी सर्व मुकाटपणे करीत होते. मा जे म्हणेल त्यातल्या एकाही गोष्टीला ते आता विरोध करीत नव्हते.

मां ना रडताना ऐकून कंचनला वाटायचे, बापूजींनी माझे लग्न करून टाकले असते, तर भां च्या जिवाला अवगती मिळाली नसती! पण तिला कुठे ठाऊक होते, की लग्न म्हणजे काय? नवे कपडे, दागिने, पाहुणे आणि खूप मजाच मजा? तिच्या शिक्षिका शारदाबहेन डोळ्यांसमोर यायच्या. त्या नेहेमी पांढरे कपडे घालायच्या, केसांचे मुंडण केले होते– मग काय मां च्याही केसांचे? दहाव्या दिवशी सुखो न्हावी मां चे मुंडण करायला आला, तेव्हा धावत जाऊन कंचननं त्याचा हात पकडला होता. कितीतरी आरडाओरडा केला होता. "नाही! नको– नको! माझ्या मां ची वेणी नका कापू. नका ना कापू!" तिला ओढून बाजूला करून खोलीत कोंडून ठेवली होती. तिथं उभ्या उभ्या

ती जाळीतून बघत राहिली. बापूजी का काहीच म्हणत नव्हते?

भां च्या मृत्यूनं कंचनला एकदम खूप समज आली. पंधरा दिवस ती सारे काही बघत, समजून घेत होती. व्यवहार आणि रिवाजांपायी तडफडणाऱ्या भावना बघत होती. लोकरीतीच्या नावाखाली होणारी निंदा, कुचाळक्या ऐकत होती. तिला कळत नसे, की आरामात जेवायला बसलेली, चटण्या-लोणची चवीचवीने खाणारी माणसे 'कांण-मकाण' आलं (दुखवटा व्यक्त करायला कोणीतरी येऊन पोहोचलं) की काही क्षणातच का अत्यंत दुःखी दिसायला लागायची!

बाहेरच्या दरवाजातून कोणीतरी येऊन सांगायचं, की अमुक तमुक गावचे लोक 'कांण'साठी आले आहेत. लगेच सगळे सावध होऊन आपापल्या 'भूमिके'त शिरायचे. सबंध चेहेऱ्यावरून घुंगट ओढून घेऊन मोठ्यानं गळे काढून बायका रडायला लागायच्या आणि भोचक नजरा घुंगटाआडून नोंद घेत असायच्या, की कोण काळी साडी नेसून आलंय आणि कोण छापील निळी साडी? कोणाच्या हातात सोन्याच्या चार बांगड्या आहेत आणि कोणाच्या हातात काचेच्या? कोणाचे डोळे सुजलेले दिसतात आणि कोण चांगले मोठ्याने रडते?

पुरुष मंडळी घटका, दोन घटका वाकडी तोंडे करून बसायची आणि मग कापसाच्या बोंडाच्या भावाची चर्चा सुरू व्हायची, चिलमींची देवाण-घेवाण सुरू व्हायची. वातावरण जरा हलके झाले, की कोणाची मुले लग्नाच्या वयाची झाली आहेत, कोणाच्या घरी मुंज आहे, कोणाच्या सुनेला हाकलून दिले आहे आणि कोणी दुसरी बायको केली, कोणाच्या घरी लग्नात जेवायला काय केले होते आणि कोणाच्या घरी दुखवट्याला कोण गेले नाही, अशा सर्व चर्चा चालू व्हायच्या. व्यवहार, हरकती असणे, टीका, आश्वासने आणि अश्रू ढाळणे ह्या सर्वांचं जबरदस्त नाटक चालायचं.

मा तर पुऱ्या बदलूनच गेल्या होत्या. कोणी सारे सत्त्व पिळून काढले असेल तशा चिपाडासारख्या दिसायला लागल्या होत्या. कधी धाय मोकलून रडायच्या तर कधी अगदी गप्प बसून राहायच्या. बा तर घरचे काम, लोकरीतीचे व्यवहार आणि रिवाज ह्यांच्या घाणीत पिळून निघत होती. बापूजी एकटेच बसलेले असायचे. त्यांच्या जातीत असणारे जे व्यवहार, रिवाज सांगितले जातील, ते मुकाटपणे करायचे. त्यांची दशा वादळाने छप्पर उडून गेलेल्या घरासारखी होती.

भां चे वर्षश्राद्ध होईपर्यंत माने आतल्या खोलीत कोपऱ्यात बसून राहायचे असा रिवाज. समाजही कसा म्हणायचा? एकीकडे लोक म्हणायचे, "घ्या! पंचेचाळीस वर्षं झाली, काय लहान मुलगी का आहे असं रडायला? आता तर मुलाच्या मुलांच्या घरीही पाळणा हलायचे दिवस आले!" आणि दुसरीकडे दुखवट्याचे सर्व नियम पाळावे लागत. कठपुतळीसारखे असे नाचत राहायचे? बा मग मां जवळ गावीच राहिली आणि बापूजी मुलांच्या शाळा फार बुडू नयेत म्हणून कंचन आणि

विश्वनाथला घेऊन कराचीला परत आले.

बापूजी सकाळी लवकर उठून पोळीभाजी करायचे आणि संध्याकाळी पेढीवरून आल्यावर आमटी-भात करायचे. कंचनला फार वाटायचे, की आपण स्वयंपाक करावा, पण बापूजी तो करून देत नसत. "नको, राहू दे. भाजून घेशील" म्हणायचे.

'तुम्ही तर बापूजी, खूप सांभाळलंत मला, पण माझ्या नशिबातच पोळायचंच होतं, ते कसं टळणार?' कंचनबा स्वत:शीच पुटपुटल्या.

पहिल्या प्रथम पोळपाट-लाटणे केव्हा हातात घेतले, ते कंचनबांना आठवले. बापूजींच्या उजव्या हाताच्या अंगठ्याला नखुरडे होऊन ते पिकले होते. एका हाताने त्यांनी पीठ भिजविले, पण मग नाइलाज झाला, तेव्हा कंचनला लाटायला सांगितले. त्या पहिल्या भाखरीचा (कणीक घट्ट भिजवून लहान लहान जाडसर लाटून त्या तव्यावर भाजून मग विस्तवावर शेकतात. रात्रीच्या जेवणात बरेचदा भाखरी असते. कणीक जाडसर दळलेली असते.) आकार कसा होता ते सांगणे अवघडच होते, पण मग शेजारच्या निर्मलामावशींनी युक्ती शिकविली. आधी मोठी भाखरी लाटून त्याच्यावर एक लहान थाळी उलटी ठेवून दाबायची आणि मग कडेकडेचं पीठ काढून घ्यायचं. एकदम गोल भाकरी तयार! बिचाऱ्या निर्मलामावशींचा जीव खूप चुटपुटायचा. शेजार-पाजारचे लोक बघत असतील, तेव्हा ब्राह्मणाच्या स्वयंपाकघरात लुहाणा (सौराष्ट्रातील एक जात) जातीच्या बाईने कसे जायचे? त्या मग गुपचूप येऊन भाजी चिरून द्यायच्या, आमटीत मसाला वगैरे घालून देऊन जायच्या. कंचनला त्यांनी जीव लावून सगळे शिकविले.

दिवस जात होते, कंचन सारे शिकून तयार होत होती. ज्येष्ठारामच्या लक्षातही न येता घरातल्या लहान लहान कामांची जबाबदारी कंचनवरच आली होती. पहाटे उठून पाणी भरण्यापासून ते रात्री दूध विरजण्यापर्यंत सगळी कामे ती करायची. शाळेत जाताना रविशंकर वाण्याला ती सामानाची यादी द्यायची. संध्याकाळी दुकानातला नोकर टोपलीत सामान भरून तिच्याबरोबर यायचा. प्रत्येक वस्तू ती यादीत बघून, तपासून द्यायची. बांबूच्या सुपाने धान्य पाखडायचे, घोळायचे ती निर्मलामावशींकडून शिकायची. मनापासून शिकून ती अगदी तयार होत होती. ती फक्त एवढ्याचीच वाट पाहात होती, की बा परत येईल तेव्हा सारे काम करून दाखवून तिला चकित करून टाकायचे!

दीड वर्षांनी बा आली, पण–

◆

अकरा

गावाकडून नानचंदचे पत्र आले तेव्हापासून ज्येष्ठाराम काहीसे चिंतीत दिसत होते. भा गेल्याला वर्ष होत आले होते. त्यांचे वर्षश्राद्ध करायला गावी जावे लागणार होते. रेवाने जन्मात पहिल्यांदाच मुलांना एकटे टाकले होते. मुले जवळ असण्याच्या आधाराने रेवाने पतीपासून वेगळे राहायची सवय करून घेतली होती. ज्येष्ठारामनाही हे वर्ष म्हणजे परीक्षाच होती. पहिल्या खेपेला एकटे राहायची मनाची तयारी आणि मग सवय, दोन्ही झाली होती. रेवा आल्यानंतरच्या वर्षभरात ती इतकी अत्यावश्यक झाली होती, की आधीची इतकी वर्षं आपण एकटे कसे राहिलो असू, ह्याचे त्यांचे त्यांनाच आश्चर्य वाटायचे. त्यात आणखी कंचन आणि विश्वनाथचे आईविना उतरलेले चेहेरे आणि शिवाय घरची जबाबदारी. ज्येष्ठारामना उदास दिसूनही चालणार नव्हते. त्यात रेवाच्या प्रकृतीबद्दल त्यांना जे कळले होते–

कंचन आणि विश्वनाथ तर बा ला भेटायला इतके आसुसले होते, की त्यांना विसरच पडला होता, की ह्या वेळी गावी जाऊ, तेव्हा भा नसतील. ते भा, जे हिवाळ्यातल्या रात्री समोरच्या अंगणात शेकोटी पेटवायचे आणि मग त्या दोघांना आपल्या धाबळीत जवळ घेऊन बसायचे आणि ऊस सोलत जायचे न् त्यांना गंडेऱ्या खाऊ घालत राहायचे. गावात भवाई (लोकनाट्य) असो, की रामलीला, नाहीतर रामदेवपीराचं आख्यान; भा विशूला खांद्यावर बसवून सबंध कार्यक्रम दाखवायचे. कंचनचे व्रत असेल तेव्हा मिठाईवाल्याकडे जाऊन स्वतःच्या समोर पेढे करवून घ्यायचे; भां च्या मृत्यूनंतर एक महिना झाल्यावर तर मुले बापूजींबरोबर कराचीला परत आली होती आणि शिवाय त्या महिन्याभरात कर्मकांडांनी मने एवढी व्यग्र झालेली होती, की भा नसणे हे जाणवायला मन मोकळेच नव्हते!

विश्वनाथला गावी जाऊन बा च्या कुशीत झोपायचे होते. तसे येथे बापूजी आणि कंचन दोघे तर होते; पण बापूजींच्या जवळ झोपायला लाज वाटायची. त्यांनी भित्रा म्हटले तर? कंचन तर 'तू रात्रभर लाथा मारत राहतोस' म्हणून त्याला लांब झोपायला सांगायची. कधी कधी स्वप्नात कशाची तरी भीती वाटली, तर अंथरूण ओलेही व्हायचे. मग कंचन त्याला चिडवायची; पण कोणाला कळणार नाही अशा

रीतीने पाठीमागच्या झरोक्याखाली गादी वाळवायचीही.

कंचन त्याला सांभाळायची खरी; पण रोज किती दिवस राहिले ह्याची बोटे मोजत असेल असे वाटायचे. तीही बा भेटली की पुन्हा एकदा पहिल्यासारखी मजेत असणारी, बेफिकीर कंचन होऊन जायला खूप उत्सुक होती. बा येईल, मग बापूजींच्या नोकरीला जाण्याची तिला घाई नसेल आणि सकाळी लवकर उठून पाणी भरण्याचीही. शाळेत नियमित जाता येईल. संध्याकाळी पुन्हा स्वयंपाकाची फिकीर नसेल, म्हणून मग खाली खेळायला जाता येईल. ह्यावेळी राखीपौर्णिमेला केसात घालायची चांदीची पिन आणि घुंगरू लावलेल्या आकड्यांसाठी हट्ट करता येईल, आता कारल्याची भाजी खाणार नाही म्हणता येईल. बा नसताना तर खावीच लागायची, नाहीतर मग विशू पण खायचा नाही. आता विश्वनाथला धमकावले तर तो रडेल ही भीती राहणार नाही.

बा च्या गैरहजेरीत घर आणि विश्वनाथला सांभाळण्यासाठी जे मोठे असल्यासारखे वागावे लागत होते ते तिला फार अवघडल्यासारखे, अंगापेक्षा बोंगा जड असे वाटायचे. पहिल्या प्रथम साडी नेसली म्हणजे ती जशी सारखी सांभाळत बसावी लागते, तशीच काहीशी तिची स्थिती व्हायची. रेवाला त्यांच्या गावीच राहावे लागले. त्यामुळे कंचनचे बालपणही जणू तिथेच अडकून राहिले होते. बंधाऱ्याचे दरवाजे कोणीतरी बंद केले होते आणि प्रवाह तिथेच अडकला होता. गेल्या कितीतरी दिवसांपासून बा ला तिची ठेव परत देऊन टाकायला कंचन इतकी उतावळी झाली होती, की गेल्या पंधरा दिवसांपासून बापूजींचा चेहेरा बदलला आहे, हेही तिच्या लक्षात आले नव्हते.

ज्येष्ठाराम काळजीत होते. नानचंदने रेवाच्या प्रकृतीविषयी लिहिलं होतं– मुलांना घेऊन जावं का इथेच ठेवून जावं? ती इथेच राहायला कबूल होतील का? पण पुन्हा वाटायचे, ठेवून जायचे तरी कसे? एखाद्या वेळच्या जेवणाचा प्रश्न असेल किंवा एखाद्या दिवसाचा, तर शेजाऱ्यांवरही सोपविता येते; पण हा तर दूरचा रस्ता. पंधरा दिवस-महिना सहज होईल. गावातले घर बंद करायचे, तिथले कामकाज बंद करायचे आणि म्हाताऱ्या मा ला आणि आजारी रेवाला घेऊन परत यायचे, हे सोपे नव्हते. शेवटी ज्येष्ठारामना वाटले, की पेढीचे शेठ देवशंकर शुक्ल ह्यांच्याशीच बोलावे. ते काहीतरी मार्ग सुचवतील. मनातून थोडा भरवसाही वाटत होता. भा वारले तेव्हा शेठनी ताबडतोब दोनशे रुपये काढून दिले होते आणि म्हटले होते, “हे पैसे पगारातून वळते करायचे नाहीत, आणि त्यावर व्याजही नाही द्यायचं. थोडे थोडे साठतील तसे परत द्या. घाई नाही. दोनच्या जागी चार वर्षं लागली तरी हरकत नाही.”

ज्येष्ठाराम एका संध्याकाळी दोघा मुलांना घेऊन शेठच्या घरी गेले. पेढी क्यामाडी बंदर रोडवर होती. कित्येक वर्षांपासून समुद्रमार्गाने माल पाठवायची आणि

मागवायची एजन्सी. शिवाय, पहिल्या महायुद्धाच्या वेळी गोऱ्या साहेबांच्या कृपेनं चांगला पैसा मिळाला, तेव्हा जोडीला पैसे उधार देण्याचा धंदाही सुरू केला आणि मग पैशाकडे पैसा येत राहिला. शुक्लजींच्या हातात भरपूर पैसा खेळू लागला.

शेठचा बंगला रतनतलावाजवळ. बैठ्या घाटाचा बंगला. दुरून असे वाटायचे की एखादा खूप मोठा पक्षी पंख पसरून उडण्याच्या तयारीत आहे. मधल्या भागातले समोर उतरते असलेले लहानसे छत जणू पक्ष्याने लांब करून उचललेले तोंड आणि डाव्या-उजव्या बाजूला पसरलेली छपरे जणू पसरलेले पंख. विश्वनाथने मुख्य गेटवर असलेल्या संगमरवरी पाटीवर नाव वाचले, 'देवव्हिला'. आत शिरल्याबरोबर लाल फरशी घातलेला लांब रस्ता. डाव्या-उजव्या बाजूंना केळींच्या गोल वाफ्यांमध्ये गुलाब आणि झेंडू. समोर पायऱ्या चढल्यावर व्हरांडा, त्याला सर्व बाजूंनी तीन फूट उंच लाल रंगाची लाकडी जाळी. व्हरांड्यात समोर आणि डाव्या-उजव्या बाजूला दरवाजे. समोर शिसवी लाकडाचा मुख्य दरवाजा. आत खोलीत प्रवेश केला तर एखाद्या मोठ्या सभागृहात उभे असल्यासारखे वाटायचे. पायाखालच्या गालिचात पाय रुतत होते. छत उंच होते. मोठ्या हॉलच्या मध्ये मोठा उंच चौरंग आणि त्याच्या आसपास पांढऱ्या गाद्या अन् लोडांची बैठक. मागच्या भिंतीवर एक मोठे चित्र. त्या चित्रात उंच स्टुलावर एक फ्लॉवरपॉट आणि स्टुलावर कोपर टेकवून उभी असलेली एक स्त्री. लांबूनही तिच्या फिक्या निळ्या रंगाच्या साडीचा सोनेरी पदर चमकताना दिसत होता.

ज्येष्ठाराम उंबऱ्याशी उभे राहून विचार करीत होते, की कोणाला हाक मारावी. तेवढ्यात सुमारे दहा वर्षांची एक मुलगी हॉलमध्ये डोकावली. तिने दोन वेण्या घालून त्या उलट्या करून वर बांधल्या होत्या आणि टाचेपर्यंत लांब असा गुलाबी रंगाचा काहीसा फ्रॉकसारखा पोशाख घातला होता. तिने विचारले, "काय काम आहे?"

कंचनला तिच्या आवाजातला तुसडेपणा आवडला नाही. मोठ्या माणसांशी काय अशा आवाजात बोलायचे असते?

ज्येष्ठाराम उत्तर देणार त्या आधीच, "कोण आलंय जया?" आणि "अरे व्यासजी, तुम्ही? या, या. जया, जा पाणी घेऊन ये." जया कंचनच्या परकर-पोलका आणि ओढणी ह्या कपड्यांकडे जरा नवलानं बघत आत गेली. झोपाळ्यावर बसता बसता देवशंकरनी खुर्चीकडे बोट दाखविले आणि विश्वनाथला जवळ बोलावले, "छोटे व्यासजी, तुमचं नाव काय आहे?"

"माझं नाव विश्वनाथ आणि माझ्या बहिणीचं नाव कंचन."

"हो, खरंच की! मी तिला विसरलोच!" मग नोकरानं आणलेला पाण्याचा ग्लास परत देता देता त्यांनी मोठ्याने हाक मारली, "जया, कुठं गेलीस? ह्या तुझ्या मैत्रिणीला खेळायला घेऊन जा."

कंचनला जायची फारशी इच्छा नव्हती; पण बापूजींचा चेहेरा बघून ती जयाबरोबर गेली.

"मी पण जातो." म्हणत विश्वनाथ तिच्या मागे पळाला.

बैठकीच्या खोलीचे दार मागच्या व्हरांड्यात उघडत होते. व्हरांड्याच्या दोन्ही बाजूंना खोल्या आणि मध्ये समोर पक्का बांधलेला चौक. डाव्या बाजूच्या व्हरांड्याच्या शेवटी जयाची खोली होती. खोलीत एका मोठ्या मच्छरदाणीवाल्या पलंगावर जयाचा सगळा 'संसार' पसरलेला होता– वह्या, पुस्तके, पेन, पेन्सिल, बाहुली, बांगड्या, रिबिनी. बाहुली हातात घेत विश्वनाथ म्हणाला, "चल ताई, आपण घरघर खेळूया."

"नाही, आत्ता नको." म्हणत कंचनने पुस्तक उचलले.

"तुला वाचता येतं?" जयाला कंचनचा देशी पोशाख बघून नवल वाटले नव्हते.

"हो तर! आम्ही दोघं तिसरीत आहोत आणि माझी बहीण तर मला शिकवते सुद्धा!"

"नई रोशनी." कंचनने पुस्तकाची पाने उलटत म्हटले, "पण ह्यातले धडे तर वेगळे आहेत."

"हे अभ्यासाचे पुस्तक नाही. हे तर बापूजी सहज वाचण्यासाठी म्हणून आणतात. ह्यात गोष्टी वगैरे असतात."

कंचनला आता प्रथमच वाटले, की जयाशी मैत्री करावी अशी ती आहे. तिने जयाला विचारले, "तुझी आई कुठे आहे?"

"ती तर मी खूप लहान होते तेव्हा देवाघरी गेली."

"तर मग स्वयंपाक तू करतेस?" विश्वनाथनं विचारले.

"नाही रे बाबा! मी तर अजून किती लहान आहे." स्वयंपाकघराकडे जाता जाता जया म्हणाली.

"घ्या! माझ्या बहिणीला तर सगळं येतं!"

"कोणाला सगळं येतं?" स्वयंपाकघरातून एका स्त्रीचा जरा कापरा आवाज आला.

"माझ्या बापूजींच्या आत्या आहेत. माझ्या मोटी बा."

देवशंकरांच्या आत्यांचे त्या नऊ वर्षांच्या असताना लग्न झाले होते; पण वयात येऊन सासरी जाण्यापूर्वीच त्या विधवा झाल्या होत्या. भावाच्या मुलाची मुलेही त्यांनी वाढविली; पण विधवा म्हणून सुरुवातीपासून जे संयम, व्रते, नियम त्यांच्यावर लादण्यात आले होते ते आता वर्षं उलटत गेली तसतसे त्यांच्या स्वभावाचा भागच होऊन गेले होते. देवशंकरना बदलत्या काळात रीतिरिवाजांचं ओझं बाळगायला

आवडत नसे; पण ते फारसे काही म्हणत नसत. त्यांचा मुलगा अमृत मात्र जुन्या रीतिरिवाजांचा इतका कट्टर विरोधी, की फोईबांच्या (आत्या-आजी) समोर येतच नसे. त्याही त्याला लांबच ठेवत असत. ''तो अंग्रेजी शिकून बिघडलाय.'' असं त्यांचं मत.

जयाच्या मागे मागे कंचन आणि विश्वनाथ यांनी स्वयंपाकघरात पाय टाकताच त्यांना ऐकू आले, ''अरे, अरे! स्वयंपाकघर विटाळू नका!''

''काय तुम्ही तरी मोटी बा!'' (दोन्ही संबोधनं आत्या-आजीचीच आहेत.) ''हे लोक तर ब्राह्मण आहेत.''

''हो, पण वाटेल तिथे खेळायला जाता आणि कोणाला ठाऊक कोणाकोणाला शिवला असाल! थांब, मी देते पाणी.'' भाजी निवडायचे काम बाजूला ठेवून, काठी घेऊन वाकून वाकून चालत जाऊन त्यांनी लांबूनच मुलांच्या पेल्यांमध्ये पाणी ओतले. कंचनला त्यांचा चेहेरा बघून उन्हाळ्यात आटून कोरड्या पडणाऱ्या तळ्याचा तळ आठवला. सुरकुत्या पडलेली त्वचा आणि तोंडाचे बोळके. ''खूप वर्षांनी मा अशा दिसतील, मग बा आणि मग मी पण–'' कंचनने तीनही पेले राखेने घासून उपडे घातले.

''हंऽ! पोरीला सगळं बरोबर माहीत आहे हं!'' खूप दिवसांनी कोणी ममतेने बोललेल्या शब्दांनी कंचन रोमांचित झाली.

गंगाबांनी (फोईबांचं नाव) मुलांना सुखडी वाटून दिली. मग नंतर तर सारी संध्याकाळ कशी गेली ते समजलेच नाही. विश्वनाथ जाऊन बघून आला, की पाठीमागे नोकराच्या खोलीजवळ उंच, पांढरा, दणकट घोडा आहे आणि पांढरा रंग दिलेली बग्गी. नोकराची खोली रिकामी होती. तिथली खाट आडवी करून 'स्वयंपाकघर' केलं आणि तिथं भातुकलीतली पितळेची छोटी भांडी व्यवस्थित लावली.

''स्वयंपाक मी करेन.'' जया म्हणाली. ते ऐकून कंचन उत्साहाने बोलली, ''मी शाळेतली 'मेती' होईन. विशू दिवसा शाळेत शिकेल आणि संध्याकाळी घरी आला, की बापूजी होईल.''

''हां, आणि मी बाहेर जाईन तेव्हा बग्गीतून जाईन.''

घर-घर खेळण्यामध्ये जया संध्याकाळचा स्वयंपाक सुरू करणार, तेवढ्यातच कोणीतरी तिला हाक मारली. जयाला शिकवायला एक गोरी मड्डम यायची. इंग्लिश लिहिणे-वाचणे ह्याखेरीज कसे बोलायचे, कसे चालायचे, कुठल्या प्रसंगी कसले कपडे घालायचे वगैरे इंग्रजी चालीरीती ती शिकवायची.

एका उडीत व्हरांडा आणि चौक ओलांडावेसे वाटणाऱ्या जयाला जेव्हा मॅडम तिच्या डोक्यावर काहीतरी वजन ठेवून मग हळूहळू चालायला सांगायची, तेव्हा कंटाळा यायचा.

जया गेली तशी मग कंचन आणि विश्वनाथ यांनी खेळ बंद केला. जयाच्या खोलीजवळून जाता-जाता कंचनला दिसले, की समोरच्या भिंतीशी खिडकीजवळ टेबल होते आणि जयाच्या समोर टेबलाच्या दुसऱ्या बाजूला ती गोरी मड्डम बसली होती. खांद्यापर्यंत लांब मोकळे लाल केस, लहानसा चेहेरा, बोलताना अगदी थोडेसेच उघडणारे ओठ आणि बिनबाह्यांचा गुडघ्याइतका लांब काळा फ्रॉक असे त्यांचे रूप आणि वेष होता. त्यांचा गोरा रंग बघून कापसाच्या फुटलेल्या बोंडाची आठवण होत होती. आजपर्यंत फक्त चित्रात बघितलेली स्त्री, खरीखरी हाडामांसाची स्त्री असते ह्याची आज खात्री झाली. विशू तर म्हणालाही, "बहेन, ही खरीखुरीच बाई असेल? मी हात लावून बघून येतो." कंचन त्याचा हात धरून ओढत बैठकीच्या खोलीकडे निघाली. तिथे गेल्यावर तिला दिसले, की बापूजींच्या शेजारच्या खुर्चीत एक तरुण बसला होता. डोक्यावर काळी हॅट आणि अंगात कोट-पँट. क्षणभर तर वाटले, हेही एखादे चित्रच नाही ना?

"कंचन आणि विशू, पाया पडा. हे आमचे छोटे शेठ आहेत." ज्येष्ठाराम म्हणाले.

"काय तुम्ही तरी व्यासजी? अमृत तर तुमच्या मुलासारखा म्हणायचा!" देवशंकरनी त्यांना जरा टोकलं. विश्वनाथ हॅटकडे टक लावून बघतोय असे पाहून अमृतने हॅट काढली आणि त्याच्या डोक्यावर ठेवली. क्षणभराने विश्वनाथला खुदकन हसू आले आणि हॅटच्या कडेवरून हात फिरवीत तो कंचनला दाखवू लागला; पण कंचनचे लक्ष तर अमृतच्या मोठ्या कपाळावर रुळणाऱ्या कुरळ्या बटेकडे होते. विश्वनाथने तिचा हात ओढला तेव्हा तिचे लक्ष त्याच्याकडे गेले.

"चला तर मग व्यासजी, तुम्ही अगदी निश्चिंतपणानं गावी जाऊन बापूजींचे वर्षश्राद्ध करून या. दोघंही मुलं इथं राहतील. जायचे ठरवाल तेव्हा सांगा. अमृत येऊन ह्या दोघांना इकडे घेऊन येईल. तुम्ही परत येईपर्यंत दोघांची जबाबदारी माझ्यावर आणि हो, ह्याखेरीजही काही काम असलं तर संकोच न करता सांगा."

घरी परत जाताना विश्वनाथ 'देवव्हिला'मध्ये राहण्याच्या विचाराने जणू आकाशात उडत होता! बग्गीत बसून शाळेत जायचे आणि ऐट दाखवायची! पण कंचन कसल्यातरी विचारात गुंग होती. अमृतला बघून तिला काहीतरी आठवत होते. चेहेरा नाही पण ती कुरळी बट खूप ओळखीची वाटत होती. ह्याला आधी कुठेतरी बघितले आहे.

'अरे हो, आठवलं! गेल्या नारळी पौर्णिमेला ब्रह्मसमाजाच्या इमारतीत त्यांच्या जातीच्या सगळ्या लोकांचे एकत्र जेवण होते, तेव्हा पाहिला होता.' कंचनच्या डोळ्यांसमोर तो प्रसंग परत उभा राहिला.

नेटीजेटी बंदरावर जानवे बदलायचा विधी आटोपल्यावर शहरातले सगळे

ब्राह्मण ब्राह्मसमाजाच्या इमारतीत लाडवांच्या जेवणासाठी जमायचे. ही प्रथा जेव्हापासून सुरू झाली, तेव्हापासूनच अलिखित नियम झाला होता, की जेवण देवशंकर शुक्लांतर्फे असायचे. शुक्लाजी कराचीत राहणाऱ्या जुन्या ब्राह्मण कुटुंबांपैकी आणि शिवाय पैशाअडक्याने सुखी. समाजाचे अग्रणी. त्या दिवशी जेवणाच्या पंगतीत कंचनच्या शेजारी विश्वनाथ बसला होता. ताटे वाढली गेली; पण आज त्याने कंचनला सतावायचं ठरवलं होतं. ती लहान होती तेव्हापासून कंचन प्रत्येक भीम एकादशीला काहीतरी नियम धरायची. कधी रोज सकाळी उंबरठ्याची पूजा करायची, तर कधी रोज तुळशीपाशी दिवा लावायचा किंवा सूर्याची पूजा करायची किंवा काहीही खाण्यापिण्यापूर्वी देवाचे नाव घ्यायचे. कंचनने दोन-तीनदा विश्वनाथला म्हटले, "ए विशू, म्हण ना शंकर-पार्वती." पण त्याने ओठ घट्ट मिटून ठेवले. चुकून नाही तर बोलून जायचा! तिने विश्वनाथला चिमटा काढत हळू आवाजात पुन्हा एकदा सांगितले. तिने चिमटा काढला म्हणून बदला घेण्यासाठी विश्वनाथ "ओ बा रे!" असे मोठ्याने ओरडला. तेवढ्यात कंचनला ऐकू आले, "शंकर-पार्वती!" कंचनने दचकून समोर बघितले तर एक मुलगा हातात लाडवाचे ताट घेऊन खाली वाकला होता. त्याच्या कपाळावर एक कुरळी बट रुळत होती. नजर वर करीत तो परत म्हणाला, "शंकर पार्वती!" आणि "लाडू-लाडू" म्हणत पुढे निघून गेला.

आज पुन्हा एकदा कंचन तशीच स्तब्ध झाली होती!

◆

बारा

दूर तलावाकाठी एका मोराचा केकारव ऐकू आला आणि उत्तरादाखल कितीतरी आणखी! एखादा गायक एक ओळ गातो आणि मग कोरस ती ओळ पुन्हा म्हणतो, तसा एक केकारव कंचनच्या हृदयात उमटला. देवव्हिलामधले ते दिवस! खळखळत वाहणाऱ्या नदीच्या उसळत्या प्रवाहासारखे दिवस! जणू सागरापर्यंतच्या प्रवासाच्या सुरुवातीचे दिवस.

देवव्हिलामध्ये कंचन आणि विश्वनाथ जवळजवळ पंधरा दिवस राहिले. बापूजींना गावी जायला निघायचे होते त्या संध्याकाळी बग्गी घेऊन, अमृत घेऊन जायला आला होता. त्याची कुरळी बट बघून कंचनला 'शंकर-पार्वती' प्रसंग पुन्हा आठवला. बापूजींना स्टेशनवर उतरविल्यावर मग अमृतने विश्वनाथला स्वतःजवळ बसविले आणि विचारले, ''काय विशू, 'शंकर-पार्वती'नंतर आता कुठलं व्रत घेतलंय?''

''एक पण नाही. मी तर बहेनला पण व्रत सोडायला लावलं.''

''जा, जा! मोठा आलाय व्रत सोडायला लावणारा! मी तर आता मनातल्या मनातच पाचदा देवाचं नाव घेते म्हणून हा आपला वाटेल ते सांगतोय!''

अमृतने लटकेच रागीट डोळे करून म्हटले, ''तसं नाही चालत! मनातल्या मनात तर तू वाटेल त्याचं नाव घेशील! ही तर लबाडी म्हणायची, होय की नाही विशू?''

''लबाडी, लबाडी!'' उत्साहाने विश्वनाथने अमृतच्या सुरात सूर मिसळला. एकटी पडलेली कंचन रुसून म्हणाली, ''बरं, असू दे जा!'' मग घरी गेल्यावर कंचनला *बालजीवन* मासिकाचे जुने अंक वाचायला देऊन अमृतने तिचा रुसवा दूर केला. अमृत कंचनला 'शंकर-पार्वती' म्हणून चिडवायचा आणि कंचन त्याला 'अमृत टोपी' म्हणायची. देवव्हिलामध्ये एक मुलांचा आणि एक मुलींचा असे दोन पक्ष झाले. एका बाजूला अमृत आणि विश्वनाथ, आणि दुसऱ्या बाजूला जया आणि कंचन. संध्याकाळी आवारात मागच्या बाजूला बांधलेल्या नेटवर बॅडमिंटनचे भिडू ठरलेले असायचे, रात्री जेवणे झाल्यावर अमृत विश्वनाथचा अभ्यास घेत असे. एकदा जबरदस्तीने त्याने कंचनलाही अभ्यास करायला बसविली. गुणाकारांची

गणिते करून घेता घेता त्याने विचारले, "एकोणीस पंचे?"

कंचनने उत्तर दिले नाही. ती खाली मान घालून बसली होती. अमृतला वाटले, की येत नसेल म्हणून ती बोलत नाही. अमृतने परत विचारले, "एकोणीस पंचे?" विश्वनाथला वाटले, आता कंचन उत्तर देईल; पण कंचन कुठल्या दुसऱ्याच जगात होती. समोर बसलेल्या अमृतचे प्रतिबिंब टेबलावरच्या काचेत पडत होते. कंचन टक लावून ती कुरळी बट आणि गर्द तपकिरी डोळे बघत होती. अमृतने आवाज चढवून परत विचारले, "एकोणीस पंचे?"

दचकून कंचनने वर बघितले आणि "माहीत नाही" म्हणत उठून बाहेर पळाली.

देवव्हिलामध्ये आल्यानंतरच्या दुसऱ्या आठवड्यात कंचनच्या शिक्षिका शारदाबहेन विदेशी कापडाच्या दुकानाच्या बाहेर पिकेटिंग करताना पकडल्या गेल्या. चारच दिवसांमध्ये त्यांना सोडून तर दिले; पण पोलीस व्हॅनमधून त्या उतरत होत्या, तेव्हा पाठीमागून जमादाराने लाथ मारली आणि त्या जोरात खाली आपटल्या. त्यांच्या उजव्या पायाला फ्रॅक्चर झाले आणि कपाळाला टाके घालावे लागले. बहेन रजेवर म्हणजे मुलांनाही सुटी. कंचनला प्रश्न पडायचा, की पोलीस तर वाईट माणसांना पकडतात, आणि शारदाबहेन तर चांगल्या आहेत, शाळेत शिकवतात, तरीही पोलीस त्यांना का पकडून घेऊन गेले? तिला वाटायचे अमृतला विचारावे; पण अमृतला आपण अगदी बावळट वाटलो तर? म्हणून ती विचारायची नाही.

शाळेला जायचे बंद झाले तशी कंचनला दुपारभर कंटाळा यायचा. काहीच सुचले नाही, की ती जाऊन गंगाबांजवळ बसायची. पावसाळ्याचे दिवस. गंगाबा चातुर्मासात एक वेळ जेवायच्या आणि व्रते, कथा, पुराणे, उपास ह्यात गुंतलेल्या असायच्या. दुपारी त्या जयाच्या खोलीत खाली सतरंजी अंथरून आडव्या व्हायच्या. कंचनच्या लक्षात आले होते, की त्यांना खाली बसायला खूप त्रास व्हायचा, आणि उठताना तर हात पण खाली टेकवून मग उठावे लागायचे. ती एकदा म्हणाली सुद्धा, "मोटी बा, तुम्ही पलंगावर झोपलात तर?"

"तुला ठाऊक नाही, विधवा बाईनं पलंगावर नसतं झोपायचं." म्हणत गंगाबा डोक्यावरचा पदर काढून मुंडण केलेल्या डोक्यावरून हात फिरवायच्या. ढगाळल्याने अंधारून आलेल्या त्या उजेडात चकचकणारे त्यांचे डोके कंचन बघत राहायची. सोललेल्या नारळासारखे ते दिसायचे. गंगाबा अमृतला कळू न देता गुपचूप न्हाव्याला घरी बोलवायच्या. मोटी बांच्या ह्या कर्मकांडे, सोवळे ओवळे, विटाळ होणे ह्या सगळ्यांनी अमृत माजलेल्या सांडासारखा भडकायचा. अमृत तीन वर्षांचा, आणि जया सहा महिन्यांची असल्यापासून गंगाबांनीच दोघांना वाढवले होते. त्यांच्यासाठी त्यांनी खूप खस्ता खाल्ल्या होत्या; पण अमृतच्या मनात अढी

बसलेली होती. कोणीतरी त्याच्या मनात भरवून दिले होते, की त्याची आई अनसूया गंगाबांनी छळल्यामुळे मृत्यू पावली. खरे तर अनसूया अधिक महिन्यात समुद्रावर अंघोळ करायला गेली असताना बुडून मृत्यू पावली होती.

पहिल्या प्रथम समुद्र बघितला तो क्षण कंचन कधीही विसरणे शक्य नव्हते. ऋषिपंचमीचा दिवस होता. गंगाबा हवाबंदरच्या समुद्रावर अंघोळीला जाणार होत्या. विश्वनाथची खूप इच्छा होती जायची. इच्छा तर कंचनचीही होती; पण हे व्रत तर फक्त शेतकरी आणि मोठ्या बायकांनीच करायचे असते म्हणे. मग? जया म्हणाली, "व्रत नाही करता आलं तर काही नाही. समुद्रावर तर जाता येईल की नाही?" जया आणि विश्वनाथ यांनी अमृतकडूनही यायचे कबूल करून घेतले. त्या दिवशी जयाने कंचनला तिचा फ्रॉक घालायला लावला. अंगाशी जरा तो दाटत होता. प्रथम तर कंचनला वाटले, की श्वास तरी घेता येईल की नाही? कंचनचे हात सारखे ओढणी सारखी करायला वर जायचे आणि ती ओशाळायची. फ्रॉक घातलेल्या कंचनला बघून गंगाबा म्हणाल्या, "अगदी ती जयाची मड्डम येते, तशी दिसतेय!" त्यांच्या प्रेमळ नजरेचा स्पर्श कंचनला सुखावून गेला.

हवाबंदरवरचा समुद्र. कंचनला वाटले, तिने निळा फ्रॉक नाही, जणू समुद्रच अंगावर घातलाय! उसळणारा, वर-खाली होणारा, लाटांनी उचंबळणारा, नजर पोहोचत होती तिथपर्यंत सगळं पाणीच पाणी. निळे निळे पाणी. लाटा उसळायच्या, आकाश न् धरती वेगळे व्हायचे, पुन्हा एक व्हायचे. सगळीकडे फेस पसरायचा. किनाऱ्याशी उभी उभी कंचन पायांवर येणाऱ्या लाटांच्या पाण्याची मजा अनुभवत होती. गंगाबा जरा दूर अर्धी साडी नेसून घेऊन अंघोळ करीत होत्या. अमृत समुद्राकाठच्या एका वाळूच्या ढिगावर बसला होता. जया आणि विश्वनाथ शंख-शिंपले वेचत भटकत होते. कंचन समुद्राच्या काठी उभी होती; पण तिच्या नजरेसमोर बारमेरपासून छोरपर्यंतचा वाळवंटाचा अफाट विस्तार तरळत होता. तिला वाटत होते, वाळवंट असो की समुद्र, दोन्ही अपार, अफाट आणि मी, एक वाळूचा कण, एक पाण्याचा थेंब; पण समुद्र भिजवतो, जवळ बोलावतो. जणू खांद्यावर हात ठेवतो. एक मृदू स्पर्श घेऊन येतो आणि तो स्पर्श अंगांगातून पसरतो.

कंचनला एकीकडे छान वाटत होते आणि एकीकडे अकारण उदासही वाटत होते. आपल्याला असे काय होते आहे, ते समजून घेण्याचा ती प्रयत्न करीत होती. तेवढ्यात पाठीमागून जया आणि विश्वनाथ धावत आले आणि धक्काबुक्की करीत आपापले शंख-शिंपले दाखवू लागले. जयाने फ्रॉकच्या आणि विश्वनाथने शर्टच्या समोरच्या भागात उचलून खजिना आणला होता. कंचनने तो बघायला हात लांब केला, तेवढ्यात संधी मिळायची जणू वाट बघत असलेल्या लाटेनं तिघांनाही भिजवून टाकलं.

त्या खळखळत्या पाण्यात समुद्राला त्याची संपत्ती परत देऊन टाकत जया आणि विश्वनाथ तसेच खळखळून हसू लागले. भिजल्यामुळे भानावर येऊन कंचन किनाऱ्याकडे चालायला लागली. तिला थांबवायला जया आणि विश्वनाथ यांनी अमृतला मदतीला बोलावले. भिजलेला फ्रॉक पिळून झटकत कंचन पळू लागली, तेवढ्यात अमृत समोरून येऊन वाटेत उभा राहिला. कंचन क्षणभर थांबली. अमृतची नजर तिच्या नजरेला भिडली न भिडली, तेवढ्यात ती बाजूला झाली आणि परत फिरली.

त्या दिवशी प्रथमच मनात उमलत असणाऱ्या फुलांच्या सुगंधाने अस्वस्थ होण्याचा अनुभव तिला आला. त्या दिवसानंतर अमृत आणि कंचन समोरासमोर येण्याचे टाळत असत. जया किंवा विश्वनाथ सोंगट्या किंवा गंजिफामध्ये भिडू व्हायला बोलवायला जायचे, तेव्हा दोघेही काहीतरी सबबी सांगायचे; पण विश्वनाथचा अभ्यास घेताना अमृतला ठाऊक असायचे, की त्याचा आवाज ऐकत कंचन आसपासच कुठेतरी आहे आणि जयाला खजुरी वेणी (वेणीचे पेड घ्यायची एक पद्धत) घालून देताना कंचन समजून असायची, की अमृत आत्ता येईल, उगीचच डोकावून परत फिरेल!

बापूजी गावाकडून परत यायचे होते, त्याच्या आदल्या दिवशी गंगाबा आणि अमृत ह्यांचे लहानसे युद्ध झाले. त्या दिवशी अमृतच्या सासुरवाडीहून पोस्टाने अशुभ बातमी आली. अनसूया जिवंत असतानाच गंगाबांनी अमृतचे लग्न आपल्या नणंदेच्या मुलीशी ठरवून ठेवले होते. गेली तीन वर्षे अमृत हे ठरवलेले लग्न मोडून टाकायचा हट्ट धरून बसला होता. देवशंकर अमृतला अठरा वर्षे पूर्ण होण्याची वाट पाहात होते; पण योगायोग! ती मुलगी तापाने आजारी पडून मरण पावली. गंगाबांनी जवळजवळ विनवण्या करीत अमृतला सांगितले, "बाळा, माझं एवढं ऐक. तू अंघोळ करून टाक. काही म्हटलं तरी आपलं माणूस म्हणायचं. रुपया आणि नारळ घेतला होता, तो काही पोरखेळ नव्हे. त्या बिचारीच्या नशिबात तेवढी साखरपुड्याची ओढणीच होती, तेवढं तिचं देणं घेऊन ती निघून गेली. तू तिच्या नावाने अंघोळ कर. सुतक तर लागतंच आपल्यालाही."

अमृतने चक्क 'नाही' म्हटले. शेवटी गंगाबांनी उपासाचे शस्त्र काढले. "जोपर्यंत तू अंघोळ करणार नाहीस, तोपर्यंत मी अन्नपाणी घेणार नाही." एवढं बोलून त्या देवासमोर जाऊन बसल्या. जया आणि विश्वनाथ तर साऱ्या प्रसंगाने घाबरेघुबरे होऊन एका कोपऱ्यात जाऊन बसले होते. देवशंकर तर पेढीवरून रात्री परत यायचे. शेवटी कंचन अमृतला समजावयाला गेली.

अमृत त्याच्या खोलीत खुर्चीवर बसला होता आणि समोर टेबलावर कसलेसे

पुस्तक उघडे पडले होते. दृष्टी दूर खिडकीबाहेर होती आणि हातांचे पंजे खुर्चीच्या हातांवर घट्ट आवळलेले होते. हलक्या पावलांनी टेबलाजवळ जाऊन कंचनने उघडे पुस्तक बंद केले आणि म्हणाली, ''चल, पाणी काढलंय.''

उत्तरादाखल एक शब्दही न बोलता अमृतने तिच्याकडे एकदा रागाने बघितले.

''तू विटाळ आणि सुतक हे सगळं मानत नाहीस, तर केसांचे मुंडण नको करून घेऊ; पण अंघोळ करायला काय हरकत आहे?''

''चेष्टा नकोय.''

समजावणीच्या सुरात कंचन म्हणाली, ''तू उगीचच रागावतोयस. तुला तर लग्न मोडायचंच होतं, तर आता बघ ना, तुझा मार्ग मोकळा झालाय. त्या बिचारीनं तर तुला मोकळा केला. शिवाय, जातीतल्या लोकांमध्ये तुझी बदनामी झाली असती, त्यातूनही तिनं तुला वाचवलं. चल, अंघोळ करून घे.''

''पण मी तिच्या नावानं–''

''बरं, तिच्या नाही तर माझ्या नावानं...'' कंचनचे वाक्य पुरे होण्याच्या आत झटक्यासरशी अमृत उठून उभा राहिला आणि कंचनचे दोन्ही खांदे पकडून तिला गदागदा हलवीत म्हणाला, ''काय म्हणालीस? परत बोल!''

खांद्यांवरून त्याचे हात झटकून टाकत कंचन म्हणाली, ''मी मरून गेले तर तुला काय त्याचं?''

पेटत्या निखाऱ्यांवर पाय पडला असेल तसा एकदम उसळून अमृत पुढे आला आणि कंचनची वेणी स्वतःच्या गळ्याशी गुंडाळात म्हणाला, ''तर मीही मरून जाईन!''

कंचनचा श्वास कोंडला. नदीच्या पाण्यात सुळ्कन इकडून तिकडे जात असणाऱ्या छोट्या सोनेरी माशांनी लुभवावे आणि उगीचच पाण्यात हात घालून खळबळताना अचानक हातात त्यातला एखादा मासा यावा तशी कंचन हबकली. ती ना त्या माशाला सोडून देऊ शकली, ना त्याला पकडून ठेवू शकली. पाठीमागच्या तबेल्यातल्या घोड्याच्या खिंकाळण्याच्या आवाजाने त्या जागच्या जागी थिजून गेलेल्या क्षणाचा भंग केला. जरा वेळाने स्वयंपाकघरातून गंगाबांनी बघितले तर कंचनच्या मागे मागे अमृत मुकाट्याने अंघोळीला जात होता.

◆

तेरा

बा आली. व्हरांड्यात उभ्या असलेल्या कंचन आणि विश्वनाथ यांनी व्हिक्टोरियामधून मां ना उतरताना बघितले आणि धूम ठोकली. नेहेमी तर व्हिक्टोरिया गाडी चाळीच्या मुख्य गेटाशी उभी राहायची, पण यावेळी बापूजी ती थेट जिन्याजवळ घेऊन आले. कंचन आणि विश्वनाथ दुरून दिसले तशा मा दोन पावले पुढे आल्या आणि दोन्ही मुलांना जवळ घेताना त्यांना रडू फुटले. भा मृत्यू पावले त्या दोन दिवसांमध्ये मा चेहरा झाकला जाईल असा घुंगट घेऊन खोलीत बसून राहायच्या. त्या खोलीच्या शोकमग्न अंधारात मां च्या हळूहळू रडण्याचा किंवा मौनाचाही आवाज ऐकू यायचा.

आज अशा सरत्या संध्याकाळच्या चमकत्या उजेडात मां ना बघून कंचनच्या नजरेसमोर त्यांच्या गावाची उजाड वेस तरळली. ती चिंताग्रस्त होऊन मां कडे बघत राहिली. विशू मां च्या मिठीतून सोडवून घेत व्हिक्टोरियाकडे धावला. त्याला वाटत होते की अजून सामान उतरवायला वेळ लागेल तोपर्यंत गाडीवाल्याच्या सीटवर बसून घ्यावे! पण सामान उतरवणाऱ्या बापूजींनी विश्वनाथच्या हातात मातीची सुरई दिली. सुरई दोन्ही हातांनी पकडून तो ती गदेसारखी हवेत फिरवायला गेला, तर सुरईची मान त्याच्या हातात राहिली आणि खालचा भाग तुटून दूर फेकला गेला. कंचनला बाजूला करीत मा म्हणाल्या, ''घ्या! शकुन केलान!''

व्हिक्टोरियाच्या जवळ जाऊन कंचनने बघितले, तर बापूजींनी अर्धे सामान उतरवून घेतले होते. तरीही बा एका कोपऱ्यात पूर्ण घुंगट घेऊन मुटकुळं करून बसून होती. ती एखाद्या गाठोड्यासारखी दिसत होती. कंचनने 'बा' म्हणायला तोंड उघडले तेवढ्यात बापूजींनी तिला दूर सरकवून बा ला दोन्ही हातांनी उचलले आणि ते घराकडे चालू लागले. खाली पडलेलं एक बोचकं डोक्यावर घेऊन कंचनही चालायला लागली. बापूजींच्या मागे मागे जिना चढणारी कंचन बा कडे बघत होती. बापूजींच्या हातात असलेल्या बा चा संकोचाने कुठे लपावे असा झालेला ओशाळलेला चेहरा! कंचनला असे वाटले, जणू प्रत्येक पायरीवर तिच्या डोक्यावर आणखी एक-एक बोचके ठेवले जात होते.

रेवाला संधिवात झाला होता. बाहेर निघालेल्या बरगड्या, पुढे वाकलेली कंबर,

वाकडी झालेली हातापायांची बोटे– रेवा पार अपंग आणि बेडौल झाली होती. तिचे सर्व सांधे जखडून गेले होते. ती आपले-आपले काहीच करून शकत नव्हती. शिंक आली किंवा खोकला आला तर तिची हाडे दुखायची आणि वेदनांचे जाळे तिच्या चेहेऱ्यावर आणि डोळ्यांमध्ये पसरायचे. ती आली. एखादे निरुपयोगी जास्तीचे सामान असावे, तशी तिला खोलीतल्या मोरीजवळ एका गादीवर झोपवण्यात आले. एखाद्या कधी वापरात न येणाऱ्या वस्तूसारखा तिच्यावर उपेक्षेचा आणि वेदनांचा थर चढत होता. तिच्या हनुवटीवरचे आणि हातांवरचे गोंदण पुसट व्हायला लागले होते. हातपाय वापरता येणे बंद झाल्यावर तिने जणू जीभही आवरून घेऊन कुठेतरी ठेवून दिली होती. अगदी जरूर तेवढंच जेमतेम बोलायची. काहीही मागायची नाही. नाइलाज झाला म्हणजे कपडे खराब होतील ह्या भीतीने मां ना सांगायची. तेही वरचेवर सांगावे लागू नये म्हणून कितीतरी तास पाणीच प्यायची नाही. अर्धपोटी राहायची. ह्या नाही तर त्या वैद्याचे काढे, औषधे, पुड्या, चाटण, शेक, मालिश, पथ्य ह्यांच्या चक्रात ती मुकाट चढत-उतरत राहायची.

बा ला मिठी मारायला आसुसलेला विश्वनाथ बावरून दूर दूर राहायचा. तो फारसा घरात राहायचाच नाही. कधी बा ने बोलावले तर काहीतरी सबब सांगून टाळायचा. कंचनला मात्र बा शी जणू आणखी जवळीक झाल्यासारखे वाटत होते.

कित्येक वर्षं, ओळखीच्या असलेल्या रस्त्यावर तुम्ही एखादा दाट सावली असलेला मोठा जुना वृक्ष बघत आलेले असता. जेव्हा केव्हा कधी त्या रस्त्याने जायचे असेल तेव्हा तुम्हाला पूर्ण खात्री असते, की कितीही मोठे वादळ होऊन पाऊस पडला किंवा प्रखर ऊन पडले, तरी तो वृक्ष तर आहे ना! आपले नेहमीचे विश्रांतिस्थान तर आहे ना! पण एक दिवस तुम्ही डोक्यावर भारा घेऊन रणरणत्या दुपारी तिथं पोहोचता आणि नजरेला दिसते ते सगळी पानं, फांद्या कापून टाकलेल्या झाडाचं खोड! सगळा विश्वास, श्रद्धा पार तुटून पडते, काळजात एक खड्डा पडतो आणि बसलेल्या धक्क्याने डोक्यावरचे ओझे आणि पायाखालची जमीन, सगळेच सरकते. आपले असे काहीतरी हरवल्याचे दुःखं वृक्षाच्या निष्पर्ण शुष्कतेत हरवून जाते. मागे राहते मात्र वृक्षाला आणि वाटसरूला जोडणारी वेदना.

कंचनचे काहीसे असेच झाले. बा ला सांगायला साठवून ठेवलेल्या सगळ्या गोष्टी मनातल्या मनात कुलपात गेल्या. कंचन बा ला सांगणार होती, की तिलाही बा सारखी मोकळी लापसी (शिऱ्यासारखा गव्हाच्या जाड रव्याचा पदार्थ, हा वरून तूप व पिठीसाखर घालून खातात.) करता येऊ लागली. चाळीतल्या शेजाऱ्यापाजाऱ्यांकडे शेवया करायच्या स्टँडवर शेवया करायच्या असल्या किंवा तांदळाचे, उडदाच्या डाळीचे पापड करायचे असले, तर सगळे म्हणायचे, 'कंचनचं काम म्हणजे उत्तमच!' देवव्हिलामध्ये कामसू कंचनचे उदाहरण देऊन गंगाबा जयाला तिडकावायच्या.

तिला हेही सांगायचे होते, की शाळेतल्या तिच्या मैत्रिणीसारखे– ललितासारखे– तिलाही शाळा सोडून देऊन स्वदेशी चळवळीच्या वानरसेनेत जायचे होते; पण उत्साहाने सळसळणाऱ्या कंचनला सांगायच्या असलेल्या ह्या सगळ्या गोष्टी मनातल्या मनातच थिजून गेल्या.

बा च्या आजारपणात कंचन मां चे एक नवे रूप बघत होती. गावी असताना मामा जेव्हा राखीची भेट, संक्रांतीची खिचडी ह्यांची आठवण ठेवण्यात जाणून बुजून कुचराई करायचे, मामी वर्षातून दोन दिवसही माहेरपणाला बोलवत नसे, तेव्हा त्या सणावारांच्या दिवसांमध्ये बा ला वाईट वाटायचे. बा रडायची तेव्हा मा तिची समजूत काढायच्या, ''जाऊ दे. तू वाईट नको वाटून घेऊ. तुझ्या माहेरी तुझे बा, बापू नाहीत; पण मी आहे ना इथं बसलेली, अं?'' पण त्याच मा आता बदलल्या होत्या. मा बा ला मालिश करून द्यायच्या, अंघोळ घालायच्या, केस धुऊन द्यायच्या, भरवायच्या... सगळे काही करायच्या. त्या म्हणायच्या, ''अरेरे! बिचारीच्या नशिबी काय भोग आलेत! अजून तर किती लहान आहे! संसारही पुरता झालेला नाही. एखादे कार्य तरी पार पडले असते, तर डोक्यावर मोड ठेवून (मोड हा एक खास प्रकारचा सुशोभित पट्टा असतो, जो शुभ प्रसंग असेल तेव्हा त्यातले विधी करणारी प्रमुख स्त्री– आई किंवा तिच्या जागी कोणीतरी– डोक्याला बांधते व हातांना कुंकू लावते.) हात कुंकवाचे केले असते! कोण जाणे केव्हा बरी होईल! हा रोग येताना येतो घोड्याच्या वेगाने आणि जातो मुंगीच्या पावलाने. कसं होणार माझ्या जेठाचं!'' बा ची कीव करणारा मां चा आवाज आणि त्यांचे शब्द एकमेकांशी सुसंगत नसत. दिवसातून शंभरदा बा ला 'बिच्चारी' म्हणणाऱ्या मां च्या डोळ्यांत करुणेऐवजी त्रासलेला वैताग दिसायचा.

बा च्या लांब वेणीत खूपच उवा झाल्या होत्या. कंचनला वाटायचे, की जयाच्या मॅडमसारखे बा चे केस लांडे असले, तर तिला इतका त्रास सहन करावा लागणार नाही. तिने एकदा मां ना तसे म्हटलेही. मां नी तिच्या पाठीत धपाटा घालत म्हटले, ''मर रांडे! अगं फुटक्या नशिबाची, तुला काही अक्कल आहे की नाही? हज्जारदा सांगितलं की हे विलायती शिक्षण बंद करून टाका, ही मुलं वाया जातील! अगं मेले, तुला एवढं पण समजत नाही, की तुझा बाप जिवंत असताना तुझ्या बा च्या केसांना कात्री लावायची नसते? घ्या! उवा झाल्यायत म्हणजे काही वाघ-बिबटे तर नाही ना झाले, की तुझ्या बा ला खाऊन टाकतील? आणि खाऊन टाकलं तरी–'' अर्धवट सोडलेल्या वाक्याचा अर्थ लक्षात आला, तशी कंचन थरथर कापली. बा मृत्यू पावली तर?

गेले दीड वर्ष तर बा आहे आणि एक दिवस ती बरी होईल ही आशा बाळगून कंचन सगळे करीत होती; पण कोणाची वाट बघायचीच नसेल तर कशाच्या

बळावर टिकून राहायचे? कंचन बा ला कधी कधी सांगायची, तर बा म्हणायची, ''जाऊ दे गं! म्हाताऱ्या आहेत. एक तर हे परकं गाव. त्यात आणि इतक्या वर्षांचं जुनं आपलं स्वत:चं घर सोडून इथं ह्या शहरात त्यांना कसं आवडणार? शिवाय, वर सुनेचं दुखणं काढायला, तिची शुश्रूषा करायला कोणाला आवडेल? भा गेले म्हणून एक तर मां ना इथं यावं लागलं. काय करणार बिचाऱ्या? वैतागतात, मग कंटाळून बोलतात असं.''

हे सगळं कळलं, तेव्हा एकदा गंगाबा बा ला भेटायला आल्या. जया बरोबर आली होती; पण अमृत वर घरात आला नाही. तो खाली बग्गीतच बसून राहिला. दुसरी कुठली वेळ असती, तर ती धावत खाली गेली असती, किंवा जयाला सांगितले असते. पण ह्यावेळी ती काही बोलू शकली नाही. ती स्वयंपाकघरात चहा करीत होती आणि गंगाबा मां ना सांगत होत्या, ''फार शहाणी मुलगी. वय लहान पण समज खूप आहे. काम करण्याची पद्धतच अशी, की कुठलंही काम तिच्या हातात शोभून दिसतं. नाहीतर ही आमची जया, दांडगट मुलखाची! देवानं मुलगा बनवता बनवता मुलगी करून टाकली. एकही काम करायला आवडत नाही. नाही लाटायला येत की नाही बटणं लावायला येत. सारा दिवस नुसता धांगडधिंगा, बस! कोण जाणे काय करेल ही सासरी जाऊन!''

हे सगळे ऐकण्यात कंचनचे मन लागत नव्हते. चहा देऊन ती मग जयाला बाहेर व्हरांड्यात घेऊन गेली. लांबून बग्गीत बसलेल्या अमृतचे पाय दिसत होते. त्याने काळी पँट घातली होती. गुडघ्यावर ठेवलेल्या हातात पांढरा रुमाल होता. कंचनला वाटले, हा तोच रुमाल असेल का, ज्याच्या कडांना तिने टीप घालून दिली होती?

जया कंचनला सांगत होती, ''मोहरमच्या वेळी मुसलमानांचे ताजिये निघतात ना, तेव्हा आपण ताजिया थंड करण्याचा नवस बोललो ना, तर आपली कितीही मोठी अडचण असेल, तरी ती दूर होते. मोटा भाई (वडील भाऊ) ना दोन वर्षांपूर्वी मुदतीचा ताप (टॉयफॉइड) झाला होता ना, तेव्हा मोटी बा ताजियांना नवस बोलल्या होत्या.''

कंचनला ठाऊक नव्हते, की ताजिया थंड करायचे म्हणजे काय करायचे? तिने विचारले, ''पण म्हणजे काय करायचे? आणि ताजिये तर मुसलमान असतील त्यांनाच पावतील ना?''

''घ्या! असं थोडंच असेल? मोटा भाई तर म्हणतो की सगळ्यांचा भगवान एकच असतो. त्याची नावे जरी वेगळी वेगळी असली तरी. आणि ताजिया थंड करायचे म्हणजे ताजिया जात असतील त्या रस्त्यावर दोन घागरी पाणी शिंपडायचं

आणि दुलदुल घोड्याच्या खालून निघून जे स्वत:ला चाबूक मारून घेत असतील त्यांना सरबत पाजायचं. त्यात काय? (दुलदुल हे हुसेन शहीद होण्यापूर्वी ज्या घोड्यावर बसला होता त्या घोड्याचे नाव. लोक त्याच्या नावाने नवस बोलतात.)

कंचनने मनातल्या मनात नवस तर बोलून टाकला, पण तेवढ्यात तिला भीती वाटली, की मां ना समजले तर? त्या तर दुसऱ्या जातीच्या लोकांच्या घरी पाणी सुद्धा पिऊ देत नाहीत.

दिवसेंदिवस घरातले वातावरण बदलत होते. बापूजी क्वचितच कधी कंचन आणि विश्वनाथ यांच्याशी काही बोलायचे. पेढीवरून सुटले की दोन तास आणखी कुठे हिशोब लिहिण्याचे काम करायला जायचे. बा आणि बापूजींमध्ये तर जणू सामान आणि मजुराचा संबंध राहिला होता. मा सांगायची तेव्हा ते एखाद्या गाठोड्यासारखे बा ला उचलून मोरीत बसवायचे किंवा गादीवर झोपवायचे. कोणी सांगितले, अमुक वैद्याकडे जा तर तिकडे आणि कोणी म्हटले तमुक डॉक्टरकडे तर तिकडे.

बोल्टन मार्केटजवळचे एक विलायती डॉक्टर खूप प्रसिद्ध होते. त्यांनी तर बापूजींना दुसरे लग्न करण्याचा सल्ला दिला होता. मां ना समजले, तेव्हा त्यांना जरा उत्साह आला; पण बापूजी एवढेच म्हणाले होते, ''हा रोग मला झाला असता तर?'' दिवसेंदिवस त्यांचा चेहेरा अधिकाधिक निर्विकार होऊ लागला होता. कधी कधी विश्वनाथ विचारायचा, ''बापूजी, माझी बा कायमची अशीच राहील?'' ते काहीही उत्तर न देता विश्वनाथच्या डोक्यावरून हात फिरवायचे आणि बसून राहायचे. कंचनला काहीच न बोलताही बापूजींचं दु:ख ऐकू यायचे. आत्तापर्यंत ती बा च्या ऐवजी काम करीत होती. आता तिने ती जबाबदारी कायमची स्वीकारली. तिने मां चे कामही कमी करून आपल्याकडे घेतले. ह्या साऱ्याच्या पायी पुढे तिला शाळा सोडावी लागली.

एक दिवस मा पंचमुखी हनुमानच्या मंदिरात गेल्या होत्या. कोणीतरी सांगितले, की तुम्हाला राहू नडतो आहे. म्हणून स्मशानाजवळ एक ब्राह्मण काही विधी करवतो, तिकडे मा गेल्या होत्या. संध्याकाळचा चारचा सुमार असेल. कंचन आणि विश्वनाथ शाळेतून लवकर घरी आले होते. घरात कितीतरी दिवसांनी जरा मोकळे वाटले, त्यामुळे बा ला काहीतरी खावेसे वाटले. तिने कंचनला भजी करायला सांगितले. बा ला बटाट्याच्या भज्यांचा सुवास खूप आवडायचा. ती खायची तर तीन-चारच भजी, पण त्या वासानेच जणू तिचे पोट भरायचे.

मंदिरातून परत आल्यावर मां ना समजले, तेव्हा त्यांनी घर डोक्यावर घेतले.

"तुझ्या बा च्या जिभेचे चोचले अजून संपत नाहीत. इतकं काय काय होतंय; पण चटकमटक खायची इच्छा अजून जात नाही. माझ्या लेकाचे एवढाले पैसे खर्च होतायत पण ह्या परक्या घरून आलेल्या सुनेला आहे काही त्याचं? ही तुझी पोरगी भाजलीबिजली असती म्हणजे?''

आणि मग होरा बदलत त्यांनी हात उगारला, "ह्या रांडीला फार आपल्या बा चा कळवळा! नसती भजी खाल्ली तर जणू मरून जाणार होती तुझी बा! हे आत्तापासून असं लपूनछपून करतेयस, ते सासरहून देतील घालवून परत डोक्यावर बोचकं देऊन! आणि ह्या तुझ्या बा चं पोट आता बिघडलं, तर कोण धुवेल तिची हगोतरी? तुझा भा?'' बिचारी बा किती समजूत घालत राहिली; पण मां च्या आरड्याओरड्यात ऐकणार कोण? अरुंद बोळकंडीत अडकून पडलेले दोन जीव जणू एकमेकांपासून बचाव करायला गुरगुरत होते.

रडत रडत कंचन विचार करीत होती. आपल्याच घरात, आपल्याच बा ला खायला करून घालणे ही चोरी कशी झाली? ह्या सगळ्या मन:स्तापाचे मूळ आहे बा चा आजार. बा काही करू शकत नाही म्हणून मा ला सगळे करावे लागते. तिने ठरवून टाकले, की आता शाळेत जायचे नाही. पण बापूजींना आवडले नाही तर? भां चं न ऐकता त्यांनी कंचनला शाळेत घातली होती. रागावू देत बापूजी रागावले तर! अजूनपर्यंत कधी मारले नाही. ते मारतीलही कदाचित, मारू देत; पण आजारी बा च्या डोक्याशी रोज कटकट तरी होणार नाही.

जितक्या झट्दिशी हे ठरविले, तितक्या सरळपणे ते अमलात आणणे शक्य नव्हते. रोजच्या शाळेत जायला निघायच्या वेळी मन ललचावले. आजच्या दिवस जाऊन येऊ शाळेत? कंचनला शाळा सोडायची तर होती; पण ती ललितासारखी. आणि कधी वाटायचे, की माझे बापूजीही ललिताच्या बापूजींसारखे गांधीजींबरोबर राहात असते तर! तिला ललिताचा हेवा वाटायचा. ज्या दिवशी तिने शाळा सोडली त्या दिवशी दुपारी ती खोलीच्या मागच्या बाजूच्या झरोक्यात दप्तरातील एक-एक वस्तू बघत कुरवाळत राहिली. प्रार्थना पुस्तकाची पाने उलटता उलटता तिला वाटले, आता मोठे साहेब कोणाला सांगतील भजने म्हणायला?

कंचनने शाळा सोडली हे समजल्यावर बा काही बोलली नाही; पण त्या दिवशी संध्याकाळी ती जेवली नाही. विश्वनाथला तिची सोबत सुटल्याचे दुःख होते. मां नी सुटकेचा श्वास टाकला आणि बापूजींजवळ आनंद व्यक्त केला. बापूजींच्या डोळ्यांमध्ये एक प्रश्नचिन्ह उमटले आणि लगेचच मावळले. त्यांनी सांगितले, "उद्या संध्याकाळी तुम्हाला अन् मला शेठच्या बंगल्यावर जायचंय. शेठनी भेटायला बोलावलंय.''

◆

चौदा

“चला, आधण ठेवा लापसीचं! (शुभ शकुनाची म्हणून लापसी केली जाते.) जेठू! तुझ्या घरी तर घरबसल्या गंगा आली!” देवव्हिलाहून परत आलेल्या उमिया मांचा आनंद तर गगनात मावत नव्हता; पण ज्येष्ठाराम विचारात पडले होते. “पण बा, आपण जरा स्वस्थपणानं विचार केला पाहिजे. शेठच्या म्हणण्याला होकार देण्यापूर्वी...”

“घ्या, ऐका! तू तरी खरा ब्राह्मण म्हणायचा. लक्ष्मी चांदलो करवा आवे त्यारे मोढुं धोवानी वात करे छे! (लक्ष्मी आपण होऊन कुंकू लावायला आली तर तोंड धुवून येतो म्हणून जाऊ नये, ही एक लोकप्रिय गुजराती म्हण आहे.) तुझे बापू तर एक अपुरी इच्छा मनात ठेवून गेले आणि कोण जाणे, माझंही मरण कसं असणारे?”

“पण तेव्हा तर कंचन शिकत होती.”

“हो, पण आता काय अडचण आहे? बघता बघता चौदा वर्षांची तर होऊन गेली. मुलगी अन् उकिरडा, दोन्ही सारखेच. वाढायला वेळ लागत नाही कसा तो!”

खोलीच्या कोपऱ्यात पडून राहिलेल्या रेवाच्या लक्षात आले, की ह्या काहीतरी कंचनच्या लग्नाच्या गोष्टी चाललेल्या दिसत आहेत. क्षणभर तिला वाईट वाटले. ‘माझ्या पोटच्या पोरीच्या लग्नाचं बोलणं चाललंय आणि मला कोणी सांगतही नाही. एखाद्या तिऱ्हाईत माणसासारखं मी ऐकायचं आणि काय चाललंय त्याचा अंदाज करायचा! काम करू शकत नाही म्हणजे काय माझी सगळी नातीगोतीही संपली? लंगड्या झालेल्या ढोरासारखी मला दूरच करायची?’

तेवढ्यात रेवाकडे बघत ज्येष्ठाराम म्हणाले, “लग्न तर दोन वर्षांनंतर...”

“अरे, काय म्हणतोस? त्यांचा विचार तर ह्या हिवाळ्यातच लग्न करायचा आहे. लग्न आणि लग्नानंतरची बोळवणी सगळं एकदमच. त्या गंगाबांचाच आग्रह आहे. त्यांच्याच्यानं काम होत नाही म्हणून तर कंचनशी लग्न ठरवायचा विचार केलाय त्यांनी! नाहीतर कुठे राजा भोज आणि कुठे गंगा तेली!”

रेवाने उसासा टाकला. ‘पोरीचा जन्म– ही अशीच बापाच्या घरून सासरी!

त्यातही पुन्हा गरीब आईबापांची मुलगी तर मोठ्या घरी पायपुसण्यासारखी!'

मग तिला आठवले, "बा, शेठचा मुलगा अमृत तर बिजवर नाही म्हणायचा?"

"ही बघा शहाणी मोठी! अमृतनं काय ती गेली तिच्याबरोबर फेरे तरी फिरले होते का, बिजवर म्हणायला? आणि ही तुझी लेक कुठे लहान आहे, की तिच्यासाठी कोणी प्रथमवर थांबला असेल? उपकार मान देवाचे, की महालात राजाच्या राणीसारखी राहील तुझी लेक!"

– आणि ज्येष्ठारामकडे वळून उमिया मा म्हणाल्या, "हे बघ जेठू, तू खर्चाची बिलकुल काळजी करू नको, मी आहे ना! शेत विकूया आणि झकासपैकी कार्य पार पाडूया. गंगाबा तर म्हणत होत्या, की मला कुंकू न् कन्या दिलीत तरी पुष्कळ झालं, पण आपण सुद्धा त्या घराला शोभेल असं केलं पाहिजे ना! आणि मी तर म्हणते की कंचनच्या लग्नातच विशूची मुंजही उरकून टाकू. एवढा घाट घालायचाच आहे, तर होऊन जाऊ दे एकात एक!"

शेजारच्या निर्मलामावशींकडे भरतकामाचे कसलेसे नवे टाके शिकायला गेलेली कंचन, घरात पाय टाकत होती तेव्हाच उमियामांचं शेवटचं वाक्य तिच्या कानांवर पडले. ती उंबऱ्यातच खिळल्यासारखी उभी राहिली. ती जणू सीमेवर उभी होती. त्या एकाच वाक्याने घराच्या आतले जग जणू तिच्यापासून वेगळे होऊ लागले. एका दिशेचे दरवाजे बंद होत होते; पण दुसरी दिशा कुठली?

तसे तर कंचनला बऱ्याच दिवसांपासून वाटत होते, की काहीतरी घडणार आहे. जेव्हापासून तिने शाळा सोडली होती, तेव्हापासून मा दिवसातून एकदा तरी कंचनचे हात पिवळे करण्याबद्दलचा पाढा वाचायच्याच! शाळा हे कंचनसाठी एक कवच होते. ते निघाल्याबरोबर आता ती 'वध्य' झाली होती. तिने तर बा साठी शाळा सोडली होती. तिला वाटत होते, की मा काहीही म्हटल्या तरी बा जोपर्यंत बरी होत नाही, तोपर्यंत बापूजी तिचे लग्न करून टाकणार नाहीत; पण आज तिने जे ऐकले, त्याने तिच्या छातीत धडकी भरली. तिचे तिलाही काही उमजत नसल्यासारख्या मन:स्थितीत ती स्वयंपाकघरात गेली.

रेवाने शेवटचे विनवणी केल्यासारखे म्हटले, "कंचनला सासरी पाठवलीत, तर मी अगदीच परवश–"

जणू एक थप्पड मारून तिचे बोलणे बंद करावे तशा उमियामा म्हणाल्या, "अरंरं! अगं, तुझ्या स्वार्थाला काही सीमा? तू बरी होऊन तुझ्या हातानं जावयाचं स्वागत करशील म्हणून वाट बघत बसलं, तर तुझी मुलगी म्हातारी होईल, म्हातारी! ब्रह्मचारी म्हातारा ऐकलाय, पण लग्नच न झालेली म्हातारी ऐकलीय कधी? रेवा, अगं तुझ्या मुलीच्या कल्याणाचा तरी विचार कर!"

रेवा वरमली, ओशाळली. स्वयंपाकघरात भाकरीचं पीठ भिजविणाऱ्या कंचनचे

हात परातीत पिठाचा ढीग करीत होते आणि विसकटत होते. तसे तर बरेचदा तिला सांगितले जायचे, की विचार करून निर्णय घ्यायचे काम घरच्या मोठ्यांचे असते. तुला जे सांगितले जाईल, ते तू करायचेस. हा त्यांचा खास अधिकार होता; पण मन तरी असे की ते पुन:पुन्हा त्या प्रतिबंधित विस्तारात जात होते. 'कोण असेल तो?'

तेवढ्यात विश्वनाथ आला आणि म्हणाला, "बहेन, ठाऊक आहे तुला? तुझं लग्न अमृतशी होणार आहे."

"काय?" भाखरी लाटणारे हात थांबले.

"हो! मां नी सांगितलं की मी आता अमृतला अमृतलाल म्हणायचं आणि तुझ्या लग्नातच माझी मुंजही करणार आहेत. बघच तू, गुरुजी मुंजा मुलगा म्हणून मला बोलावतील, तेव्हा मी पुढे पुढेच जात राहीन. कोणाला पकडताच नाही येणार असा." घोड्यावरून वरातीत मुंजा मुलाला आणतात, त्या वरातीतच असावा तशा ऐटीत घोड्यावरून जात असेल तसा अभिनय करीत विश्वनाथ स्वयंपाकघरातून बाहेर धावला.

कंचनला वाटले, 'अमृतनं लग्नाला होकार दिला असेल?' तिला जणू ऐकू आले, 'शंकर पार्वती' आणि तिच्या लाल लाल झालेल्या चेहेऱ्यावर अस्फुट स्मित उमटले.

वसंतपंचमी. कंचनच्या जीवनाचा नवा अध्याय त्या दिवशी सुरू झाला. सासर गावातच होते, लोक ओळखीचे होते. अमृतचा सहवास आवडत होता; पण कंचनच्या मनावर एका भीतीचे दडपण असायचे. कित्येक वर्षांपासून 'सासर' हा शब्द एका विशिष्ट सुरातच ऐकला होता, 'अशी मठ्ठासारखी वागलीस तर कोण लग्न करेल?', 'अशा चुका करीत राहशील तर कोण ठेवून घेईल सासरी? डोक्यावर बोचकं देऊन सासू देईल हाकलून'. लहान मुलांना जशी राक्षसाची किंवा बुवाची भीती दाखवत दाखवत वाढवण्यात येते, तशी सासरची भीती घालून मा कधी घाबरवायच्या, कधी धमकवायच्या. एक तर अनामिक भीती आणि शिवाय वयही धड काही न समजणारे. भावी वैवाहिक जीवनाची स्वप्ने रंगवायचा उत्साह कसा येणार? इथे तर तऱ्हतऱ्हेच्या शंकांचे निवडुंगच फुटत होते. विरोध करण्याचा विचार सुद्धा उमटण्यासारखी जमीन, हवा, खत, पाणी काहीच नव्हते. अगदी जन्मापासून बाळकडू असेच पाजले गेले होते, की जे असेल त्याचा स्वीकार करायचा. स्वीकार करणे हीच स्त्रीची नियती!

रेवा तरी कुठे बाकी राहिली होती ह्या नियतीमधून? रेवाने कंचनचं लग्न करून देण्याचा प्रस्ताव शेवटी स्वीकारलाच; पण तिच्यावर ह्या स्वीकारण्याचा परिणाम

मात्र अगदीच वेगळा झाला. आजारपणामुळे घरच्या लोकांनी तर तिची उपेक्षा करायला सुरुवात केली होतीच; पण जसजसे दिवस जात होते, तसतशी तिनेही स्वत:ची उपेक्षा करायला सुरुवात केली होती. ओसाड पडून राहिलेली जमीन बघून कुठलाही तिऱ्हाईत माणूस त्या जमिनीचा कब्जा घेतो तसा रेवाचा कब्जा रोगाने घेतला होता; पण जसजसे लग्न जवळ येत चालले, तसतशी प्रचंड आवेशपूर्ण मनोबळाच्या जोरावर ती आजारपणाला दूर ढकलत होती.

उमियामा आणि ज्येष्ठाराम तर विधींची तयारी, व्यवहार, देणे-घेणे, खरेदी ह्यात गुंतले होते. घरात असलेल्या वस्तूंपैकी कंचनला बरोबर द्यायच्या वस्तू वेगळ्या काढायला रेवाने सुरुवात केली. कंचनला जवळ बसवून ती स्वत:ची जुनी ट्रंक उघडून घ्यायची. तिच्या आईनं हौसेहौसेनं तिला तिच्या लग्नात दिलेल्या भरतकाम, विणकामाच्या वस्तूंची गाठोडी उघडायला सांगायची. कंचनला वाटायचे, जर माझी बा बरी असती, तर मलाही तिने मण्यांनी आणि मोत्यांनी भरतकाम केलेली तोरणे, त्यांच्या टोकांचे गोंडे, रेशमी दोऱ्यांनी आणि लोकरीनं भरतकाम केलेल्या कातड्याच्या बैठका आणि तोरणे, लहान-मोठ्या उशा, नारळ आणि लोटे, डोक्यावर ठेवायची भरतकाम केलेली चुंबळ आणि पंखे सगळे करून दिले असते; पण रेवाने जे होते त्यातले चांगले चांगले निवडून सगळे कंचनला देऊन टाकले. फक्त एकच क्रोशाने भरलेला तबकावर झाकायचा रुमाल आपल्या आईची आठवण म्हणून रेवाने ठेवून घेतला.

पार पाडायचे असणारे सगळे व्यवहार, वरपक्षातल्या लोकांना द्यायचे आहेर, आमंत्रणे, जेवणावळी, मुहूर्त बघणे सगळे करता करता प्रत्यक्ष लग्नाचे दिवस जवळ आले. एक आठवडा आधी सुंवाळी (फराळाचा एक चिरोट्यासारखा पदार्थ) आणि गोड पुऱ्या केल्या गेल्या. सबंध दुपार लग्नगीतांनी गुंजत असायची. शिवाय सकाळची गाणी, संध्याकाळची गाणी. लग्नमंडप, बोहले, सासूला द्यायचा टोपला, रामण दीवडो (अडचणींपासून रक्षण करणारा दिवा), माणेकथंभ (मांडवात पुरण्याचा शकुनाचा खांब) आणि खेतरपाळ (खेतरपाळ म्हणजे क्षेत्रपाल. हा एक वीर. स्वत:च्या लग्नाला जात असताना वाटेत गाईंना वाचवायला गेला आणि मृत्यू पावला. लग्नाच्या मांडवात ह्याच्या नावानं एक दगड ठेवायचा. फेरे घेताना पायाच्या अंगठ्यानं त्याला स्पर्श केला पाहिजे नाहीतर क्षेत्रपाल वधूशी लग्न करतो अशी समजूत.) ही उकरडी (हाही विधीचा एक भाग. लग्नापूर्वी उकरडी बसवायची आणि लग्न पार पडल्यावर उठवायची.) आणि ही गणेशमाटली (हाही लग्नातला विधी. लग्नविधी सुरू होण्यापूर्वी कुंभाराकडून गणेशमाटली– माठ– आणायचा आणि मग गणेशपूजन करायचे.

कंचन टकामका बघत राहायची. तिचे नाव गुंफून लग्नगीते गायली जायची.

'एक भर रे जोबनियामां उभा कंचनबेन, दादाए हसीने बोलाविया.' (भर यौवनात असलेल्या कंचनला दादांनी हसून बोलावून घेतली.) *'केडे पातळियो ने रंगे शामळियो ते मारी सैयरे वखाणियो...'* (सडपातळ अंगकाठीचा, शाम वर्णाचा माझा वाखाणण्यासारखा साजन....), *'अरे अजाणी पनिहारीए पण वखाण्यो'* (अरे, पाणी भरायला आलेल्या अनोळखी स्त्रीनंही त्याची वाखाणणी केली.) अशी गाणी ऐकताना कंचन लाजायची. पण तिला वाटायचे, 'अर्थात अमृत तर शामवर्णाचा नाही!' तेवढ्यात कोणीतरी बोलून जायचे, "हळद चांगली चोळून लावा बरं का! रंग उजळेल म्हणजे. मग नंतर सासरी गेल्यावर बड्या घराचं स्वयंपाकपाणी सांभाळायचंय!" कंचनच्या जरा जरा लक्षात यायचे, की काही काही बोलण्यांमधून एक वेगळाच गर्भितार्थ जाणवायचा, वेगळाच वास यायचा. पातेल्याच्या तळाशी दूध करपलं म्हणजे येतो तसा!

कंचनला विश्वनाथच्या फुलेकामध्ये (मुंजा मुलाची वरात) जाता आले नाही. लग्नाला थोडेच दिवस राहिले म्हणजे घराबाहेर पाय टाकायचा नसे. विश्वनाथची वरात रणछोड लाईनवरून, ट्रॅमच्या रुळांजवळून जाऊन पार्वतीपतीच्या मंदिराजवळ जाऊन पुऱ्या चार तासांनी परत आली. विश्वनाथने सास्कीनचा (शार्कस्किन, त्यावेळचे महागातले कापड) कोट पँट घातला होता. घोड्यावर बसलेल्या विश्वनाथच्या हातात मोत्यांनी विणलेला नारळ होता आणि डोक्यावरच्या साफ्यामध्ये छोटासा लाईट होता. समोर बँड आणि मागे मागे येणाऱ्या लांब लांब हेल काढत मुंजीची गाणी गाणाऱ्या स्त्रिया *'चईतर वैशाखना वावलिया वाया, ई रे वावलियामां बावळ पडिया'* (चैत्र वैशाखाचे वारे सुटले, त्या वाऱ्याने बाभळीचे झाड पडले.) मग तर पुढे त्या बाभळीतून नांगर बनवले, त्याने शेते नांगरली. शेतात कापूस लावला आणि त्याला बोंडे आली, ती तोडली, कापूस काढला, सूत काढले आणि शेवटी एकदाचे कुठे जानव्याचे जोड तयार झाले.... वरातीच्या दोन्ही बाजूंना डोक्यावर पेट्रोमॅक्सचे दिवे घेऊन चालणाऱ्या मजुरांचे अंधारात झाकले गेलेले चेहरे होते.

लग्न आणि मुंज. एवढा मोठा प्रसंग. रेवाच्या घरचे पहिलेवहिले कार्य. पण ती कराचीला आली तेव्हापासून तिच्या भावांनी तिचे नावच टाकले होते. त्यामुळे मामेरू (माहेरचा आहेर, ज्याचं गुजरातमध्ये खूप महत्त्व असतं.) येण्याची आशा करणे व्यर्थच होते. रेवाला फार वाईट वाटायचे; पण उमियामांनी त्यातूनही रस्ता काढला होता. "सूनबाईंच्या फोई (आत्याबाई) वारल्या हो! त्यामुळे बिचारी माहेरची माणसं येऊ नाही शकणार. आता रेवालाही दुःख तर होणारच; पण माहेरचं दुःख सासरी उगाळून काय करायचं? तरी पण तिचे भाऊ खूप मोठ्या मनाचे हं! त्यांनी माहेरच्या आहेराचे म्हणून रोख पैसेच पाठवले आहेत. अहो, भल्या-बुऱ्या प्रसंगी व्याह्यांना दगा देतील ती काय माणसं का म्हणायची?"

डोक्यावरून पुढे छातीपर्यंत घुंगट ओढून घेऊन तो दोन्ही हातांनी पकडून कंचन लग्नविधीसाठी बोहल्यावर येऊन बसली, तेव्हा ती एखाद्या कापडाच्या चिंध्या भरून केलेल्या बाहुलीसारखी दिसत होती. ब्राह्मणांनी धरून ठेवलेल्या अंतर्पाटापलीकडे अमृत बसला होता. त्याच्या मागे उभी असलेली लुणवंती (करवली. हिच्या हातातल्या तांब्यात मीठ आणि मूग असतात. लूण म्हणजे मीठ.) जया थोड्या थोड्या वेळाने मूग आणि मीठ भरलेला तांब्याचा छोटा लोटा भावाच्या डोक्यावर खडखड वाजवीत होती, कोणाची दृष्ट लागू नये म्हणून.

अंतर्पाट बाजूला झाला आणि कंचनच्या हृदयाचा एक ठोका चुकला. आता लाजेपेक्षा भीती जास्त होती. तिचे डोळे बंद झाले. जराशाने डोळे किलकिले करून तिने बघितले. समोर तोच ओळखीचा चेहेरा होता, तीच ओळखीची कुरळी बट होती; पण ह्या क्षणी अमृत वेगळा आणि अनोळखी वाटत होता. हस्तमिलापाच्या वेळी तिचा कापरा उजवा हात घुंगटाच्या बाहेर निघाला, पुरोहिताने सांगितलेल्या दिशेला लांब झाला आणि अमृतच्या हातात ठेवला गेला.

दोन हातांच्या मध्ये असलेल्या नागरवेलच्या (विड्याच्या) पानामधून एक विजेची लहर आरपार गेली. कंचन जुईच्या फुललेल्या फांदीसारखी मोहरून गेली. ह्यापूर्वी अनेकदा अमृतचा स्पर्श झाला होता. खेळताना कितींदा तरी त्याच्या हातातून कवड्या हिसकावून घेतल्या होत्या, फासे काढून घेतले होते. कितींदा तरी लपंडाव खेळताना दोघे एकमेकांवर आपटली होती, एकमेकांना हात लावला होता; पण ह्या स्पर्शानं जो कंप जाणवला, तो अगदी शेवटी वडिलांच्या घरून निघताना दाराच्या चौकटीवर उमटवलेल्या कुंकवाच्या हातांमध्ये कायमचा रेखला गेला!

उमियामा खूप खुशीत होत्या. कंचनचा 'कन्या'काळ संपण्यापूर्वी तिचे कन्यादान करता आल्याने त्यांनी पुरते पुण्य कमावले होते. अर्थात फक्त त्याच कशाला? त्यांच्यासारखी अनेक वडील माणसे असे 'इडरियो गड जिंकण्याचे' (लाक्षणिक अर्थ– अतिशय मोठा पराक्रम करणे.) काम करीत आलीच आहेत.

कंचन लग्न होऊन सासरी गेली तेव्हा अमृतच्या मॅट्रिकच्या परीक्षेला एक महिना बाकी होता. लग्नापुरते जेमतेम त्याने पुस्तकांमधून डोके बाहेर काढले होते. तो आता पुन्हा परीक्षेच्या अभ्यासात पुरता गुंतला. बहुतेक वेळ तो त्याच्या खोलीत अभ्यास करीत असायचा, जेवायचाही तिथेच. कंचन जया आणि गंगाबांबरोबर असायची. घर, माणसे आणि अमृत सगळी तीच होती; पण आता नाती बदलली होती. आता अर्ध्या ओढणीचा पदर न घेता पूर्ण साडी नेसावी लागे. देवशंकर शेठ आता सासरे होते. त्यांच्यासमोर यायचे नसे. जयाला एकारार्थी हाक मारायची नसे. अमृतचे नाव घेऊन हाक मारायची नसे. लवकर उठून गंगाबांबरोबर अंघोळ वगैरे आटोपून

स्वयंपाकघरात कामाला लागावे लागायचे. गंगाबा पूजा करता करता किंवा माळ घेऊन जप करता करता तिला जरूर त्या सूचना देत असत.

त्या दिवशी अमृतची परीक्षा संपली. रात्री गंगाबांनी कंचनच्या हातात दुधाचा ग्लास देऊन तिला अमृतच्या खोलीत पाठविली आणि सांगितले, "तुला तुझ्या बा नं सांगितलेलं लक्षात आहे ना? अमृत सांगेल तसं करायचं, कशालाही 'नाही' म्हणायचं नाही." कंचनला वाटले, असे काय मोठे असणार आहे, ज्याची अशी अगदी आठवण करून द्यायला हवी होती? तिने डोके हलवून 'हो' म्हटले.

सकाळी रोजच्या वेळेला कंचनला जाग आली. शेजारी झोपलेल्या अमृतला बघून तिला रागही आला अन् रडूही आलं. कशीबशी साडी गुंडाळत ती गंगाबांकडे गेली आणि त्यांना मिठी मारून रडायला लागली. तिच्या हुंदक्यांमधून गंगाबांना तुटक तुटक शब्द ऐकू आले, "त्यानं.... अमृतनं.... मला.... दुखवलं...."

गंगाबांसाठी त्या परिस्थितीला तोंड देणं सोपं नव्हतं. त्या स्वत: बालविधवा, म्हणजे एक कोरा कागद! तसे तर इतरांच्या तोंडून थोडेफार काही ऐकलेले; पण एका दृष्टीने पाहिले, तर त्या कंचनसारख्याच होत्या. पति-पत्नींच्या शरीरसंबंधांविषयी दुसऱ्यांचे ऐकून थोडे काही समजलेले. वेळोवेळी मनात ज्या ऊर्मी उमटायच्या, त्यांना त्या धर्म-नियम-व्रते-वैकल्यांच्या आधाराने दाबून टाकायच्या, दूर ढकलत राहायच्या. तरीही त्या ऊर्मी उचंबळून येत राहायच्या. त्यांनी कंचनला जवळ घेतले आणि हळूहळू कुरवाळत विचारू लागल्या, "काय झालं?" कंचनला तर तिची तक्रार ऐकणारे कोणीतरी मिळाले. ती सांगू लागली. तिचे सांगणे संपल्यावर तिने बघितले, तर गंगाबांच्या डोळ्यांत एक विचित्र चमक होती, राग नव्हता.

मग तर गंगाबा कंचनला रोज कसेबसे समजावून अमृतकडे पाठवायच्या. कंचनने कां-कूं केले तर कधी म्हणायच्या, "पाप लागेल" तर कधी "देव रागवेल." काही वेळा त्या दटावायच्या, "तुझ्या आईला सांगेन." आणि मग दुसऱ्या दिवशी तिची समजूत घालून घडलेली प्रत्येक बारीकसारीक गोष्ट विचारायच्या. जणू आवडते सरबत लहान लहान घोट घेत पीत बसावे, तशा ऐकायच्या.

एक दिवस हा प्रकार बंद झाला. गंगाबा पूजेसाठी सहाणेवर गंध उगाळत होत्या आणि कंचन लसूण सोलता सोलता त्यांना सगळे सांगत होती. तेव्हा अमृत तिथे पोहोचला. किती वेळ तो तिथे उभा होता कोण जाणे, पण त्याचा चेहेरा संतापाने लालेलाल झाला होता आणि गंगाबांचा चेहेरा कापसाच्या पेळूसारखा पांढराफटक पडला होता. कंचनला वाटले, ज्या माणसाची चूक आहे त्यानेच रागवायचे हे कसे? कदाचित अमृतची चूक नसेल. लग्नानंतर तीन वर्षांनी गंगाबा वारल्या तेव्हा

मग अमृतने त्याच्या रागाचा अर्थ कंचनला समजावला होता.

साखरपुड्याची चुंदडी (विशिष्ट तऱ्हेचे भरतकाम केलेली रेशमी साडी) नेसली त्याच सुमाराला कंचनमध्ये शारीरिक बदलांची सुरुवात होऊ लागली होती. कायापालटाची ही प्रक्रिया लग्नाच्या दुसऱ्या वर्षी पहिले बाळंतपण होऊन गौतमच्या जन्माबरोबर पूर्ण झाली होती. लग्नाचं पहिलं वर्षं तर जणू स्वत:चा आणि परस्परांचा पूर्ण शोध घेण्यातच पुरे झाले होते. शरीराची रोज नवी पडणारी कोडी सोडवण्यात एकाला उत्तर सापडायचे, तर दुसऱ्याचा प्रश्नच हरवून जायचा!

◆

पंधरा

काळ पुढे जात होता. संसाराची घडी हळूहळू बसत होती. लहान मूल जसे आधी रांगायला शिकते, चालायला लागले की कधी अडखळते, कधी त्याला खरचटते तर कधी एकदम दोन-तीन पावले झपाझप पुढे गेले की आनंदते, तसे चालले होते. होता होता एक काळ असाही आला, की संथपणे, स्वस्थ मनाने, आजूबाजूला बघत, आनंदाने संसाराचे गाडे छान चालू झाले.

सुरुवातीला दर दोन दिवसांनी हरिशंकर शास्त्रींच्या चाळीकडे झेपावणारे कंचनचे मन हळूहळू देवव्हिलामध्ये स्थिरावत होते. कंचन त्या घरी आल्यानंतर देवशंकर शुक्ल शहराचे मेयर झाले. कंचनचा मान वाढला आणि त्याबरोबर जबाबदाऱ्याही. ते बडे घर खरोखरच मनानेही मोठे होते. अजिबात ओळख नसलेला माणूसही मदतीच्या आशेने त्या घरी धाव घ्यायचा. त्यातही तो जर परप्रांतात काम करून पैसे मिळवायला आलेला गुजराती असेल, तर सहा महिने तरी ह्यांच्या घरी तो पाहुणा म्हणून असायचाच. देवशंकर म्हणायचे, "माझ्या अंगणातून कोणीही राहायला जागा मिळाली नाही किंवा जेवायला मिळालं नाही म्हणून परत जाता कामा नये. कोण जाणे, हे जे सारं आहे, ते कोणाच्या नशिबानं मिळालेलं असेल!"

गंगाबांची प्रकृती खालावल्यानंतर त्या जवळजवळ कायम अंथरुणाला खिळलेल्याच असायच्या. घरात नोकरचाकर पुष्कळ, पण सर्व गोष्टींवर कंचनला लक्ष ठेवायचे असे आणि स्वयंपाकघर सांभाळायचे तर असेच! जया व्हर्नाक्युलर फायनलच्या अभ्यासात मग्न आणि शिवाय तिचे स्पष्ट मत असेच होते, की भाभी आल्यावर नणंदेला काम करावे लागले, तर ती नणंद कसली म्हणायची. जयाला नणंद बनून राहण्यातच फायदा वाटत होता.

मॅट्रिकनंतर अमृतला पुढे शिकायचे होते. त्याने लंडन चेंबर ऑफ कॉमर्सच्या परीक्षेचा अभ्यासही सुरू केला होता. तीन वर्षांचा कोर्स होता. जहाजातून दर तीन महिन्यांनी परीक्षेचा पेपर यायचा. अमृतने एक वर्ष पूर्णही केले होते; परंतु जेव्हापासून कराचीमध्ये काँग्रेसच्या महासभेचे अधिवेशन झाले, तेव्हापासून वातावरणात एक

खूप मोठा आणि जलद असा फरक पडला होता. आत्तापर्यंत तर त्यांची पेढी जास्त करून कापूस परदेशी पाठवायची आणि त्याच्या बदल्यात कापड, कागद, औषधे, बूट, खेळणी, सिगरेट्स, दारू, साबू वगैरे वस्तूंची आयात करायची; परंतु भगतसिंहला फाशीची शिक्षा झाली, त्याचा अहिंसक आणि हिंसक दोन्ही पक्षांवर जबरदस्त परिणाम झाला होता. स्वदेशीची चळवळ, सविनय कायदेभंग ह्यांबरोबर क्रांतिकारी लोकांकडून सरकारी कामकाजात बाधा आणण्याची आणि दंगेधोपे करण्याची प्रवृत्तीही जंगलात पसरणाऱ्या आगीसारखी चोहीकडून वाढत चालली होती. एकीकडे प्रजेचे मानसशास्त्र बदलत चालले होते आणि दुसरीकडे गोऱ्या साहेबांचेही. पूर्वीसारखे आता ते भारतीय व्यापाऱ्यांवर विश्वास ठेवत नाहीसे झाले होते.

अमृतने बदलत चाललेल्या काळाची दिशा ओळखली आणि हळूहळू धंद्याचे सुकाणू वळवायला सुरुवात केली. व्यक्तिगत ठेवी आणि कर्ज देण्याचा धंदा करण्याऐवजी त्याने स्टेट बँक ऑफ बिकानेरचे शेअर्स विकत घेतले आणि त्याची नेमणूक बोर्ड ऑफ डायरेक्टर्सवर झाली. बँकेचे चेअरमन शिवरतन मोता ह्यांचा मुलगा कहानमल त्याचा अगदी बालपणापासूनचा मित्र. दोघांनी मिळून एक थिएटर घेतलं. त्याचं नाव ठेवलं 'व्हिक्टोरिया'– इंग्रजांकडून त्रास दिला जाऊ नये म्हणून! हळूहळू एकाची तीन थिएटर्स झाली. कंचन आणि लक्ष्मी म्हणजे जणू लक्ष्मीचीच दोन रूपं. लक्ष्मी हे कहनमलच्या पत्नीचं नाव होतं.

कंचनने प्रथमच स्वत:च्याच थिएटरमध्ये 'वीणावेली' हे नाटक बघितले. रोज चित्रपटाचे संध्याकाळी दोन खेळ असायचे. क्वचित कधी मुंबईहून नाटकमंडळी आली, तर नाटकाचा खास कार्यक्रम ठेवला जायचा. त्यांच्या जातीच्या लोकांनी बांधलेली वाडी (कार्यालय) किंवा पार्वतीपतीच्या मंदिरात भरणाऱ्या मेळ्याव्यतिरिक्त इतकी माणसे एकत्र कंचनने प्रथमच बघितली. ती तर अमृत, जया आणि छोट्या गौतमबरोबर फॅमिली बॉक्समध्ये बसली होती. एरवी स्त्रियांना बसण्याची वेगळी व्यवस्था केलेली असे. त्या शेवटच्या दोन-तीन रांगा असायच्या, सुनांना घुंगट घेऊन बसावं लागू नये म्हणून. वीणावेली नाटकातले 'अभिमान कदी नव करिए, पत्थर बनी केम तरीए' हे गाणे पुढे कितीतरी दिवस कंचन आणि जया घरी गात असायच्या. जयाने नाटकातल्या 'वेली'ने घातलेल्या ब्लाऊजसारखे कळसाच्या आकाराचा गळा आणि फुग्याच्या बाह्या असलेले ब्लाऊज पण शिवून घेतले. कंचनचा कपड्यांच्या बाबतीतला साधेपणा बघून अमृत तिला 'काकूबाई' म्हणून चिडवायचा.

एकदा तर तिला अमृत कुठला तरी इंग्रजी चित्रपट बघायला हट्टाने घेऊन गेला होता. काहीतरी प्रेमकहाणी होती. क्लबमधील नृत्यांची दृश्ये किंवा प्रणयदृश्ये यायची तेव्हा कंचन पदर तोंडावर ओढून बसायची. परत येताना रस्ताभर बग्गीत

बसल्या बसल्या अमृतचे भाषण ऐकावे लागले होते. "तुम्ही साले सगळे देशी (गावठी) लोक. तुम्हाला नव्या जमान्याची काही कल्पनाच नाही. हे इंग्रज लोक आले तेव्हा कुठे तुम्हाला पत्ता लागला, की तुमचा देश केवढा महान आहे! नाहीतर अजून तुम्ही दूर कुठल्यातरी खोचाटीत सडत पडला असतात. आभार माना इंग्रजांचे, की त्यांनी तुम्हांला रेल्वे दिली. टपालसेवा नसती, तर बाप मेला तरी मुलाला त्याचं क्रियाकर्म करायला पोहोचता आलं नसतं. अरे, मी तर म्हणतो, तुम्हांला मुळी ही स्वातंत्र्याची कल्पनाच इंग्रजी शिक्षणानं मिळाली. नाहीतर बसला असतात अजून जुनी जीर्ण पोथ्या-पुराणं घोकत. तुम्ही लोक तर बापाच्या विहिरीत मरायलाच जन्माला आलायत जणू!"

अमृतचं म्हणणं कंचनला काही अंशी पटत होतं. अगदी मनातून तिला इंग्रजांबद्दल राग होताच. तिच्या शिक्षिका शारदाबहेनची आणि ललिताची मनावर पडलेली छाप ती विसरली नव्हती. खरे म्हणजे दिवसेंदिवस त्यांची जास्तच आठवण होत होती. ते सगळे विसरून कंचन अमृतच्या, गंगाबांच्या आणि तिच्या घराच्या अनुरूप वागायचा प्रयत्न करायची.

पण ती जेव्हा अमृतच्या इच्छेप्रमाणे वागायची तेव्हा गंगाबांचा राग आणि हेवा सहन करावा लागायचा. अमृत तर सबंध दिवस बाहेर असायचा, त्यामुळे आणि शिवाय तो पुरुष म्हणून त्याची सुटका व्हायची. कंचनला मात्र गंगाबा वेळी-अवेळी 'आदर्श स्त्रीत्वा'चे धडे देत राहायच्या, दटावत राहायच्या. कधी कधी तर कंचनला वाटायचे, की ती एखाद्या पाळीप्रमाणे काम करणाऱ्या मजुरासारखं आयुष्य जगत होती. सकाळी आणि संध्याकाळी पतीच्या मर्जीप्रमाणे आणि सबंध दिवस गंगाबा जसे सांगतील तसे. ह्या सगळ्यांत स्वत:च्या इच्छेप्रमाणे जगायला कुठे वावच नव्हता.

हां, एकदा तिला एक संधी मिळाली होती. गौतम जन्मला त्याच्या आधीचा दिवस. चैत्र-फाल्गुनाचे दिवस होते. बंबा ग्राउंडमध्ये मोठा मांडव घातला गेला होता. काँग्रेसचे अखिल भारतीय अधिवेशन होते. सासरी असती, तर काँग्रेसच्या कार्यक्रमाबद्दल तिने विचारलेही नसते. घरच्यांना आवडलं नसतं. सासरे रात्रंदिवस इंग्रज अंमलदारांबरोबर वहिवाटीच्या कामात मग्न असायचे. शिवाय, त्यांचा व्यापारी पिंड. कोणाचाही पक्ष घेणार नाहीत किंवा विरोध करणार नाहीत. अमृतचा कल तर स्पष्टच होता. इंग्रजी राहणी, करणी आणि इंग्रजी शिक्षणाचा तो पुरस्कर्ता होता. येथे माहेरी बापूजी सभेला जायला निघालेले बघून कंचनला राहवले नाही. ती विशूला घेऊन गेली.

मोठा विशाल मंडप, समोर व्यासपीठ. श्रोत्यांच्या बैठकीच्या व्यवस्थेत एका बाजूला पुरुष आणि एका बाजूला स्त्रिया. स्त्रिया बऱ्याच मोठ्या प्रमाणात आल्या होत्या. व्यासपीठावर दुसऱ्या रांगेत श्यामवर्णी, जरा स्थूल आणि दाक्षिणात्य पद्धतीने साडी नेसलेल्या एक बाई बसल्या होत्या. कंचनला नंतर त्यांचे नाव

समजले. त्या सरोजिनी नायडू होत्या. श्रोत्यांपैकी बऱ्याच पुरुषांनी खादी टोपी घातली होती.

कंचनला गांधीजी आणि नेहरूजींचे झालेले ते प्रथम दर्शन पुढे कायम लक्षात राहिले होते. नेहरू प्रथमदर्शनीच एखाद्या स्वप्नासारखे देखणे आणि आकर्षक वाटले. गांधीजी अगदी ह्या मातीतला माणूस. त्यांचा कृश, अशक्त देह बघून आश्चर्य वाटायचे, की मूठभर हाडांच्या ह्या देहात अशी कोणती विजेसारखी शक्ती असेल, जी मुडद्यासारख्या झालेल्या माणसांनाही उठून बसतं करीत असेल?

गांधी अगदी साध्या सरळ भाषेत बोलायचे. एखादा शेजारी आपल्याशी बोलत असेल तसे. त्यांच्या बोलण्यात खडबडीत आत्मीयता होती– अनुभवातून जन्मलेली. एखाद्या वडील माणसासारखे ते ऐकणाऱ्याचं मन ओळखून त्याला विश्वासात घेत. ऐकणाऱ्याच्या लक्षातही न येता, मग त्याच्यावर गांधींची जादू पसरायची. तो शरण यायचा.

गांधींकडे बघता बघता कंचन एकाएकी दचकली. व्यासपीठाजवळ बांधलेल्या दोरखंडाच्या रेलिंगजवळ ललिता उभी होती. ललिताने खादीची पांढरी साडी नेसली होती आणि डोक्यावरून पदर घेतला होता. व्यासपीठाच्या दुसऱ्या टोकाशी असलेली कंचन तिला ओरडून हाक मारणार एवढ्यात स्वतःच्या परदेशी साडीकडे तिचं लक्ष गेले आणि मग आवाज उमटलाच नाही. ती सभा सोडून घरी निघून गेली. दुसऱ्या दिवशी पहाटे गौतमचा जन्म झाला.

कंचन जेव्हा जेव्हा एखादी सभा, मिरवणूक बघायची, तेव्हा न चुकता तिची नजर ललिताला शोधत असायची. तिला वाटायचे, की त्या दिवशी ललिताने तिला ओळखली नाही ते बरेच झाले. ललिताबरोबर वानरसेनेत जाण्याची इच्छा असलेली आणि आता परदेशी कपड्यांच्या थाटामाटात सजलेली कंचन तिला कशी लक्षात येणार? आणि नाहीतरी कंचनने तिला तोंड तरी कसे दाखवले असते?

पण एका रात्री ललिता एखाद्या धूमकेतूसारखी अचानक उगवली. त्या रात्री कंचन आणि अमृत 'अछूत' चित्रपट बघायला गेले होते. मोतीलाल आणि गोहरबानू ह्यांनी नायक-नायिकेच्या भूमिका केल्या होत्या. 'आपल्या' एका गुजराती माणसाने, चंदूलाल शहा, ह्यांनी काढलेल्या त्या चित्रपटाची अमृत खूप वाखाणणी करीत होता. कंचनला खूप म्हणावेसे वाटले, की 'आपल्या एका गुजराती माणसाचे' गांधींचे विचारही ह्या चित्रपटात आहेत. पण ती काही बोलली नाही.

कंचन घरी येऊन बघते, तर बैठकीच्या खोलीत ललिता जयाशी बोलत बसली होती. कंचनला क्षणभर धक्काच बसला. ललिताच्या ते लक्षात आले. तिने धावत येऊन कंचनला मिठी मारली आणि मग दूर होत म्हणाली, "तू तरी कमालच आहेस कंचन! तू तुझ्या घरच्यांना सांगितलंही नाहीस, की तुझी एक मामेबहीण आहे, जिचं नाव

ललिता आहे. ती बालविधवा आहे आणि तिने स्वामीनारायण पंथाची दीक्षा घेतलीय. (ह्या पंथाची दीक्षा घेतल्यावर एका विशिष्ट प्रकारचे जाड सुती कपडे घालतात, ज्यांना 'गजियुं' म्हणतात) आणि हो, हेही, की मी लग्नाला आले नव्हते.''

ललिता आज ओळखूही येत नव्हती. तिने गडद काळपट लाल रंगाची साडी नेसली होती, डोक्याचे मुंडण केले होते आणि गळ्यात कंठी (पंथाची माळ) होती. ललितानं ती महिनाभर राहणार असल्याचे जाहीर करून टाकले. खरे म्हणजे ती आत्याकडेच राहणार होती; पण तेथे रेवाआत्याची प्रकृती बरी नाही म्हणून मग आता येथे राहणार होती. कंचनला भीती वाटली की खरे काय आहे ते अमृतला समजले तर? वास्तविक तिच्या माहेरून काही समजेल अशी आता परिस्थिती नव्हती. तिच्या दुसऱ्या मुलाच्या– चंद्रकांतच्या जन्मानंतर माहेरची दिशा बंद झाली होती.

गौतमच्या बाळंतपणाच्या वेळीच कंचनच्या लक्षात आलं होतं, की वडिलांचं घर हे आता 'घर' राहिलं नव्हतं. मा कंचनकडे 'मोठ्या घरची सून' म्हणूनच बघायच्या, बा ची स्थिती दिवसेंदिवस फारच केविलवाणी होत चालली होती. घरातल्या लहान-मोठ्या जबाबदाऱ्या शेजारच्या निर्मलामावशी सांभाळू लागल्या होत्या. मूलबाळ नसलेल्या निर्मलामावशींचा नवरा साखरेच्या कारखान्यात नोकरी करायचा. त्याला कधी कधी सलग दोन-दोन पाळ्याही कराव्या लागायच्या. सबंध दिवस एकट्या आणि रिकामटेकड्या निर्मलामावशी कधी वेळ घालवायला, तर कधी मदत करायला म्हणून कंचनच्या माहेरची कामं करायच्या. कंचनचे बाळंतपणही त्यांनीच पार पाडले.

एक दिवस तिने बघितले, की मावशी फुलके करून वाढत होत्या आणि बापूजी जेवायला बसले होते. तिला राग आला पण पाणी प्यायचे होते, तेवढे पिऊन ती तेथून निघून गेली. बा ने तर हार मानून हातातले सगळे पत्ते खाली टाकूनच दिले होते– ती खेळातून बादच झाली होती. मां च्या हातात एकही हुकमाचा पत्ता राहिला नव्हता. त्या वाटेल तसे पत्ते टाकत होत्या आणि खेळत असल्याचे नाटक करीत होत्या. विश्वनाथला वकिलीचे शिक्षण घेण्यासाठी विलायतेला जाण्यापलीकडे काहीच दिसत नव्हते. हळूहळू घर निर्मलामावशींच्या पंजात सापडत चालले होते. ह्या सगळ्याने कंचनला कधी कधी बापूजींचा खूप राग यायचा, तेव्हा अमृत म्हणायचा, ''पण तू तुझ्या बापूजींच्या दृष्टीने तर विचार कर.'' पण तिच्या मनाचं समाधान होत नसे. एकाने न्याय मिळविण्यासाठी दुसऱ्यावर अन्याय का म्हणून करावा?

ललिता आल्यापासून जया खूप खूश असायची. ती कायम ललिताच्या बरोबर बरोबर राहायची. तासन् तास दोघींच्या हळू आवाजात गप्पा चालायच्या. नवरा, मुले आणि घर ह्यांच्यात गुंतलेली कंचन ललिताशी निवांतपणे बसून गप्पा मारायला क्वचितच मोकळी असायची. त्यात गंगाबा गेल्यानंतर नातेवाइकांशी संबंध, लग्नकार्य,

इतर प्रसंग हे सगळे तिलाच सांभाळावे लागायचे. आज काय, कोणाला तरी मुलगा झालाय, तिकडे भेटायला, बाळंतविडा करायला जायचे आहे, तर उद्या कोण्या आजारी नातेवाइकाला भेटायला जायचे आहे. अमक्यांच्या घरचे गृहस्थ यात्रेला चालले, तर रीतीप्रमाणे रुपया आणि नारळ द्यायला जायचे आहे, तर तमक्या बाईंच्या सासूबाई वारल्या, तेथे शोकसमाचाराला जायचे आहे. ह्या सगळ्यांत कंचनला मुख्यत: त्रास असे अमृतचा! त्याला ह्या सगळ्या 'देशी' चालीरीती आवडत नसत; पण सासऱ्यांसाठी म्हणून कंचनला सगळे करावे लागे. नाहीतरी असेच तर म्हटले जाते, की 'घर तर घरातल्या बाईनंच सांभाळायचे असते.' पण किती, कोण जाणे!

ललिता सकाळी खोली बंद करून घेऊन आत चार तास पूजा करायची. रात्री उशिरापर्यंत जागत असायची, 'जप करीत असते' म्हणायची. कंचनला वाटायचे जयाने तिची मैत्रीण तिच्यापासून हिरावून घेतली आहे. ती कोणाकडे तक्रार करणार? ललिताचा दैनंदिन कार्यक्रम बघून अमृत कधी कधी म्हणायचा, "इतक्या लहान वयात मुलगी विधवा झाली, तर आईबापांनी तिचं दुसरं लग्न करून दिलं पाहिजे. ते सोडून तुझे मामा-मामी राक्षसीच म्हणायचे, की त्यांनी बिचारीला दीक्षा घेऊ दिली." कंचनचा अर्थपूर्ण कटाक्ष बघून तो पुढे म्हणाला, "हे बघ, मी बोलतोय ते शंभर टक्के मनापासून म्हणतोय. तुला ठाऊक नाही, जयाही बालविधवा आहे. माझ्यासारखाच तिचाही लहानपणी साखरपुडा झाला होता; पण मी तिचं शिक्षण चालू ठेवलंय. नंतर एखादा शिकला-सवरलेला मुलगा बघून तिचं लग्न करून देईन. हा असा संन्यास हाही आयुष्यातला एक बहाणाच असतो. धर्माचा बहाण्यासाठी किंवा पडद्यासारखा उपयोग करून आपण भ्रष्टाचारच वाढवत असतो. विनाकारण बांध घालून लोकांना त्यात छिद्रं पाडायला आपण उद्युक्त करीत असतो."

कंचनला ललिताचं वागणं समजत नव्हतं. त्या दिवशी बंबा ग्राउंडमध्ये बघितलेल्या ललिताचा आणि ह्या ललिताचा मेळ बसत नव्हता. एक दिवस हे रहस्य उलगडले. ललिताला आल्याला जवळजवळ पंधरा दिवस झाले होते. एका रात्री कंचनला एकाएकी जाग आली. तिने बाहेर येऊन बघितले, तर पाठीमागच्या तबेल्याकडे जाणारे दार उघडे होते. तिला वाटले, की चुकून दार बंद करायचे राहून गेले असेल., ती ते बंद करायला गेली, तर तिला पाठीमागच्या भिंतीच्या दिशेने कोणीतरी जाताना दिसले. कंचनने आकृती ओळखण्याचा प्रयत्न केला. तेवढ्यात भिंतीच्या बाहेरच्या बाजूने दोन वेळा बॅटरीचा झोत टाकला गेला. त्या दोनदा पडलेल्या प्रकाशाच्या झोतात तिने ललिताला ओळखले. कंचन दरवाजाच्या आड उभी राहिली. जराशाने ललिता परत आली आणि भराभरा जयाच्या खोलीत जाऊन झोपून गेली. ती सबंध रात्र कंचनला झोप लागू शकली नाही.

शाळेत शिकत होत्या तेव्हापासून ललिता ही कंचनची जिवलग मैत्रीण. ललिता तिच्या बापूजींच्या सत्याग्रहाच्या चळवळीच्या हकीगती सांगायची आणि कंचन इतिहासातल्या पुन्हा जिवंत झालेल्या एखाद्या पराक्रमाबद्दल ऐकावे तितक्या तन्मयतेने ऐकायची. शारदाबहेननी आणि कंचनने स्वदेशी चळवळीसाठी शाळा सोडली, तेव्हा कंचनला दोन कारणांसाठी वाईट वाटले होते. एक तर त्या दोघींची संगत सुटली ह्याचे, आणि दुसरे म्हणजे ती स्वत: त्यांच्याबरोबर जाऊ शकली नाही ह्याचे. कंचनला ललिताचा हेवा वाटायचा. ती स्वत: सगळं सोडू शकली नव्हती; पण अशा रीतीनं ललिताला मदत करीत असल्याचा संतोष ती मिळवत होती. तिने घरात कोणालाच ललिताबद्दल खरी माहिती सांगितली नव्हती. अमृतने एक-दोनदा विचारलं होतं; पण फार बारीक चौकशी करायला त्याला सवड नसायची. गांधीजींची 'करेंगे या मरेंगे'ची घोषणा अहिंसक चळवळीसाठी होती; पण 'चले जाव' आव्हानानंतर प्रजा रस्त्यावरच उतरली. ह्या अंदाधुंदीत अमृत रात्रंदिवस धंद्यासंबंधीच्या चर्चांमध्ये धावपळ करीत असायचा आणि मेयर देवशंकरही वाटाघाटींमध्ये व्यग्र असायचे; पण आज रात्रीच्या घटनेने कंचन काळजीत पडली. जर ललिता पकडली गेली तर?

दुसऱ्या दिवशी तिने ललिताला एकटीला बाजूला घेऊन विचारले. ललिता प्रगटपणे स्वदेशी चळवळ आणि समाजसुधारणेची कामं करीत होती; पण गुप्तपणे ती क्रांतिकारकांबरोबर काम करीत होती. ह्याला कारणही एक घटना होती.

ललिताने खूप विचार करून कंचनच्या घरी राहायचे ठरवले होते. इंग्रजांशी एकनिष्ठ असलेल्या कुटुंबात आसरा घेतला तर पोलिसांना शंका आली नसती. शिवाय कंचनची नातलग बनून राहिली तर घरच्यांकडून चांगली वागणूकही मिळेल असं तिला वाटलं. ज्या घरात केवळ गुजराती आहे म्हणून एखाद्या व्यक्तीला सहा-सहा महिने राहता येत असे, तेथे ललिताला सामावून घेतले न जाणे कसे शक्य होते?

ललिताने सर्व काही सांगितले. शाळा सोडल्यानंतर शारदाबहेन ज्या गांधी सेवा सेनेच्या चिटणीस होत्या, त्यांच्या मार्गदर्शनाखाली एका वानरसेनेची उभारणी झाली होती. ही वानरसेना हस्तलिखिते किंवा लिथोवर छापलेली पत्रके वाटून स्वदेशी आंदोलनाचा प्रचार करीत असे. मिरवणुका काढणे, प्रभातफेऱ्या काढणे, स्वच्छतामोहीम करणे अशी कामे करीत असे. कधी संकटांची चाहूल लागली, तर नेत्यांकडे गुप्त संदेश पोहोचवण्याचे काम करायची. ललिता वानरसेनेची लीडर होती; परंतु एक दिवस सारे काही बदलले.

त्या घटनेला दहा वर्षं तरी झाली असतील. पंचमुखी हनुमानाच्या मंदिरात तळघरात लिथो काढायच्या मशीनवर पत्रकं छापली जात होती. शारदाबहेन छापत होत्या आणि ललिता व तिची सहकार्यकर्ती स्नेहलता पत्रके घेऊन जायला आल्या

होत्या. मंदिराचे कोठार म्हणून वापरले जात असणाऱ्या त्या तळघरात धान्याची पोती ठेवलेली होती. एकाएकी गोळी मारल्याचा आवाज आला. शारदाबहेननी ताबडतोब ललिता आणि स्नेहलता यांना पोत्यांच्या आड लपवले, मशीन बंद केले आणि जिना चढून स्वत:ला पकडून घेण्यासाठी त्या वर गेल्या. पण अर्ध्या जिन्यावरच पोलिसांनी त्यांना पकडले आणि पोत्यासारखे फरपटत वर नेले. चोरपावलांनी बाहेर येऊन ललिता आणि स्नेहलता यांनी बघितले. शारदाबहेनचे हातपाय बांधून पोलीस त्यांना स्मशानाकडे घेऊन जात होते. ज्या स्त्रीनं वैधव्य आल्यावर पतीच्या चितेवर सती न जाता जीवनसंघर्षाच्या ज्वाळा पत्करल्या होत्या, तिला कुठल्यातरी प्रेताच्या चितेवर जिवंत जाळून टाकण्यात आले. शारदाबहेनच्या ह्या बलिदानाची नोंद कोठेही घेतली गेली नाही. स्नेहलता घरी परत फिरली. अशा तऱ्हेने, काहीच न करता, विरोधही न करता, मरून जाण्यापेक्षा हिंसा करणे बेहेत्तर असे वाटून लढून मरण्याची प्रतिज्ञा करून ललिता 'आत्मनिष्ठ युवती समाज'मध्ये दाखल झाली. आता ती जाहीरपणे स्वदेशी चळवळीत होती आणि गुप्तपणे क्रांतिकारी होती.

अशी दुहेरी धोरणं अवलंबून समजा काम सफल झाले, तरी काय? प्रथमच कंचनला वाटलं, की ती सामान्य गृहिणीच राहिली, तरी हरकत नाही; पण ती कधीही कोणाची फसवणूक करीत नव्हती आणि आता तर मुळीच करणार नाही. तिनं चोवीस तासांच्या आत स्वत:ची व्यवस्था दुसरीकडे करायला ललिताला सांगितले.

ललिता गेली. पण–

◆

सोळा

ललिता गेली ती देवव्हिलाचे वैभव अन् भाग्यच घेऊन गेली. त्या पहाटेपासूनच जणू आपत्तींची सुरुवात झाली होती. जन्मभर कंचनबा तो दिवस विसरू शकल्या नाहीत.

नवरात्रीचा पहिला दिवस होता. कंचनचे दिवस भरत आले होते. नववा लागून वर दहा दिवस तरी झाले होते. कंचनला रोज सकाळी वाटायचे की आज तरी मोकळी होईन आणि वाट बघता बघता संध्याकाळ व्हायची. दिवेलागणीला वाटायचे, अर्ध्या रात्री सुईणीला बोलवावे लागलं तर? अमृतने विलायती डॉक्टरांनाही सांगून ठेवले होते. ह्या बाळंतपणाच्या वेळी सुरुवातीपासूनच कंचनचे स्वास्थ्य नेहेमीसारखे राहिले नव्हते. हातापायावर सूज आली होती. इतरही फरक जाणवत होते. स्वयंपाक करायला बसली की उकळणारी आमटी किंवा भाजीची फोडणी असले वास तिला सहन होत नसत. ह्यावेळी स्वयंपाक करायला महाराज ठेवावा लागला होता. (स्वयंपाकाचं काम करणाऱ्या ब्राह्मणाला महाराज म्हणतात. साधारणत: हे राजस्थानच्या बाजूचे असतात. अजूनही महाराज म्हणण्याची पद्धत आहे. हे फक्त शाकाहारी स्वयंपाकच करतात.) गौतम आणि चंद्रकांत यांच्या वेळी तर नववा लागला की तिला कळा यायला लागायच्या. ह्या वेळी सगळे वेगळेच होते आणि अलीकडे कंचनला नेहमी एक धास्तीही वाटत राहायची 'काही झालं तर?'

त्या दिवशी अगदी पहाटेच तिने अमृतला उठविले. सुईणीला बोलवायला जाण्यापूर्वी अमृत जयाला उठवायला गेला आणि इकडे कंचनने नाकातून, कानातून दागिने काढून ठेवायला सुरुवात केली. अजून तर कंचन नाकातली चमकी साडीच्या पदराच्या टोकात बांधत होती, तेवढ्यात घाबराघुबरा झालेला अमृत धावत खोलीत आला. त्याच्या हातात चिठ्ठी होती आणि चेहेऱ्यावर प्रचंड धक्का आणि काळजी. त्याने जवळजवळ चिरकलेल्या आवाजात म्हटले, "जया ललिताबरोबर निघून गेली." आणि तो धपकन खुर्चीवर बसला. लोळागोळा झाल्यासारखी कंचन जमिनीवर कोसळली.

पाचएक मिनिटांनी कंचनच्या पायांजवळ पिकलेले फळ टपूकन पडावे तशी जन्माला आलेली मुलगी रडायला लागली तेव्हा कुठे अमृतच्या लक्षात आले, की मुलीचा जन्म होऊनही गेला आहे आणि कंचन बेशुद्ध पडली आहे. तत्क्षणी जयाचा

विचार बाजूला ढकलून तो डॉक्टरकडे धावला. कंचन दुसऱ्या दिवशी शुद्धीवर आली, तेव्हा तिला समजले की तिला मुलगी झाली होती. तिने मुलीचं नाव 'अरुणा' ठेवलं.

जया गेली, त्या धक्क्याने देवशंकरांच्या मनावर प्रचंड आघात झाला. शहराचे मेयर असलेले, रात्रंदिवस इंग्रज अंमलदारांबरोबर उठबस असलेले, चार लोकांत मोठे नाव असलेले शेठ देवशंकर, स्थळ-काळ, नातेवाइकांची ओळख, सगळे पार विसरून गेले आणि भ्रमिष्ट झाले. शून्य नजर आणि निर्विकार चेहेरा घेऊन तो माणूस आता जगत होता. त्यांच्या आणि कुटुंबातल्या इतर माणसांमध्ये आता सांगितले की तसे करायचे हा एकच संबंधांचा तंतू राहिला होता आणि हा तंतूही एकतर्फी होता. ते फक्त सांगितलं असेल तसं करायचे.

छोटा गौतम कधी कधी म्हणायचा, ''बा, दादा (आजोबा) तर कठपुतळीसारखे जसे सांगावे तसे करतात.'' कंचनचे दु:खाचे सुस्कारे समजण्याइतका तो मोठा नव्हता. देवशंकर मागच्या शेवटच्या खोलीतच स्वत:ला कोंडून घेतल्यासारखे बसून राहायचे. कोणी त्यांना 'उठा' म्हटले तर उठायचे आणि 'झोपा' म्हटलं की झोपायचे. एकदा ते संडासात गेले होते; पण कोणी 'आता बाहेर निघा' म्हटले नाही, तर पाच तास तिथेच बसल्या बसल्या पाणी ओतत राहिले. कंचनच्या एकाएकी लक्षात आले तेव्हा तिने बाहेर यायला सांगितले आणि ते बाहेर आले. ते जेवत असतील तेव्हाही त्यांना सांगावे लागायचे, की ''बापूजी, आता पुरे, आता पोळी नको, भात घ्या!'' वाढत असलेल्या कंचनला असे व्हायचे, की 'कुठल्या कुमुहूर्तावर मी ललिताला आसरा दिला.' ज्या माणसाने उजव्या हाताने दिलेल्या दानाबद्दल डाव्या हातालाही कळू दिले नाही, त्याच्या पोळ्या मोजायची वेळ आली. सासऱ्यांनी तिला संतापून घराबाहेर काढली असती, तर रडून का होईना, मन हलके झाले असते. पण त्यांना ह्या अशा स्थितीत बघून पळापळाला मनावरचा बोजा वाढत होता. अमृतने तर तिच्याशी बोलणे जवळजवळ बंदच केले होते. तो गौतम किंवा चंद्रकांत यांच्याकरवी जरुरीचे निरोप द्यायचा-घ्यायचा. कंचनला दिसत होते, की अमृतही तिच्यासारखाच एकटा पडला होता.

अमृत आत्तापर्यंत देवशंकरांसारख्या मजबूत खुंटाच्या जोरावर उड्या मारत होता; पण एकाएकी लगाम आणि नाल बसले. त्या यातनांसकट पाठीवरचं ओझंही वाहात धावणे त्याला जड जात होते. जया निघून गेली त्या क्षणी तर त्याला कंचनला बदडून काढावेसे वाटले होते. पण बेशुद्ध पडलेली कंचन आणि रडणारी तान्ही मुलगी बघून त्याने स्वत:वर काबू ठेवला होता. त्याचा कंचनवर किती जीव होता! तिच्यावर पूर्ण विश्वास टाकून त्याने सारे घर आणि स्वत:लाही तिच्या स्वाधीन केले होते– आणि तिने त्याला असे अंधारात ठेवले? अमृतने करावे तरी काय?

कंचनला जाब विचारावा की स्वत:ला? की जो समाज नाना प्रश्न विचारीत होता, त्याला उत्तर द्यावे? एका झटक्यात किती मोर्चांवर लढायची त्याच्यावर वेळ आली होती! लोकांना तर 'जया गावी गेली आहे' (गावी म्हणजे मूळ गावी) असे उत्तर देऊन टाळता येत होते. पण देवशंकरांच्या शून्य नजरेतल्या प्रश्नाला कसे उत्तर द्यायचे? कधी कधी तर अमृतला वाटायचे, की बापूजी भाग्यवान! ह्या सगळ्या यातनांमधून तर वाचले! पण ह्या अशा बुद्धिहीन अवस्थेला भाग्यवान कसे म्हणता येईल? अमृतने इथला धंदा बंद करून आफ्रिकेला जायचे बेत आखायला सुरुवात केली.

माणूस ज्या योजना करतो, त्याप्रमाणे सगळे घडत असते तर? शिवाय माणसाने आखलेल्या योजना एक अगम्य, अज्ञात तत्त्व नष्ट करेल तर तेही एक वेळ समजू शकते; पण माणसाच्या मार्गात दुसरी माणसेच विघ्ने आणतात त्याला काय म्हणावे? कंचनला वाटत होते, आयुष्याची पहिली तीस वर्षे तर बाराखडी शिकण्यातच गेली. आयुष्य आणि मनुष्यजात ह्या विषयांवरचे महाग्रंथ तर खूप उशिरा हाती आले आणि त्यांच्यातील किती समजले हे तर परीक्षा द्यायची वेळ येते तेव्हा समजणार! तुमची जमीन कशी आहे, ती तुम्ही कसली आहे कशी, तुमचे बियाणे जातिवंत आहे की नाही, तुम्ही पिकांना पाणी कसे पाजले आहे. पाखरांपासून किती वाचवले आहे, हे सगळे तर खळ्यात धान्य येऊन पोहोचेल तेव्हाच समजणार. अमृतने युगांडाला जायची तयारी सुरू तर केली होती; पण नियतीने ठरवलेली दिशा अगदी वेगळीच होती.

एका संध्याकाळी घाबराघुबरा झालेला अमृत घरी आला अन् म्हणाला, ''कराची पाकिस्तानात जाणार! आपल्याला शक्य तितक्या लवकर येथून निघून गेलं पाहिजे!''

कंचनला समजेचना की आत्ता आत्तापर्यंत तर लोक म्हणत होते, की गांधीजी देशाचे तुकडे होऊ देणार नाहीत, तर मग असे झाले तरी काय, की....? तिने अमृतला विचारले, ''पण आपण इथेच राहिलो तर काय हरकत आहे?''

''अंहं. आता इथं राहण्यात धोका आहे. कुठल्याही क्षणी इथं जातीय दंगे सुरू होतील आणि मग जीव वाचवणं सुद्धा अवघड होईल. परवाच पंखा गल्लीत एका सरदारजीला कोणीतरी मारून टाकलं. बंगाल, बिहार आणि पंजाबचे शिंतोडे इथंही उडतीलच.''

''पण आपण तर इथं सगळे कसे एकत्र खेळामेळीनं राहतोय. आता तुम्हीच सांगा, आपल्या थिएटरचा चौकीदार रहेमत काय असं काही करेल?''

''आता तू उगाच हा काथ्याकूट करायचं बंद कर आणि हे बघ, परवाच्या दिवशी तुझे बापूजी तुमच्या गावी परत जाणार आहेत. विश्वनाथच्या कंपनीचं जहाज जायचं आहे. तू आणि मुलं त्यांच्याबरोबर निघा. मी इथला कारभार बंद करून

कंपालाला पोहोचतो आणि मग तुम्हा सगळ्यांना तिकडे बोलावून घेईन.''

''आणि बापूजी?''

''माझ्याबरोबर.''

''अनोळखी परक्या देशात तुम्ही त्यांना कसं सांभाळाल? मी त्यांना माझ्याबरोबर घेऊन जाईन.''

तब्बल पाच वर्षांनंतर कंचनला अमृतच्या डोळ्यांमध्ये ती पूर्वीची ओळख दिसली, जाणवली. त्या रात्री त्यांच्या खोलीतल्या एकांतात तो जुना चिरपरिचित प्रणयगंध दरवळला. व्याकुळ मनांना तो सुगंध खूप खूप लुटायचा होता. 'कोण जाणे ही रात्र परत केव्हा येईल? कदाचित नाही पण येणार. नाही– नाही! असा विचारही मनात आणायचा नाही. भूतकाळ आणि भविष्यकाळ सगळं काही आज संपूर्णपणे जगून घ्यायचंय!' त्या खोलीतला तो एकांत, संभोगाचे ते अपूर्व अद्वैत कधी विसरणे शक्य नव्हते. उत्तरा-अभिमन्यूंच्या सहा महिन्यांच्या मीलनरात्रीचं रहस्य त्या रात्री कंचनला समजले.

दुसऱ्या दिवशी रात्री कमाडी बंदरावर पोहोचायचे होते. सिंदिया नॅव्हिगेशनची जहाजे नेहमी मालवाहतूक करीत असत; पण बदललेल्या परिस्थितीत तत्काळ करता येईल तेवढी व्यवस्था प्रवाशांसाठी करण्यात आली होती. एका आगगाडीमधील सर्व प्रवाशांना कापून काढण्यात आले. त्यानंतर रेल्वेवाहतूक बंदच करण्यात आली होती. विश्वनाथ होता म्हणून ह्या सोनावती जहाजात जाण्याची सोय झाली होती. शेवटपर्यंत सोबतही होती. सारी रात्र अन् पुरा दिवस कंचन तयारी करीत राहिली; पण काम संपतच नव्हते. गौतमने विचारले सुद्धा ''बा, तू का मध्येच एकदम खाली बसून जातेयस?'' बरोबर खायला न्यायच्या वस्तूंमध्ये सुखडी करायची नाही हे समजल्यावर चंद्रकांतला रडू फुटले. मुलांच्या दृष्टीने ती एक सहल होती, पहिल्यांदाच जहाजात बसायची मजा मिळणार होती. सामान आवरून ठेवता ठेवता मध्येच कंचन एखादी वस्तू कुरवाळण्यात तल्लीन व्हायची, तर कधी गोंधळून थांबायची, नुसतीच उभी राहायची.

कंचनला समजत नव्हते, की बरोबर काय न्यावे आणि काय राहू द्यावे. मग तिला वाटायचे, 'बरोबर नेता नाही आलं तरी हरकत नाही; पण व्यवस्थित ठेवून तर देते.' काचेच्या पारदर्शक बरण्या पुसून ठेवताना त्यांच्या आरपार बघत ती म्हणायची, ''देवा रे! जे कोणी वापरेल ते काळजीपूर्वक वापरू दे. त्याला माझ्यासारखं आपलंच घरटं मोडून टाकायची वेळ न येवो. एक-एक काडी गोळा करून हे घरटं तयार केलं. किती विचार करून, किती मनापासून सजवलंय हे घरटं! प्रत्येक वस्तू सोडून जायची म्हणजे जणू त्या वस्तूशी जिच्या आठवणी जोडलेल्या होत्या, त्या व्यक्तीलाही सोडून द्यायचं! हे चांदीचं ताम्हन आणि पंचपात्र गंगाबा गेल्या तेव्हा कसं

केविलवाणं दिसत होतं आणि आता तर ते अगदीच अनाथ होणार! देवशंकरांशिवाय ह्या घंगाळ्याला किती एकटं एकटं, उदास वाटेल! चंद्रकांत नसला तर हा पांगुळगाडा कोणाबरोबर पळेल. ह्या ड्रेसिंग टेबलासमोर उभी राहून अरुणा हातात बाहुली घेऊन नाचायची. ह्या आरशात आता कोणाचं प्रतिबिंब दिसेल? गौतमच्या सायकलला आठवेल त्यानं तिला कशी पाडली होती? जयाच्या खोलीतला झोपाळा कोणाच्या गाण्यात आपला आवाज मिसळेल? आणि हा मच्छरदाणी लावलेला पलंग! हा आता कोणाच्या डोळ्यांमधल्या प्रतिबिंबात 'स्वीट ड्रीम्स'चं भरतकाम बघून काय ते समजून घेईल?

कंचनला सामान बांधताना बघून अमृतला राहवले नाही. तो म्हणाला, ''फक्त थोडे कपडे अन् थोडे रोख पैसे बरोबर घे. ह्या वळकट्या आणि ती भांड्यांची पोती राहू देत. तू सगळ्यांचे जीव सांभाळशील की सामान?'' बोलला तर खरा; पण मग त्यालाच पश्चात्ताप झाला. असे बोलणे ऐकून कंचन जर का घाबरली, तर काय करायचे? कंचनने अमृतचे बोलणे ऐकले आणि पळभर तिला वाटून गेले की नेमके असे अशुभ बोललेले एखाद्या वाईट क्षणाला खरे झाले, तर?

पण मग मन घट्ट करीत कंचन म्हणाली, ''देवाच्या मनात असलं तर सारं काही ठीक होईल.'' कंचनने काही पैसे स्वत:च्या जवळ ठेवले आणि काही गौतमच्या चड्डी आणि सदऱ्याच्या आतल्या बाजूला शिवून टाकले. कपडे भरलेली पत्र्याची ट्रंक, खाण्याचा डबा आणि पाण्याचा फिरकीच्या झाकणाचा पितळ्याचा मोठा तांब्या, बस एवढेच सामान घेतले.

जायच्या आदल्या रात्री अंगणात मोटार येऊन उभी राहिली. रोजच्या बंसी ड्रायव्हरच्या ऐवजी चौकीदार रहेमत आला होता. त्याच्याकडे बंदुकीचा लायसेन्सही होता. उंचा तगडा रहेमत, त्याची मेंदीने रंगवलेली दाढी आणि चेहेऱ्यावर पान खाऊन रंगलेले चिरपरिचित स्मित! पण कंचन आज त्याला बघून क्षणभर शंकेने थरथरली. पुन्हा एकदा तिने मनोमन निर्धार केला, ''ईश्वर जे करेल ते चांगल्यासाठीच आणि आता उखळात डोकं ठेवल्यावर मुसळाला भिऊन काय होणार?''

कंचनने देवघरात देवासमोर, पणियाऱ्यापाशी (पिण्याच्या पाण्याचे माठ, हंडे इत्यादी भरून ठेवण्याची स्वयंपाकघरात विवक्षित जागा, रोज येथेही दिवा लावण्याची पूर्वी प्रथा असे.) आणि तुळशीवृंदावनापाशी दिवा लावला आणि त्या सर्वांचा निरोप घेतला. भिजल्या डोळ्यांमध्ये पळभर सारे घर आले आणि डोळ्यांवाटे झिरपत राहिले. बाहेरच्या दाराच्या खांबाला आणि उंबरठ्याला तिने भरले घर सोपवले आणि पाय उचलला. मुले अमृतला बिलगून उभी होती. गाडीतल्या समोरच्या सीटवर कोऱ्या कागदासारख्या निर्विकार चेहेऱ्याने देवशंकर बसून होते. पुढे जाणाऱ्या

मोटारच्या खिडकीतून डोके बाहेर काढून ती कितीतरी वेळ मागे राहिलेल्या अमृतकडे आणि घराकडे बघत राहिली.

रतन तलावाला वळसा घालून गाडी सदर बाजारकडे वळली. अजून तर रात्रीचे आठच वाजत होते; पण रतन तलावाच्या काठावरची बाके रिकामी होती. एक तर पावसाळा आणि कृष्णपक्षाचे दिवस. रस्त्यावरच्या दिव्यांचा उजेडही भिजट झाला होता. सदर बाजारात एखाद-दुसरा माणूस दिसत होता. बंद दुकानांच्या बाहेरच्या ओट्यावर कुठे कुठे भिकारी आडवे झाले होते. सदर बाजारच्या चौथ्या गल्लीजवळून मोटार गेली आणि पाठीमागून जोराचे वादळ यावे, तसा काहीतरी आवाज येऊ लागला. कंचनने भराभरा गाडीच्या काचा वर केल्या. पाठीमागच्या काचेतून बघितलं तर चार-पाचशे माणसांचा जमाव हातांत मशाली घेऊन येत होता. रहेमतने गाडीचा वेग खूप वाढविला आणि गाडी जोडिया बाजाराच्या रस्त्याला घेतली.

तिथली उघडी दुकाने आणि वर्दळ बघून कंचनला जरा बरे वाटले, 'पण आता बापूजी आणि विशूला घ्यायला कसं जायचं? आता पंखागल्लीतून जावं लागेल.' कंचनचा थरकाप झाला. तिला वाटले, रहेमतने जाणूनबुजून तर हा रस्ता नसेल ना घेतला. तिने हळूच समोर त्याच्याकडे बघितले. तो शांतपणे गाडी चालवत होता. त्याचा तो शांतपणा बघून वाटत होते, की काय काय होऊ शकेल ह्याची त्याला कल्पना होती. तो पुऱ्या तयारीने आला होता. पार्वतीपतीचे मंदिर ओलांडून मोटार जशी मेनरोडवर आली, तशा दुरूनच आगीच्या ज्वाळा उंच उंच जाताना दिसल्या. धुराचे लोटच्या लोट लोकांच्या कोलाहलाला आणखीच भयंकर बनवत होते. रहेमतने गाडी एका बाजूला उभी केली अन् म्हणाला, "आत्ता येतो."

"रहेमतचाचा, मी पण येतो." म्हणत गौतम त्याच्या मागोमाग निघाला. कंचनने धमकावून त्याला परत बोलावले. तेवढ्यात रस्त्याने जाणाऱ्या एकाला कंचनने ओरडून विचारले, "अहो, कुठं आग लागलीय?"

"हरिशंकर शास्त्रींच्या चाळीला. गेल्या आठवड्यापासून सगळे सावध होते. रात्र रात्र जागून पहारा करीत होते. घरांना कुलपे घालून गच्चीवर बसून राहायचे. पण हे तर संध्याकाळीच जळते काकडे फेकले गेले. सगळे म्हणतायत की बिहारमधून आले त्या लोकांनी केलं, तर कोणी म्हणतं पंजाबमधून आले त्यांनी. दोन तास झाले आग लागून. आगीचा बंब आला तर आग विझवायच्या ऐवजी आणखीच भडकली. कोणीतरी म्हणत होते, की बंबात पाणी नव्हतं, केरोसीन होतं! पण वाचणार नाही कोणी हे मात्र खरं!"

तो रस्त्याने जाणारा आपल्याच नादात बोलत सुटला होता आणि कंचनच्या डोळ्यांसमोर अंधेरी येत होती. तिने गाडीच्या सीटवर मागे डोके टेकवले.

कोण जाणे किती वेळ गेला असेल; पण रहेमतने जोरात गाडी चालू केली.

तेव्हा ती एकदम दचकून भानावर आली. तिने बघितले, तर गाडी मागे जात होती. तिने रहेमतला म्हटले, "कुठे घेऊन जातोयस?" पण रहेमतने काही उत्तर दिले नाही. कंचनला शंका आली की ह्याची मती तर फिरली नाही ना? तिने पाठीमागून त्याचे खांदे पकडून त्याला गदागदा हलवले आणि ती वेड्यासारखे ओरडू लागली, "काय हवंय तुला, बोल! किती पैसे हवेत? बोल, तुला सोनं, चांदी काय हवंय? बोल!" आणि अजून एवढे म्हणते तेवढ्यात ती मोठ्याने किंचाळली, "माझा गौतम....!"

◆

सतरा

एक गचका देत मोटर थांबली. रहेमतने बघितले तर गौतम मागच्या सीटवर नव्हता.

रहेमत जेव्हा कंचनच्या माहेरच्या माणसांचा तपास करायला खाली उतरला होता, तेव्हा गौतम 'मी पण येतो' म्हणाला होता; पण कंचनने त्याला रागावून थांबवले होते. रुसलेल्या गौतमने दरवाजा बंद केला नव्हता. तो तोंड फुगवून दरवाजा पकडून उभा होता. कंचन जेव्हा गाडीचे दुसरे दार उघडून रस्त्याने जाणाऱ्या त्या अनोळखी माणसाला हरिशंकर शास्त्रींच्या चाळीला लागलेल्या आगीबद्दल विचारत होती, तेव्हा गौतम हळूच सरकला. त्याला नानांची किंवा मामांची काळजी वाटण्यापेक्षा आगीचे कुतूहलच जास्त होते. आगीचा बंब कसा असतो, ते कसे काम करतात, ते बघायला तो रहेमतच्या मागे-मागे गेला होता. रहेमतला हे ठाऊकच नव्हते.

रहेमत धावत होता. एकीकडे शेठच्या कुटुंबाला गाडीत एकटे सोडले होते, तर दुसरीकडे ही पण शक्यता होती, की ज्येष्ठारामचे कुटुंब कदाचित वाचलेही असेल. एखाद्या उंच बांधलेल्या दोरखंडावरून धावावे, तशी त्याची स्थिती होती. हरिशंकर शास्त्रींच्या चाळीपासून जरा दूर असतानाच त्याने बघितले, की लोकांची टोळकी वाढत चालली होती. सगळा मानव समुदाय उधळलेल्या सांडासारखा इकडून तिकडे धावत होता. वाटेत येईल त्याला धडक बसेल नाहीतर शिंगावर घेऊन वर फेकलं जाईल! रहेमतला क्षणभर त्याच्या दाढीची आणि सुरुवारीची आठवण झाली आणि त्याला कळेना की पुढे जावे की नाही? 'हरकत नाही– फार तर काय जीव जाईल' अशा विचारानं तो जरा पुढे जातो, तेवढ्यात त्याला अमृतशेठचे बोल आठवले, 'रहेमत, आज माझ्या साऱ्या जन्माची संपत्ती तुझ्या हातात सोपवतो आहे, अल्लाची अमानत समजून सांभाळ.' रहेमत परत आला आणि त्याने गाडी सुरू केली. कंचन जशी गौतमचे नाव घेऊन किंचाळली, तशी गाडी एक हिसका देत एकदम थांबली. रहेमत काही विचार करणार त्याआधीच कंचन दार उघडून रस्त्यावर धावत सुटली. रहेमतने धावत जाऊन तिला पकडली. त्याच्या पकडीतून सुटण्यासाठी ती हातपाय झाडत लाथा मारत ओरडत होती.

"माझा गौतम, मला जाऊ दे. माझा मुलगा. जाऊ दे." आक्रोश आणि अजिजीचे हे शब्द वाहणाऱ्या अश्रूंमध्ये अर्धे बुडून जात होते. रहेमतला तिला खेचत मोटारीपर्यंत आणावी लागली. वासरापासून दूर नेलेल्या गाईसारखी कंचन हंबरडा फोडत होती. रहेमत तिला गाडीत बसवू लागला, तशी त्याला पुन्हा एक धक्का मारत तिने पळू बघितले. रहेमतने तिचे दोन्ही हात एका पंज्यात पकडले आणि दुसऱ्या हाताने तिला एक थोबाडीत मारली. मग गाडीचे दार बंद करून त्याने गाडी हाणली.

मागच्या सीटच्या कडेवर डोके आपटत कंचन आक्रोश करीत होती. खूप घाबरून गेलेले चंद्रकांत आणि अरुणा सीटच्या खालच्या जागेत बसून गेले होते. देवशंकर एखाद्या चित्रासारखे स्तब्ध बसून होते. रहेमतने शेठाणीच्या थोबाडीत मारली तर खरी; पण मग तो इतका खजील झाला की बंदरावर पोहोचेपर्यंत एक अक्षरही बोलला नाही.

केमाडी बंदरावर सबंध शहरातले लोक गोळा झाले होते. एखादी थाळी जर हवेत सुटी सोडली असती, तर ती खाली न पडता लोकांच्या डोक्यांवरून सरकत राहिली असती. शहराच्या वेगवेगळ्या दिशांनी एक दहशतीचा, आतंकाचा ओघ धडपडत, ठेचाळत ओढला जात-येत होता आणि येथे बंदराच्या धक्क्यावर येऊन पडत होता. वातावरण ओरडाआरडा आणि किंकाळ्यांनी भरून गेले होते. काहीच सुचत नव्हते. एक लाट इकडून यायची, तेवढ्यात दुसरी तिकडून. आतून-बाहेरून माणसे पुरती ढवळून निघाली होती.

दरवर्षी शरदपौर्णिमेच्या रात्री केमाडी बंदरावर मेळा असायचा. दर्याच्या जवळ आकाशाखाली चांदण्याच्या किरणांमध्ये उत्सवाचे हिंदोळे झुलायचे. उत्साहाच्या आणि आनंदाच्या लाटांवर लोक नाचायचे. आज तोच दरियाकिनारा होता, तेच दरियादेवाचे स्थान. माणसे मावत नव्हती, जणू वारूळ फुटले होते. आभाळात ढग होते आणि वातावरणात खूप उष्मा, त्यामुळे सगळ्या मुंग्या जणू कितीतरी वर्षांचे जुने वारूळ सोडून बाहेर पडल्या होत्या. पाऊस कुठल्याही क्षणी कोसळू लागणार होता आणि तो रक्ताचा पाऊस नसेल ह्याची खात्री नव्हती. मुळापासून उपटली गेलेली ही सगळी कुठे जाऊन स्वतःला पुन्हा रोवतील, हे कोणालाच ठाऊक नव्हते. आजपर्यंत उपटून काढलेले झाड पुन्हा मोहरताना कोणी ऐकले तरी नव्हते. झाड नाही जगले तरीही हरकत नाही; पण बरोबर असलेल्या लहान रोपट्यांना तरी जगवायला हवे. काखेत, खांद्यावर, बोट धरून, पोटची पोरे बिलगली होती. डोक्यावर जेवढे उचलून आणता आले होते, तेवढे 'घर' होते. बावरलेले डोळे आणि घट्ट मिटलेले ओठ अशी आस धरून, तग धरून होते, की आता दोन-चार श्वास घेण्यापुरते वाचलो किंवा वाचवू शकलो, तरी पुष्कळ म्हणायचे.

रहेमतने कंचनला जहाजात जागा मिळविण्यासाठीच्या रांगेत बसवली आणि सामान जवळ ठेवले. चंद्रकांत आणि अरुणा कंचनला दोन्ही बाजूंना बिलगून बसली. रहेमतने देवशंकरना पत्र्याच्या ट्रंकेवर बसवले आणि सांगितले, ''इथेच बसून राहा हं, कुठंही जाऊ नका.''

देवशंकरांनी होकारार्थी मान हलविली.

कंचनकडे वळून रहेमत म्हणाला, ''बाईसाहेब, तुम्ही निश्चिंत राहा. मी हा आत्ता येतो गौतमला घेऊन. धरतीच्या पोटातूनही शोधून काढीन. तुम्ही ह्या रांगेतच राहा आणि जसजशी रांग सरकेल तसतशा रांगेतच राहून पुढे सरका. रांग सोडून बाहेर निघू नका. मी हा आत्ता येतो.''

जाणाऱ्या रहेमतकडे कंचन शून्य नजरेने बघत राहिली. रहेमतने कंचनला आश्वासन तर दिले होते, पण त्याला चांगले ठाऊक होते, की त्या परिस्थितीत गौतमला शोधणे किती कठीण होते. साऱ्या कराची शहराचे जणू एक जंगल झाले होते. धर्माच्या नावाखाली पेटलेल्या दंग्यांच्या ज्वाळा शहरातल्या शांत-अशांत सगळ्याच विस्तारांना लपेटत चालल्या होत्या. ह्या विषारी आगीत पोळणारी, भाजणारी, तडफडणारी, जळणारी माणसे ना हिंदू होती ना मुसलमान, ना शीख! ते सगळे बिचारे निष्पाप जीव! केवळ जिवंत राहण्याची इच्छा त्यांच्या रूपाने इकडून तिकडे धावत होती. त्या पळणाऱ्या जीवांशी टक्कर होऊन कितीतरी दुसरेही श्वास कोंडले जात होते, चेचले जात होते. संधीचा फायदा घ्यायला टपून बसलेले शिकारी सौदागर एकट्या-दुकट्या माणसाला गाठून एकाच घावात खलास करीत होते. त्यांच्यासाठी तर दाढी असो की मिशा, चंदन असो की लोबान, पगडी असो की टोपी, सगळे सारखेच होते. त्यांना ना अल्लाची भीती होती ना परमात्म्याची, त्यांना कुराण थांबवत नव्हते, की ग्रंथसाहेब अडवत नव्हता. त्यांच्या गीतेत एकच सूत्र होते 'फळाची इच्छा ठेवून, स्वार्थासाठी, अधमातलं अधम काम करायला कचरू नका.' सत्तेसाठी आणि संपत्तीसाठी चाललेल्या साठमारीत बिचाऱ्या प्याद्यांची काय गणती? रहेमतला वाटत होते, 'माणसाचं असं हे हिडीस स्वरूप आजपर्यंत कुठे न् कसं झाकलेलं राहिलं होतं? जे डोळे आपलेपणाचा आरसा होते, त्या डोळ्यांमध्ये संशयाची रक्तलांछित प्रतिबिंबं दिसत होती.' त्याला कंचनचे डोळे आठवले.

रहेमतने बंदर रोडवरून स्वामीनारायण मंदिराच्या रस्त्याला गाडी वळवली. त्याला वाटत होते, की ह्या शहरात शेठची गाडी सगळीच ओळखतात. मेयरची गाडी कोणाला माहीत नसणार? आणि शिवाय कराचीमध्ये गोऱ्या साहेबांव्यतिरिक्त हाताच्या बोटांवर मोजता येतील एवढ्याच देशी लोकांकडे मोटारी होत्या. तेव्हा मंदिराच्या रस्त्याने जाण्यात धोका नाही; पण रहेमतने गाडी वळवली त्याच वेळी समोरून ताजियांची मिरवणूक निघावी तसे ढोल, नगारे वाजवत मशाली घेऊन

लोक रस्त्यावर आले होते. 'हाय हुसेन'च्या ऐवजी 'हाय हिन्दुस्तान'च्या घोषणा होत होत्या. रहेमतने मागे वळून पाहिले तर नमकमंडीवाल्या गल्लीतून निघून दुसरे टोळके मंदिराकडे जात होते. टोळक्यातले लोक भगवान शंकरांचे गण बनून हातात काठ्या घेऊन येत होते. दोन्ही बाजूंना मशाली, तलवारी, लाठ्या, किरपाणे आणि दगड घेऊन सज्ज सैन्यच होते. कालपरवापर्यंत हीच प्रजा एकत्रपणे परकीयांशी लढा देत होती. पण आज तीच प्रजा कोण्या तिऱ्हाईत परक्या लोकांच्या सांगण्यावर विश्वास ठेवून आपल्याच अंगाचा एक भाग कापून टाकायला निघाली होती. रहेमतने झटकन गाडी नानकवाडा गल्लीत वळवली. अंधाऱ्या गल्लीत जरा दूरवर चार-पाच बुरखेधारी, माणसांना रस्ता रोखून उभे असलेले त्याने पाहिले. आता मागे वळणे शक्य नव्हते. रहेमतने गाडी थांबवली. ते बुरखाधारी धावत आले आणि त्यांच्यातल्या एकानं रहेमतच्या गळ्याशी खंजीर धरत म्हटले, ''चल, गाडी उघड.''

एकजण समोरच्या सीटवर रहेमानच्या जवळ बसला. त्याने रहेमानच्या बरगड्यांजवळ खंजीर धरून ठेवला. बाकीचे चौघे मागच्या सीटवर बसले.

''चल, बोल्टन मार्केटला घेऊन जा.''

रहेमतने गाडी चालू केली. त्याला एकदा वाटले की गाडी मागे घेऊन त्या पाठीमागच्या टोळक्यात घुसावे. जाळून टाकतील लोक तर टाकोत. पण लगेच आठवले, की 'अजून गौतमला शोधायचं आहे. बाईसाहेब वाट बघत असतील.' त्याने तिरप्या नजरेने बघितले, खंजीरवाल्याच्या डोळ्यांमध्येही भीती तर होतीच! ही कशी लढाई, ज्यात दोघांनाही एकमेकांची भीती वाटत होती. ज्याच्याकडे शस्त्र होते त्यालाही, आणि शस्त्र नव्हते, त्यालाही! पण तसे पाहिले तर सर्व लढायांच्या मुळाशी भीतीच असते. माणसाला सर्वप्रथम जेव्हा भीती वाटली असेल तेव्हा ह्या भीतीपोटीच त्याला शस्त्र तयार करण्याची प्रेरणा मिळाली असेल. जेथे प्रेम असेल, विश्वास असेल, तेथेच निर्भयता असणे शक्य आहे.

सदर बाजारच्या वाकड्यातिकड्या बोळांमधून जात रहेमतने पाचहीजणांना बोल्टन मार्केटला उतरवले. ते पाचहीजण अंधारात दिसेनासे झाले. सुटकेचा नि:श्वास टाकत (रहेमतने) गाडी पंखागल्लीकडे वळवली. गल्लीच्या तोंडाशी पोहोचला तेव्हा त्याला वाटले, जरा एक मिनीट घरी जाऊन यावे. गाडी थांबवून तो मोठ्या गेटशी आला. मोठ्या गेटच्या आत दहा-बारा घरे होती. मोठ्या दरवाजाचा दिंडी दरवाजा उघडून तो आत गेला. अंगणात चमत्कारिक भयाण शांतता होती. क्षणभर त्याच्या हृदयाचा एक ठोका चुकला. त्याच्या घराची साखळी तो वाजविणार, एवढ्यात 'मारा, मारा' असा ओरडा ऐकू आला. तो बाहेर पळाला. दिंडी दरवाजातून बघितले, तर पन्नास-साठ माणसांचा जमाव शेठच्या गाडीला गराडा घालून उभा होता. रहेमत गाडीकडे धावला. कोणी काठ्यांनी मोटारीच्या काचा फोडत होते, तर

कोणी केरोसीन ओतत होते. रहेमत जमावात घुसला. त्याची पगडी उडून पडली. पडत धडपडत तो मोटारीपर्यंत पोहोचला, तोपर्यंत मशालीनं आपलं काम केलं होतं. रहेमत मशालवाल्याच्या हातून त्याची मशाल हिसकावून घेत होता, तेवढ्यात त्याच्या डोक्यावर पाठीमागून काठी बसली. ''मारो साले को, दे दो साले को हिंदुस्तान–'' कोणी त्याला अमृतशेठचा बंसी ड्रायव्हर समजून मारत होते, तर कोणी काफिर समजून. ''साला हिंदुओंको बचाता है गद्दार– भेज दो इसे भी बीवी-बच्चे के साथ–'' मोटारीबरोबर रहेमतला जिवंत जाळल्यावरच त्या जमावाला वाटले, की आता बरोबर न्याय झाला आहे. एका काफिराला योग्य शिक्षा मिळाली आहे.

न्याय आणि इमान ह्यांच्या व्याख्या चक्रावून टाकणाऱ्या होऊन गेल्या होत्या. जे लोक भारतातून पळून येत होते, ते त्यांच्या वाहत्या जखमा दाखवत होते, आणि जे येथे सगळे सोडून जात होते, ते पण कापले गेलेले अवयव दाखवत होते. प्रत्येकाची दुसऱ्याबद्दल फिर्याद होती. प्रत्येकजण आपापल्या परीनं 'हिशोब चुकता करू बघत होता. पण कोणीच जरा थांबून असा विचार करीत नव्हते, की असे हिशोब चुकते करता करता माणुसकीचा सतत भागाकारच होतो आहे. बाकी शून्य राहिल्यावर आपण कोणाच्या आधाराने टिकून राहू?

रहेमत गेल्यावर कितीतरी वेळ कंचन तो गेला त्या दिशेलाच बघत राहिली. तिच्या आधी आलेल्यांची लांब रांग होती. हळूहळू तिच्यानंतर येणारे लोकही वाढत होते. सुरुवातीला काही बोलाचाली व्हायची आणि मग स्थिरस्थावर व्हायचे. कंचनच्या आजूबाजूला तऱ्हेतऱ्हेचे आवाज वाढत चालले होते; पण तिच्या कानांपर्यंत काहीच पोहोचत नव्हते. ती हळूहळू जणू मूर्च्छित अवस्थेत जात होती, तेवढ्यात चंद्रकांतने तिला गदागदा हलविली.

''बा! अगं बघ तरी! दादांनी धोतर ओलं केलंय!'' ट्रंकेवर बसलेल्या देवशंकरांच्या पायाशी लघवीचं थारोळे झाले होते. गेल्या पाच तासांत कोणीच लक्षात ठेवून त्यांना लघवीला नेले नव्हते. कंचन एकदम उठली. देवशंकरांना उभे करून तिने ट्रंकेतून दुसरे धोतर काढले. आजपर्यंत तर अमृत त्यांचे कपडे बदलून द्यायचा, अंघोळ घालायचा. अमृत नसेल तेव्हा ही कामे गौतमवर येऊन पडायची. आज प्रथमच हे काम कंचनला करायचे होते. क्षणभर कंचन अवघडली. देवशंकर तर केव्हाच स्त्री-पुरुष भेदाची समज असण्याच्या पलीकडे गेले होते.

खरे म्हणजे असे म्हटले पाहिजे, की ते माणूस असण्याच्या स्थितीच्याही पलीकडे गेले होते. कंचनने त्यांना आडोशाला उभे केले आणि ओले धोतर काढले. देवशंकर निर्व्याज बाळासारखे कंचनसमोर उभे होते. कंचनने धोतर त्यांच्या कंबरेशी गुंडाळले आणि निऱ्या केल्या. निऱ्यांचे दुसरे टोक खोचण्यासाठी ती देवशंकरांच्या

पाठीमागे गेली. टोक खोचता खोचता कंचन देवशंकरांच्या पाठीला बिलगून रडायला लागली. त्या हुंदक्यांमध्ये ती पित्याची मांडी आणि पतीची छाती, भावाचा हात आणि मुलाचा खांदा शोधत होती. जरा शांत झाल्यावर तिने स्वत:शी निश्चय केला, 'आता तर जे कोण म्हणायचं ते मीच आहे. मला आता एकटीनंच हा सागर पार करायचा आहे. होय, पार करायचाच आहे.'

देवशंकरांना रांगेत बसवून ती बंदराच्या ऑफिसमध्ये गेली. विश्वनाथबरोबर जायचे होते म्हणून रांगेत बसावे लागणार नव्हते, पण आता तर विश्वनाथ नव्हता! तिनं ऑफिसमध्ये तपास केला. एखाद्या लहानशा गावाएवढा त्या कंपनीचा विस्तार आणि त्यात काम करणारी माणसे तर हजारो. त्यात गोदामबाबू म्हणून काम करणाऱ्या विश्वनाथला कोण ओळखणार? आता तर तक्सीम कमिटी ज्या ज्या मोहोल्ल्याचा नंबर काढेल त्याप्रमाणे जहाजावर चढायचे होते. देवव्हिला तर स्वतंत्र बंगला होता आणि तो कुठल्याच लाईन, चाळ किंवा मोहोल्ल्यात येत नव्हता. श्रीमंत लोकांना सामान्य माणसे तोंडापुरता मान देतात; पण मनातून त्यांना वेगळेच समजतात. हेव्यामध्ये एक तऱ्हेचा सूक्ष्म अहंकारही मिसळलेला असतो.

तिसऱ्या दिवशी हरिशंकर शास्त्रींच्या चाळीचा नंबर लागला, तेव्हा ती त्या रांगेत उभी राहिली. कमिटीच्या सभ्यांपैकी दोघांनी विरोध केला, तेव्हा ती म्हणाली, "बापूजींच्या आणि भावाच्या अस्थी त्रिवेणीत विसर्जन करायच्या आहेत." शेवटी तिला जहाजाच्या तिसऱ्या वर्गाजवळ म्हणजे सर्वांत खाली कोठाराजवळ मोठ्या हॉलसारख्या जागेत एक कोपरा मिळाला. वरचे दोन मजले फर्स्ट क्लास आणि सेकंड क्लासच्या केबिन्स होत्या.

कंचनला कोणीतरी म्हटलेही, "तुम्हाला इथं नाही जमणार!" माणसे डंख मारायला कशी काय शिकत असतील? कंचन काही बोलली नाही. ती कसे काय सांगणार होती, की बरेचसे पैसे आणि थोडे दागिने तिने गौतमच्या चड्डीच्या आतल्या बाजूला शिवले होते आणि गौतमबरोबर तेही गेले होते. या विचाराने तिने ते ठेवले होते, की लहान मूल बघून कोणाला त्याच्याकडे पैसे असतील असे वाटणार नाही. कंचन कशाकशाचा शोक करणार होती? मुलाचा, पैशांचा? तिच्या मोठ्या भावाच्या– सोमनाथच्या आठवणीने रडणाऱ्या तिच्या बा ची व्यथा तिला आज समजली. पण मग वाटले, 'पण माझा गौतम जिवंत तरी असेल? की....?'

कंचन अगदी शेवटच्या घटकेपर्यंत म्हणजे जहाजाने तिसरा भोंगा वाजविला, तोपर्यंत रहेमतची वाट बघत राहिली. तो नक्की गौतमला घेऊन येईल. शेवटचे तीनही दिवस चंद्रकांतला आणि अरुणाला देवशंकरांकडे लक्ष ठेवायला सांगून ती लहान-मोठ्या मुलांमध्ये जिकडे तिकडे गौतमला शोधत होती. 'कदाचित कोणाबरोबर तरी बंदरापर्यंत आला असेल!' कोणाचा बदामी बुशकोट किंवा काळी चड्डी दिसली

की धावत ती तिथे पोहोचायची अन् मग शरमिंदी व्हायची. ओळखीचे, अनोळखी, जे कोणी दिसतील त्यांना विचारायची, ''तुम्ही दहा-अकरा वर्षांचा, जरा अंगानं जाडसर असलेला, गोल तोंडाचा, गोरागोरा मुलगा बघितलात कुठे? त्याच्या कपाळावर कुरळी बट आहे. दिसला तर मला सांगा हं!'' कधी कधी तिच्या लक्षातही यायचे नाही, की समोरचा माणूस अर्धं ऐकून चालायलाही लागला आहे. ती आपल्याच नादात बोलत राहायची. तिला वेड कसे नाही लागले ह्याचे तिला आत्तापर्यंत स्वत:लाही आश्चर्य वाटू लागले होते.

जहाज निघाले. 'आवजो' म्हणणारा आपल्या माणसाचा हात नव्हता. होते फक्त बाकी राहिलेले, जायला मिळण्याची वाट बघणारे प्रवासी. त्यांचे हात हलत होते आणि सांगत होते, ''आमच्यासाठीही प्रार्थना करा, की आम्हीही आमच्या देशाची (गावची) जमीन बघू शकू.'' वर्षानुवर्षं ज्या भूमीला आपण आपलं मानलं होतं, ती भूमी एका दुर्भाग्यपूर्ण घटकेला परकी झाली होती....!

◆

अठरा

घड्याळात ठोका पडला त्याने कंचनबा जाग्या झाल्या. डोळे उघडून पाहिले, तर बराच अंधार होता. 'किती वाजले असतील?' त्यांनी ठोके मोजायला सुरुवात केली. एक-दोन-तीन-चार. कंचनबा उठून बसल्या. उजाडायच्या आत तलावावर जाऊन अंघोळ वगैरे सगळे उरकून आले पाहिजे, ह्या विचाराने त्या उठल्या. डोळ्यात धूळ जावी तसे काहीतरी खुपत होते. तसे तर ताजेतवाने वाटत होते; पण तरीही मनातून पडून राहावेसेही वाटत होते. सारी रात्र मधून झोप, मधून जाग अशीच गेली होती. एक मन झोपत होते आणि दुसरे कितीतरी दूरदूरचा प्रवास करीत होते. ओसरीवरचा दिवा लावून त्यांनी जाळीमधून माताजीचे दर्शन घेतले आणि स्वत:च्या हाताच्या पंजाचे. सवयीने ओठ पुटपुटायला लागले, 'कराग्रे वसते लक्ष्मी....' श्लोक पुरता म्हणून त्यांनी अंथरलेली साडी उचलून झटकली, घडी करून ठेवली. पिशवीतून एक पंचा, एक जोड कपडे काढले आणि लोटा व कळशी घेऊन त्या तळ्यावर जायला निघाल्या.

ओसरीची जाळी उघडून त्यांनी वर आकाशाकडे नजर टाकली. एखाद-दुसरी चांदणी मावळण्याच्या तयारीत होती. आकाशाचा गडद काळा रंग कुठे कुठे रंग उडाल्यासारखा दिसत होता, कुठे फिकट राखी ढगही होते. कंचनबांनी समोरचा दरवाजा उघडला, तसे रस्त्यावरचे कुत्रे भुंकले. ही कुत्री त्यांना कुठून ओळखणार? एक सबंध पिढी नवी आली. खाली वाकून कंचनबांनी हातात लहानशी फांदी घेतली आणि दरवाजा बंद करून त्या तळ्याच्या दिशेने निघाल्या.

तळे गावाच्या पूर्वेच्या टोकाला होते. तळ्याला लागूनच विहीर. तिला पावसाळ्यात चार महिने भरपूर पाणी असायचे. लोक म्हणायचे, की तळे फुटके आहे. हिवाळ्यात तर ते तळे कसले, डबकेच होत असे. उन्हाळा तर ह्या कोरड्या भूमीला इतकी तापवायचा, की मोठमोठाल्या नद्यांची पात्रेही कोरडी पडायची. ते तळे एखाद्या जोगिणीच्या भिक्षापात्रासारखे दिसायचे. ह्या वेळी चांगले जमून आले आहे. अधिक महिना आणि पावसाळा. तळ्याला पाणी असेल असे कंचनबांना वाटले. कितीतरी वर्षांनी कांठागौरीची पूजा (नदी-तळ्यांच्या काठावर केली जाणारी गौरीपूजा) करता

येईल. अहमदाबादला साबरमती आहे; पण आहे ती अशी, की त्यातले लोटाभर पाणी वाहिले देवाला, तर पुन्हा दुसऱ्या पाण्यानं अंघोळ घालावी लागेल.

रिकाम्या रस्त्यावरून चालता चालता कंचनबा क्षणभर थांबल्या. फारच थोडी घरे उघडी होती. बहुतेक सगळे लोक परदेशात गेले होते. पुढे-मागे नजर टाकली. रस्त्यातला एखादा दिवा पेटलेला होता. एखाद्या लांब अरुंद बोगद्यातून जणू त्या जात होत्या. बोगदा संपेल तिथे एखादा मोठा रस्ता दिसेल? लांबूनच त्यांना हरजी पटेलच्या ओसरीवर दिवा दिसला. समता लवकर उठली असेल. शक्तिमाच्या मंदिरानंतर कुणबी वस्ती सुरू व्हायची. गावात दरबार आणि कुणबी ह्यांची वस्ती जास्त. बाकी इतर वर्णीयांची घरे हाताच्या बोटांवर मोजण्याइतकी. बऱ्याच वर्षांपूर्वी दरबार लोकांचे वर्चस्व होते. आता ते हळूहळू कमी होत चालले होते. पटेल मंडळी शेतीखेरीज धंद्यातही पडली. मेहेनत करण्यात कसला कमीपणा? सबंध देशात झाले तशीच इथेही सत्तासुंदरीची लक्ष्मीदेवीबरोबर मैत्री झाली.

हरजी पटेलचे वडील सवजी पटेल ज्येष्ठारामचे खास दोस्त. दोन्ही घरांमध्ये पिढ्यान् पिढ्यांचा संबंध. सवजी पटेलची बायको मोंघी ज्येष्ठारामसमोर डोक्यावरून पदर पुढे ओढून घेई– ज्येष्ठाराम मोठे म्हणून मान द्यायला. सवजी पटेलचे लग्न खूप उशिरा झाले. मुलीच्या वडिलांना द्यायला त्यांच्याकडे पैसे नव्हते म्हणून कुमारिका मुलगी मिळाली नाही. ह्या मोंघींशी त्यांनी पाट लावला होता. नावाप्रमाणे (मोंघी म्हणजे महागातली) ती कौतुक करून घेणारीच होती. कंचन लहान होती तेव्हा तिने हरजीला खूप खेळवले होते. पाच-सहा महिन्यांचा हरजी तब्येतीने छान, गुटगुटीत होता. कंचन त्याला बाहुल्यासारखी खेळवायची. मोंघी हरजीला अंघोळ घालत असे, तेव्हा कंचन तेथे पोहोचायचीच. त्याला नवी नवी झबली घालायची. मोंघीने हरजीच्या डोळ्यांत काजळ घातले, तर कंचन त्याच्या पंजांवर आणि पायाच्या तळव्याला अळता लावायची आणि कपाळाच्या एका कोपऱ्यात दृष्ट लागू नये म्हणून तीट लावून एक काळा ठिपका करायची. बऱ्याच वर्षांनी कराचीहून परत आल्यानंतर हरजीचे घर मांडून देण्यात कंचनचा मुख्य भाग होता. ती जुनी गोष्ट आठवली, तशी कंचनबांच्या चेहेऱ्यावर स्मित उमटले.

लहान असतानाच हरजीचे लग्न समताशी झाले होते. समताचे माहेर गावातच. ठाकुरजीच्या मंदिराच्या मागे नांदोला वस्तीत. समता वयात आली तरी तिचे बापूजी तिला दिवाळीत सासरी पाठवायचे नावच काढेनात. सवजी पटेलनी विषय काढला तरी उडवाउडवी करायचे. नवनवे बहाणे काढायचे. "सोन्याची साखळी करून द्या तिला, मग पाठवितो." आणि मग "साखळीसाठी लॉकेटशिवाय कसं चालेल?" सणावाराला मोंघी सुनेसाठी चांदीच्या साखळ्या, किल्ल्या ठेवायचा झुमका, असे

घेऊन गेली तर म्हणायचे, "असे हलके नकोत. पुरतं पावशेरही वजन नाही ह्याचं." दोन-तीन महिन्यांनी निरोप यायचा, "हे पैंजण झिजून गेलेत, नवे आणा." मुळात ह्या वागण्यामागे विचार असा, की असा आडमुठेपणा करीत राहिले, तर मुलाच्या घरचे स्वत:हूनच तिला सासरी न्यायचा विचार सोडून देतील आणि मुलाच्या घरून असा निरोप आला, तर सोडचिठ्ठी देण्यासाठी तोंडाला येईल ती रक्कम मागितली तरी मिळेल. मग मुलीचा दुसरीकडे पाट लावून दिला तर पुन्हा पैसे मिळणारच. असा सगळीकडून फायदाच फायदा.

त्या काळी मुली कमी असायच्या. कुणबी लोकात तर म्हणायचे, 'जे वर्ष चांगले जाईल त्या वर्षी कुणबी बैल तरी नवे आणतो किंवा बायको तरी!' माहेरी समता रोजीवरचे दोन मजूर करतील इतके काम करायची म्हणूनही तिला सासरी पाठवायची त्यांना घाई नव्हती. त्यातच समताच्या भावाला कुठल्याशा श्रीमंत घरच्या मुलाबद्दल समजले. पश्चिमेकडच्या भागात ते स्थळ होते. मुलगा रोख दोन हजार द्यायला तयार होता; पण समता सोडचिठ्ठी द्यायला तयार नव्हती आणि हरजीही तयार नव्हता. असे होता होता वय वाढत चालले होते.

कंचनबांना कराचीहून आल्याला दोन वर्षं झाली असतील. भाद्रपद महिना होता. तरणेतरच्या मेळ्याला जायला हरजीने गाडी तयार केली होती. मोंघी काकीने आग्रहाआग्रहाने कंचनला आणि तिच्या मुलांना बरोबर पाठवले होते. हरजी ह्या वेळी काही वेगळ्याच मूडमध्ये होता. गाडीत त्याने चिटाच्या डिझाइनची नवी गादी घातली होती. बैलांच्या अंगावर घातलेली झूल आणि शिंगांना लावलेल्या गोंड्यांनी ते बैल वरातीत न्यायला सजविलेले असतात, तसे सुंदर दिसत होते. शर्टला सोन्याची बटणे, गळ्यात रेशमी रुमाल, किनारीवर भरतकाम केलेले धोतर, चुंई चुंई आवाज करणाऱ्या जरीकाम केलेल्या मोजड्या. हरजी अगदी हौसेहौसेने नटला होता. अत्तराचा श्वास नाकात भरून घेत अरुणा म्हणाली सुद्धा, "मामा, आपण काय मामी आणायला जातोय?"

तरणेतरच्या मेळ्यासाठी खूप लांबून लांबून लोक येऊन पोहोचले होते. कोणी बैलगाडीतून, कोणी सायकलीवर तर आणखी कोणी पायीपायी. श्रद्धा अशी, की ऋषिपंचमीच्या दिवशी त्रिनेत्रेश्वर महादेवाच्या साक्षीनं कुंडामध्ये गंगामाई प्रकट होते आणि त्या पाण्यात अंघोळ करणाऱ्याची सगळी पापे धुतली जाऊन नष्ट होतात. एखाद्या वनवासी अर्जुनाला द्रौपदीला जिंकायची संधीही मिळून जायची. रंग आणि आनंद, उल्हास ओसंडून वाहात असायचा. सारा दिवस रास, गरबी (गरबा नृत्याचाच एक प्रकार), हुडा (हाही रास-गरबा नृत्यांचाच आणखी एक प्रकार. मुलगे आणि मुली समोरासमोर नाचतात व नाचता नाचता स्पर्धारूप प्रश्नोत्तरी होते.) ह्यांचा आनंद लुटणारी तरुण मुले-मुली जणू गंधर्व-किन्नर बनून हवेत तरंगत असायची आणि

रात्री वेगवेगळ्या राहुट्यांमध्ये टिमटिमणाऱ्या चिमण्यांच्या किंवा कंदिलांच्या उजेडात कुठे झांजा वाजवणे, तर कुठे एकतारीच्या किंवा रामसागरच्या (एक वाद्य) साथीने भजने गाताना स्थळकाळाचेही भान राहायचे नाही. दुकाने आणि रहाटपाळणा ह्यांची दुनिया तर आणखीच आगळी-वेगळी. तरणेतरच्या मेळ्यात मानवसागर जणू पृथ्वीवरच्या सर्व रसांचे पान करून आकाशाला गवसणी घालू बघत उसळत असायचा.

ह्या मेळ्यासाठी समताही आली होती. दिवसभरात इकडे तिकडे ओझरती दिसली होती; पण भावाच्या अन् भाभीच्या कडक पहाऱ्यात भेटणे शक्यच नव्हते. रात्री उशिरा ती हरजीने जेथे गाडी ठेवली होती, तेथे धापा टाकत, घाबरत घाबरत आली आणि कंचनला सांगून गेली, ''तुमच्या भावाला सांगा, की ह्या वर्षी दिवाळी मी त्यांच्या घरीच साजरी करेन.''

दसऱ्याच्या दिवशी सकाळी उजाडत झाडलोट करून समता केर बाहेर टाकायला म्हणून गेली, ती केराचे टोपले तिथेच टाकून सरळ कंचनच्या घरी जाऊन पोहोचली. तेथे अंघोळ करून कंचनने आणून ठेवलेले कपडे घालून हरजीच्या घरून घडा घेऊन पाणी भरायला बाहेर पडली. वडिलांच्या घरून अंगावर घालून आली होती, ते घागरा-पोलके आणि ओढणी वाटेत त्यांच्या घराबाहेर पडलेल्या टोपल्यात टाकले आणि घराचा दिंडीदरवाजा उघडून तेथूनच आईला हाक मारून तिने सांगितले, ''बा, हे घेऊन जा.'' ओसरीवर गोळा (गोल आकाराचा घडा) विसळत असणाऱ्या आईने बघितले, तर मुलीने घागऱ्यावर ओढणी घालायच्या ऐवजी साडी नेसली होती आणि डोक्यावर सवजी पटेलच्या घरचा घडा होता. दिंडीदरवाजाला आतून कडी घालता घालता वडील बोलले ते समताच्या कानांवर पडले, ''माझ्यासाठी पाणी काढ, समताच्या नावानंही अंघोळ करून टाकतो.''

खरे झोंबले होते समताच्या भावाला. कितीतरी दिवस तो संधी शोधत होता, की समता कुठे एकटी भेटली की तिला बघून घ्यायची. बहुतेक वेळा समता कंचनबांच्या बरोबरच बाहेर पडायची. कंचनबा बरोबर असल्या म्हणजे तिच्या भावाला फारशी हिंमत व्हायची नाही. तरी पण एक दिवस तळ्याच्या काठावर दोघं समोरासमोर आली. समता कपडे धुवत होती आणि कंचनबा ते काठावर वाळत टाकत होत्या. तेवढ्यात समताचा भाऊ बैलांना पाणी पाजायला आला. समताला बघितले तसा रागानं लालेलाल होऊन म्हणाला,

''हॅट साली– एवढ्या पैसेअडकेवाल्याची मुलगी असून ही जन्मदरिद्र्याकडे गेली. जवानी अगदी इतकं अंग जाळत होती–?''

''अरे काळतोंड्या! ठाऊकाय मला, तुला सख्ख्या बहिणीची दलाली करायची होती ते.'' म्हणत समताने हातातले धोपटणे फेकून त्याला मारले. तिचा भाऊ बाजूला सरकला; पण कंचनबांची नडगी अजूनपर्यंत हिवाळ्यात दुखायची. हे सारे

घडले त्यानंतर समताच्या माहेरच्यांनी तिला त्रास देणे बंद केले.

गल्लीच्या टोकापर्यंत गेले की एक रस्ता डावीकडे जायचा अन् एक उजवीकडे. डावीकडे वळून पन्नास-साठ पावले चालले, की धरमशी कोळीचा बोळ यायचा. आजूबाजूला दहा-बारा घरे असतील. मूळ कुटुंब धरमशीचे. धरमशी खालच्या जातीचा पण स्वभावाने फार चांगला. धरमशी गावचा चौकीदार. कितीही वस्ताद चोर असोत, धरमशीची तीक्ष्ण नजर त्यांचा ठावठिकाणा शोधून काढायची. धरमशीचा धाकटा मुलगा लखमण नेहेमी ठाकोरसाहेबांच्या बरोबर असायचा. लखमण मृत्यू पावला त्यानंतर त्याच्या मोठ्या मुलाने– जीवाने बापाची जागा घेतली. विलायतीसाहेबांनी त्याला व्यवस्थित पगार ठरवून दिला होता आणि राहायला लहानसे घर. जिवा बहुतेक वेळा ठाकोरसाहेबांच्या दिंडी दरवाजाजवळ बसलेला असायचा आणि त्याची बायको केसर त्यांना दिलेल्या घरात. तिला मूलबाळ नव्हते. देवाची भजने म्हणत असायची आणि रोजीवर काम करायची. जिवाचे अन् केसरचे दाम्पत्यजीवनही चारचौघांपेक्षा वेगळेच. जिवाच्या घरावरून पुढे जाता जाता कंचनबांनी बघितले तर दाराला कुलूप होते. 'कुठे गेली असेल केसर?'

तळ्यावर जायला खरे तर कुणबी गल्लीतून उजवीकडे वळून दहा मिनिटे चालून मोठा वळसा घालून जावे लागायचे. आणि डावीकडे वळले तर समोरच्या सतवारा गल्लीतून सरळ बाहेर पडता यायचे. जिवाचे घर ओलांडून कंचनबा थोडेसे चालल्या आणि त्यांची दृष्टी समोर गेली. बघतात तर समोर उंच सलग भिंत. पूर्वी तर मोकळ्या गल्लीत आठ-दहा घरे होती आणि त्यांच्या मागच्या परसातून सरळ तळ्याकाठी पोहोचता यायचे. क्षणभर कंचनबांना वाटले, की आपण कुठल्या भलत्याच गावात तर आलो नाही ना?

कंचनबा परत फिरल्या. आता मोठा वळसा घेऊन जावे लागणार. बोळाच्या मधोमध पाण्याचा पाट वाहात होता. पावसाच्या पाण्यात आजूबाजूच्या घरांच्या मोऱ्यांचे पाणीही मिसळले होते. लहानपणी पागोळ्यांचे पाणी डोक्यावर घेतले होते आणि बोळात साठलेल्या पाण्यात पावले बुडवून उड्या मारल्या होत्या. पण त्यावेळी अशा बारा महिने वाहणाऱ्या घाणेरड्या सांडपाण्याच्या मोऱ्या नव्हत्या. थोडे फार पाणी घरात वापरले गेले तर ते बोळात न वाहता सुकून जायचे. अंघोळीचे, कपडे धुवायचे काम बरेचसे विहिरीवर आणि तळ्यावर व्हायचे. विहिरीवरून बायकांनाच पाणी भरून आणावे लागायचे. त्यामुळे त्या काटकसरीने वापरायच्याही.

उमिया मा म्हणायच्या, ''ज्या बाईला पाण्याची काटकसर करता येईल, तिच्या नवऱ्याला कधी कर्ज होणार नाही.'' कंचनबांना वाटले, आता तर घराचा पाया खोदल्यापासून कर्जाचे हप्ते सुरू होतात, ते बापाच्या क्रियाकर्मासाठीही कर्ज घ्यावे लागते. दुकानदार स्वत:च कर्ज देतो. महिन्याच्या पहिल्या तारखेलाच पाऊण पगार तर

कर्जाच्या हप्त्यांमध्येच जातो. मोठा अगदी महिना पंचवीस हजार पगार मिळविणारा मुलगा असला, तरी पंधरा तारखेला जर आईला बरे वाटेनासं झालं, तर घरात दोन हजार रुपये सुद्धा नसतात. हे युगच मुळी उधारीचे युग झाले आहे. पैशांची गोष्ट असो, की माणुसकीची. तळ्याच्या काठाचा चढ चढता चढता कंचनबांनी सुस्कारा टाकला.

तळ्याला बऱ्यापैकी पाणी होतं. कंचनबांनी काठाजवळच्या एका खडकाखाली कपडे ठेवून तळ्यातून लोटा भरला. ओल्या मातीत फार सांभाळून चालणे जरूर होते. काळी चिकट माती. जरा जरी लक्ष राहिले नाही, तरी पाय घसरलाच म्हणून समजा. तळ्याच्या पलीकडच्या काठाशी जाऊन काठ उतरून कंचनबा एका बोरीच्या झाडाच्या आडोशाला बसल्या. चंद्रकांतच्या धाकट्या मुलाच्या वेळच्या बाळंतपणानंतर विशाखाला कंबरेचे दुखणे सुरू झाले म्हणून थोरल्यानं घरात खुर्चीसारखा विलायती संडास करून घेतला. सुरुवातीला कंचनबांना तो वापरणे जमायचे नाही; पण मग सवय होऊन गेली. आज आता इतक्या वर्षांनी पुन्हा उकिडव्याने बसल्यावर दोन्ही पायांना मुंग्या यायला लागल्या. झिणझिण्या आलेल्या पायांनी त्या दोन पावले चालल्या तेव्हा त्यांना वाटले, 'आलं की काय म्हातारपण? अंहं! इतकी वर्षं त्याला दूर ठेवलंय. जवळ येऊच नाही द्यायचं.'

परत तळ्याकाठी येऊन कंचनबांनी लोटा घासून स्वच्छ केला. अर्धी साडी लावून घेता घेता बारीक पोताची असल्यामुळे थंडीची एक शिरशिरी आली. साडी जरा घट्ट लपेटून घेता घेता त्यांनी तळ्याच्या पाण्याकडे नजर टाकली. पाणी अगदी स्थिर आणि काळे दिसत होते. पावसाळ्यात वरच्या अंगाने वाहत येणारे पाणी गढूळ असायचे. तळ्याकाठी बसूनच अंघोळ करावी असे त्यांना वाटले. जास्त पुढे जायचा धोका कशाला पत्करायचा? तसे तर म्हणा त्यांना पोहता येत होते. त्यांच्या लहानपणी तळे भरले की घरी जायची आठवणच राहायची नाही. सुरुवातीला पोटाखाली पालथी घागर घेऊन डुंबायचे आणि मग नंतर नंतर तर तळ्याच्या ह्या कोपऱ्यापासून त्या कोपऱ्यापर्यंत अशा चकरा मारतच राहायचे.

आज आता तसे अजून येते आहे की नाही बघायची पण इच्छा नव्हती आणि वेळही नव्हता. पाण्यात पाय बुडविल्याबरोबर गारठ्याची एक सणक अंगातून गेली. मग त्या लगेच पाण्यात बसल्याच आणि भराभरा अंगावर तांब्याने पाणी ओतू लागल्या. "हर गंगे– भागीरथी, कृष्णाबाई मनकर्णिके– हर हर," करीत त्या पाण्यातून बाहेर आल्या. (गुजरातीत गंगा नाह्या, यमुना नाह्या, नर्मदा नाह्या.... हरे हरे.... असे म्हणतात. अर्थ मराठीसारखाच.) बाभळीच्या आडोशाला कपडे बदलता बदलता त्यांना विहिरीवरच्या रहाटाचा आवाज ऐकू आला. 'इतक्या लवकर कोण आलं असेल?" भराभरा साडी गुंडाळून त्या विहिरीपाशी गेल्या. तो जिवा होता. "जे नाराण गोराणी मा."

“जे नाराण. ह्या कळशीत पाणी ओत जरा. केसर दिसत नाही ती?” कंचनबांनी विचारले.

“तिच्या भावाच्या घरी गेलीय.” जिवानं घागर खांद्यावर घेतली अन् तो चालू लागला.

तळ्याकाठी येऊन कंचनबांनी काठागौरीची स्थापना केली. मातीचे पाच गोळे. पाणी शिंपडून नमस्कार करता करता त्या म्हणाल्या, “अबीर-गुलाल नाही की उदबत्ती-निरांजनही नाही.” काठावर उगवलेले पिवळे फूल वाहून त्यांनी मनाचे समाधान करून घेतले. अक्षता कुठून असणार? मग हातात फूल ठेवूनच त्यांनी काठागौरीची कहाणी सांगायला सुरुवात केली. सांगणाऱ्या त्याच आणि ऐकणाऱ्याही त्याच. अंहं! ऐकणाऱ्यात तळ्याचं शांत पाणी होतं; विहिरीचा रहाट आणि कुंड होते, दिशा होत्या, आभाळातला ओसरत चाललेला अंधार होता. तळ्याकाठचे वृक्ष हळूहळू डोलत हं-हं म्हणत होते.

एक गाव होतं. गावात एक बाई राहात होती. खूप श्रद्धाळू. तिला दोन सुना. दोघींमध्ये जमीन-अस्मानाचा फरक. पुरुषोत्तम महिना सुरू झाला. धाकटी सून सासूबरोबर रोज नदीवर अंघोळ करायला जायची. काठागौरीची पूजा करायची, कहाणी ऐकायची, ध्यान करून मग पारणे करायची. एक दिवस धाकट्या सुनेला वाटले, थोरल्या जावेलाही बोलवावं. तर मोठेपणाचा गर्व असलेली मोठी जाऊ म्हणाली, ‘छे ग बाई! ते माझं काम नाही. हे तर विधवांचं काम, रिकामटेकड्यांचं काम, भोळसटांचं काम, की तळ्याकाठी मातीचे गोळे करीत वेळ काढत बसायचं. माझा तर नवरा राजधानीहून परत यायचाय, मुलगा शाळेतून यायचाय, सून माहेरून यायचीय, मुलगी सासरहून यायचीय. माझ्या घरी तर ताकाचे घुसळहंडे अन् झुलणारी पाडे, खदखद शिजणारी खिचडी अन् बाळंतीण मुलगी– बाई गं, मला मुळी सवडच नाही.’

थोरल्या जावेचं असं बोलणं ऐकून काठागौरीचा कोप झाला. राजधानीहून नवरा परतला नाही, शाळेतून मुलगा आला नाही, सून माहेरून परत आली नाही, मुलगी सासरहून आली नाही. गोठ्यात वासरं आली नाहीत अन् परसात पाडे आले नाहीत. झुलणारे पाळणे अन् घुसळखांबाच्या रव्याही बंद पडल्या. मग थोरल्या जावेला पश्चात्ताप झाला. तिनं सासूनं सांगितल्याप्रमाणे व्रत केलं आणि मग सगळं चांगलं झालं. हे काठागौरी मा, थोरल्या जावेवर कोपलात तशा कोणावर कोपू नका, त्यांना पावलात, तशा सगळ्यांना पावा.

कहाणी पुरी करून हातातलं फूल डोळ्यांना लावता लावता कंचनबांना वाटलं, ईश्वराचा न्याय इतका साधा आणि सरळ असता, तर काय हवं होतं?

आकाशात हळूहळू केशर उधळायला लागलं होतं. कंचनबांनी पाय उचलला.

शक्तिमाच्या देवळात येऊन पाठीमागच्या परसात कपडे वाळत टाकले. कडुलिंबाखालचा पार सुना होता, ते बघून त्यांना वाटले, 'पक्ष्यांना मूठभर कण्या घालता आल्या असत्या, तर किती छान झालं असतं.' ओसरीवर येऊन त्यांनी केर काढला. समोरच्या घड्याळाकडे लक्ष गेले. सहा वाजायला आले होते. मनातल्या मनात त्यांना काळजी वाटली. 'आज आनंदला कोणी उठवलं असेल? त्याच्या मम्मीला तर लवकर उठायची सवय नाही. शाळेची वेळ चुकली तर? दोन्ही मुलांच्या शाळा, घर आणि नोकरी– विशाखा सगळं कसं सांभाळेल एकटी?– असू दे आता, जे होईल ते होईल ग बाई! तुझा जीव का परत अडकला त्यात?'

रंजनने हाक मारली त्यामुळे कंचनबांच्या विचारांची साखळी तुटली. रंजन हातात चहाचा लोटा आणि पितळेची बशी घेऊन उभी होती. खांद्याला दप्तर होते.

"घ्या मा, तुमचा चहा. मला शाळेत जायला उशीर होतोय. पहिली घंटा व्हायच्या आधी थोरल्या साहेबांच्या ऑफिसच्या बाहेर बोर्डवर फ्रीहँड डिझाईन काढायचंय्, सुविचार लिहायचाय्. चला लवकर."

"हो, आलेच. पण मला एक कोरा कागद अन् एक पेन दे ना जरा."

"आत्ता आता तुम्हाला कसला लेख लिहायचाय?" असे म्हणत रंजनने दप्तरातून कागद अन् पेन काढून दिले.

"थांब जरा," म्हणत कंचनबांनी मोठ्या अक्षरात त्या कागदावर लिहिले, आज माझं मौन व्रत आहे आणि रंजनला पेन परत दिले. रंजनने सूचना वाचली. तिला राहावलं नाही. "मग गोष्ट?"

"दोन दिवसांनंतर." रंजन पळत पळत गेली.

कंचनबांना ठाऊक होते, की आज एव्हाना सगळ्या गावाला त्या आल्याचे समजले असेल. भेटायला येणाऱ्यांच्या कुतूहलपूर्ण नजरेचे आणि वळवळणाऱ्या जिभेचं काय? बायका तर सरळच विचारायला लागतील, "अगंबाई– मा! केव्हा आलात? का आलात? एकट्याच का आलात? परत केव्हा जाणार? कुठे राहणार? अधिक महिन्याची कहाणी सांगाल ना?" ह्या सगळ्या प्रश्नांचे मौनव्रत हेच उत्तर होते.

मौन बाळगले म्हणजे बाहेरून होणारा उलटतपास कदाचित टाळता येईल; पण मनातूनच उठणाऱ्या प्रश्नांचे काय?

◆

एकोणवीस

सबंध दिवस कंचनबा गायत्री मंत्राचा जप करीत राहिल्या. ॐ भूर्भुव: स्व: तत्सवितुर्वरेण्यं भर्गो देवस्य धीमहि धीयो यो न: प्रचोदयात... (हे सर्वव्यापी, प्राणस्वरूप, तेजस्वी, पापनाशक परमात्म्या, आम्ही आमच्या अंत:करणात तुझं ध्यान करतो, आमच्या बुद्धीला सन्मार्ग दाखव.) आयुष्याच्या अशा अनपेक्षित वळणावर येऊन ठाकल्यावर कंचनबा ह्याशिवाय दुसरे मागणार तरी काय? मंत्रजप करीत राहिल्यामुळे आतून होऊ शकणाऱ्या उलट तपासणीतून त्या वाचल्या आणि मौनव्रत असल्याच्या लेखी सूचनेमुळे भेटायला येणाऱ्यांपासून बचावल्या. जगदीश रोजच्याप्रमाणे येऊन पूजा करून परत गेला. रुखीबा येऊन बसल्या आणि मुकाट्याने बसून हातातल्या माळेने पाच वेळा जप करून परत गेल्या. मध्येच दुपारी समता डोकावून गेली; पण ताठ बसलेल्या कंचनबांचे मिटून घेतलेले डोळे आणि प्रत्येक वेळी मंत्र म्हणून झाला, की माळेतला पुढे सरकणारा एक मणी बघून ती काही न बोलता परत निघून गेली. एवढेच नाही, तर जे कोणी मंदिराकडे जाताना दिसेल त्याला रंजनकरवी गप्प राहण्याबद्दल सूचनाही देत राहिली. संध्याकाळची आरती म्हणून मग कंचनबांनी मौनव्रत सोडले. अहमदाबादहून कंचनबा निघाल्या तेव्हा एवढेच नक्की होते, की जसापरला जाऊन देवीचे दर्शन घ्यायचे. कुठे उतरावे, किती दिवस राहावे, काय करावे, काहीच ठरवले नव्हते. गेल्या कित्येक महिन्यांपासून जीव अस्वस्थ होता. चंद्रकांतच्या धाकट्या मुलाला शाळेत घातला तेव्हापासून कंचनबांना वाटायचे, की आता येथे राहायची काय जरूर? जावे कुठेतरी निघून– येथे नाही राहायचे आता. पण कुठे जावे? तर मनातून वाटले जसापरला जावे. जेव्हा जेव्हा कुठे जावे असे, रस्ता सापडत नाहीसे झाले होते, तेव्हा तेव्हा मूळ गावी जायचाच विचार मनात आला होता. मनात खोलवर श्रद्धा वाटायची, की जसापरला गेले म्हणजे जिवाला चैन पडेल, काहीतरी सुचेल आणि मग दिशा सापडेल.

पुन्हा आणखी एक दिवस मावळला, पुन्हा एक रात्र पडली. कंचनबा रात्रीचीच वाट बघत होत्या; थिएटरमधले प्रेक्षक हॉलमध्ये अंधार केव्हा होतोय आणि पडद्यावर चालते बोलते वेगळेच जग केव्हा दिसू लागतेय याची वाट बघत

असतात, तसे. सुरुवातीला त्या जगाला दुसऱ्या कोणाची तरी आयुष्ये मानून प्रत्येक प्रेक्षक मजेत बघत असतो; पण बघता बघता त्याच्या लक्षातही न येता तो स्वत:च त्या पडद्यावरच्या जगाचा भाग होऊन जातो. प्रेक्षक एकाच वेळी पडद्यावरची दृश्ये बघतही असतो आणि स्वत: त्यात भागही घेत असतो. कंचनबा वाट बघत होत्या, की केव्हा एकदा रात्र पडेल आणि भोवताली उठणाऱ्या लहान-मोठ्या लाटा विरून जाऊन त्या शांत सागरात पुन्हा उसळतील. कंचनबा विसरल्या होत्या का, की शांत असेल त्याला सागर कसं म्हणता येईल?

जमीन-आसमान एक करणाऱ्या प्रचंड लाटा इथं उसळत होत्या. नेहेमी तर नारळी पौर्णिमेला समुद्राची पूजा केल्यावर मगच कोळी समुद्रात उतरायचे, पण आता पौर्णिमेची वाट बघायला वेळ कुठे होता? यावेळी काय होईल ते होईल. वर्षानुवर्षांच्या ओळखीच्या भूमीने हाकलून लावले तेथे कशाची चिंता करीत बसणार? आता तर अनोळखी सागरावर भरवसा टाकण्याखेरीज काही मार्गच नव्हता.

बोटीच्या खालच्या भागात शिरल्याशिरल्याच डोक्यावर, बगलेत, कडेवर, घट्ट पकडून धरलेल्या गाठोडी-वळकट्यांसकट लोक धक्काबुक्की करायला लागले. चांगली आणि जास्तीत जास्त जागा मिळवण्याच्या धडपडीत ह्याचाही विसर पडला होता, की पिढ्यान् पिढ्या ज्या भूमीला आपली मानली होती, ती भूमी जर घटकाभरात परकी होऊन गेली, तर थोडासा वेळ जेथे आसरा घ्यायचाय त्या ह्या जहाजावर एवढ्याशा जागेसाठी एकमेकांशी तंटाबखेडा करणे कितपत योग्य होतं? लोकांनी सामान आणि मुलांची 'कुंपणे' बनविली होती आणि त्याच्या आतली 'आपापली' जागा झाडून ते साफ करून घेत होते. वातावरणात मुलांच्या रडण्या-ओरडण्याच्या आणि सामान आपटण्या-आदळण्याच्या वावटळीत तऱ्हेतऱ्हेच्या उद्‌गारांचे तुकडेही उडत होते.

"एऽऽ पोरा! धक्का का म्हणून मारतोयस?" "घ्या! ए बाई, तुला एकटीलाच जायचंय काय?" "अरे बाबा! हे तर दुर्दैवाचे फेरे आहेत!" "खबरदार माझ्या सामानाला हात लावलास तर!" "दोन-चार घटकांचा प्रश्न आहे हो! पाखरं सगळी गोळा होतात अन् उडून जातात तसंच." "काय तुझ्या बापाचं आहे काय जहाज? अं?" "हा तर तांब्या माझा आहे. लाज नाही वाटत चोरी करायला?" "हाय हाय! माझी बबडी कुठाय?" "हे भगवान! आता तूच काय करशील ते खरं बाबा!" आरोप-प्रत्यारोप, भांडणे, आक्रोश चहूबाजूंनी एकमेकांवर येऊन आदळत होते.

कंचन आणि चंद्रकांत दोघांनी सामान उचलून घेतले होते. अरुणाने दादांचा हात धरला होता. देवशंकरांची वेडसर नजर बघून एक बाई तर म्हणालीही, "अगं बाई! हा तर वेडा दिसतोय." चंद्रकांतने एका जागी हातातली पेटी ठेवल्याबरोबर

शेजारी बसलेला एकजण ताडकन म्हणाला, ''इथं नाही, इथं नाही. तिकडे पलीकडे जा तुम्ही. ह्या वेड्याला बघून माझी बायको घाबरेल.'' कंचनने बघितले, त्याच्या बायकोला दिवस गेलेले होते आणि ती बसल्या बसल्या पोळी अन् भाजी खात होती. नवरा-बायको सिंधी वाटत होते. नवऱ्याच्या शरीरावर आणि मेंदूवरही चरबीचे बरेच थर दिसत होते. चंद्रकांत काही बोलणार त्याआधीच कंचनने आपले सामान दूर नेऊन ठेवले. अशा कठीण परिस्थितीत सापडलेले असताना भांडण करण्याच्या विचारानंही काळीज कापत होते.

सुरुवातीला त्या तळघरासारख्या जागेत शिरले तेव्हा वाटत होते, की ह्या जागेत इतकी माणसे कशी मावतील? पिंपात धान्य भरताना वाटते तसेच काहीसे झाले होते. सुरुवातीला ओसंडून वाहणारे लोक हळूहळू जागा मिळवून मावून गेले होते. आधी जिने पाय पसरून जागा अडवून ठेवली होती तीच व्यक्ती जरा सरकून घेत म्हणत होती, ''ह्या बाजूला या असे. आहे जागा.'' आता एवढे तर नक्कीच होते, की जहाज नांगर टाकून थांबत नाही तोपर्यंत सगळ्यांनी बरोबरच राहायचे होते. लोक हळूहळू एकमेकांशी बोलायला लागले होते, लहान लहान कंपू होत होते. ती माणसे नव्हती. प्रत्येक व्यक्ती म्हणजे दुःखाचे एक-एक गाठोडे होती. प्रत्येकजण डोळे पुसत आपापले गाठोडे उघडून दाखवत होता, म्हणत होता, ''बघा! किती सगळं गमावलंय मी!'', ''बघा! कसला भयंकर घाव बसलाय माझ्यावर.''

कंचन बघत होती. तिला वाटत होते, अशा जखमा उघड्या करून दाखवण्याने आणखीच चरचरणार नाहीत? कधी कधी तर असे वाटायचे, की सगळीजणं आपापले मोठेपण सिद्ध करण्यासाठी जणू आपापल्या दुःखांचे प्रदर्शन मांडत होती. काहीजण अशी काही उगाळून उगाळून तेच तेच सांगत बसायची, की वाटायचे, ते सांगण्यात त्यांना जणू काही आनंदच मिळत होता. प्रत्येकाला वाटत होते, की त्याच्याइतका दुःखी आणखी कोणी नसेलच.

हवामान अनुकूल असले तर कराचीहून ओखा बंदरापर्यंतचा प्रवास बारा-पंधरा तासांचा होता; पण उसळलेल्या समुद्राने तीन दिवस पलीकडे पोहोचू दिले नाही. लोकांजवळच्या खाण्याच्या वस्तू तर केव्हाच संपत आल्या होत्या. प्यायचे पाणी सुद्धा पुरवून पुरवून वापरावे लागत होते. नाहीतरी थर्ड क्लासमधल्या प्रवाशांची कोण कदर करणार? पांजरपोळात कोंडलेल्या ढोरांसारखी त्यांची अवस्था होती. कंचनला आणि अरुणाला बोट खूप लागत होती. अरुणा तर उलट्यांनी अर्धमेली झाली होती. कंचनला सारखी चक्कर यायची आणि पोटात दुखायचे. एकीकडे समुद्र आणि शुक्ल पक्षाचे दिवस. देवशंकरचे विचित्र वागणे वाढले होते. वरचेवर डेकवर जायला पळायचे. तेथे तास अन् तास पाण्याकडे बघत उभे राहायचे. त्यांच्याकडे लक्ष ठेवायला त्यांच्या पाठोपाठ कंचन चंद्रकांतला पाठवायची. एखादा

दिवस चंद्रकांतलाही पाण्याकडे बघायला आवडलं; पण नंतर तोही कंटाळायला लागला. चूपचाप बसून राहिलेल्या देवशंकरना बघून घाबरून एखादा माणूस दूर सरकायचा, तेव्हा चंद्रकांत सांगायचा, ‘‘काही करणार नाहीत ते. मारामारी करतील असे वेडे नाहीत ते.’’

पण खाली तळघरात देवशंकरना करमायचं नाही. पिंजऱ्यात बंद करून ठेवलेल्या एखाद्या जनावरासारखे कावरेबावरे, अस्वस्थ होऊन फेऱ्या मारीत राहायचे. दुसऱ्या दिवशी असा दंगा करणाऱ्या देवशंकरना बघून तो समोरचा सिंधी म्हणाला, ‘‘म्हाताऱ्याला बांधून ठेवा.’’ कंचनचा थरकाप झाला. आजूबाजूचे लोकही त्यातच सूर मिळवून म्हणू लागले, ‘‘बांधून ठेवा, बांधून ठेवा.’’ दोघा-चौघांनी मिळून देवशंकरांचे हातपाय बांधले देखील. विरोध दर्शविण्यासाठी देवशंकर डोकं आपटत होते, गडाबडा लोळत होते.

शेवटी थकून गेल्यावर देवशंकर गप्प बसले तेव्हा कंचन हळूच त्यांच्याजवळ गेली. अर्ध्या-उघड्या तोंडातून गळणारी लाळ, गालांवर सुकलेल्या अश्रूंचे डाग, डोळ्यांच्या कोपऱ्यात चिकटलेली चिपाडे. देवशंकर एखाद्या काही समज नसलेल्या असाहाय्य बाळासारखे दिसत होते. गौतमच्या आठवणीने कंचनचे काळीज गलबलून गेले. देवशंकरांचे हातपाय सोडवता सोडवता तिला हुंदका आला. दचकून जागे झालेले देवशंकर एखाद्या अतिशय घाबरून गेलेल्या लहान मुलासारखे तिला बिलगले. त्यांच्या जटांसारख्या झालेल्या कोरड्याठाक केसांतून फिरणाऱ्या कंचनच्या बोटांमधून ममता झरत राहिली.

त्या रात्री कोणाची मदत नसलेल्या, नवरा सोडून दुसरे कोणीही बरोबर नसलेल्या पलीकडे झोपणाऱ्या बाईच्या पोटात दुखायला लागलं. दुष्काळात तेरावा महिना! पण जीवन कुठे कोणासाठी थांबते, का वाट बघते? ते तर आपल्याच तालात आणि लयीत अविरत चालूच राहते. जहाजात बसल्यापासून कशा ना कशावरून सगळ्यांशी तंटे करीत राहणारा त्या बाईचा नवरा कंचनकडे आला आणि काकुळतीला येऊन मदत मागू लागला. कंचनच्या लक्षात आले, की त्या बाईला कळा कशा द्यायच्या हेही माहीत नव्हते. ती वेडेवाकडे अंग करून हातपाय झाडत होती. आणखी तिघी-चौघी बायकांना बोलावून कंचनने चादर आणि साडीचा आडोसा केला. सारी रात्र खूप प्रयत्न केल्यावर कुठे मूल जन्माला आलं. ती बाई कंचनचे दंड दाबून धरून कळा देत होती. त्यामुळे कंचनच्या हातांना पेटके येत होते. कंचनने थाळी वाजविली. (गुजरातच्या खेड्यांमध्ये मुलाचा जन्म झाल्याची सूचना खोलीबाहेरच्या लोकांना थाळी वाजवून द्यायची पद्धत होती.) मुलगा झाला होता; पण पायाळू! पहिल्यांदा त्याचे पाय जमिनीला लागले होते. नाहीतरी अशा विपरीत परिस्थितीत आणखी काय करता येणार होते? त्यातल्या त्यात आश्वासक गोष्ट

एवढीच होती, की बाळाचा श्वास चालू होता. कदाचित जिवंत राहण्यासाठीचा संघर्ष आयुष्याला आणखी गती देत असेल! सगळे म्हणायला लागले, की दरियालाल नाव ठेवा; पण ह्याचा देश कुठला म्हणायचा? बाळाला अंघोळ घालून त्याच्या बापाच्या हातात दिला, तेवढ्यात चंद्रकांतने येऊन विचारले, ''बा! दादा कुठायत?''

कंचन क्षणभर तर हतबुद्ध झाली; पण मग धावतच डेकवर गेली. डेकवर कोणी नव्हते. तिने जहाजाचा कोपरा अन् कोपरा धुंडाळला. भांडण तंटा करून फर्स्ट क्लास आणि सेकंड क्लासच्या केबिन्सही उघडायला लावल्या. देवशंकर कुठेही नव्हते. डेकचे रेलिंग दोन्ही हातांनी पकडून तिने बसकण मारली. चतुर्दशीच्या चंद्राचे तेज फिके पडले होते. समोर आभाळात देवशंकरच्या वेडसर डोळ्यांतला लालसर रंग पसरला होता. समुद्र एखाद्याच्या रडून रडून श्रांत झालेल्या डोळ्यांसारखा शांत होता. कदाचित त्यालाही दुःख वाटत असेल, की एका जिवाच्या बदल्यात एक जीव घ्यावा लागला होता. पण अशा तर किती जीवांची आहुती पडली असेल, कोणास ठाऊक. एकच प्रश्न कंचनच्या डोक्यात घारीसारख्या घिरट्या घालत होता, 'मी अमृतला काय सांगू? गौतम गेला, ठाऊक नाही तो कुठे असेल? असेल का नसेल? देवशंकर असे चकवून निघून गेले.' कंचनला धाय मोकलून रडावेसे वाटत होते. तिच्या डोळ्यांची आग होत होती आणि आतल्या आत कोंडल्या गेलेल्या अश्रूंनी गुदमरायला होत होते.

भोवतालचे लोक कोंडाळे करून तिचे सांत्वन करीत होते. कंचनच्या मांडीवर डोके खुपसून अरुणा हुंदके देत होती. चंद्रकांत आईच्या खांद्याला पकडून उभा होता आणि रडत होता. कोणी विचारत होते, ''म्हाताऱ्याचे हातपाय कोणी सोडले?'' कोणी म्हणत होते, ''झालं ते झालं, सुटले म्हणायचे बिचारे.'' तिसरे कोणीतरी म्हणाले, ''तसं पाहिलं तर वेडं माणूस, असलं तरी काय आणि नसलं तर तरी काय?'' आणखी एकजण म्हणाले, ''ही बाई रडली नाही, तर वेड लागेल तिला.'' कंचन कोरड्या डोळ्यांनी बसून होती.

तिसऱ्या दिवशी दुपारी ओखा बंदरात जहाजाने नांगर टाकला. तेव्हा कंचनच्या चेहेऱ्यावर जीव वाचवून आल्याची काहीही भावना दिसत नव्हती. देवशंकर गेल्यानंतर एकाएकी चंद्रकांत जणू मोठा झाला होता. कुटुंबातला आता तो एकच पुरुष होता. चंद्रकांत सांगेल तसे कंचन यंत्रवत् करीत राहिली. त्यांच्या गावाकडे जायला ओखापासून ट्रेनने कांपपर्यंत जायचे होते. तेथेही नंबर लावायचा होता. अजून तर त्यांच्या आधी येऊन पोहोचलेले पाच खेपा होतील एवढे प्रवासी वाट बघत निर्वासितांच्या कँपात पडून होते.

निर्वासित कँप म्हणजे एक मोठा मांडव होता. जिकडे तिकडे माणसे ओझे वाहणाऱ्या गुरांसारखी पडून होती. मांडवापासून थोड्या अंतरावर पाण्याची पिंपे

भरलेली असायची. सकाळ-संध्याकाळ उंटाची गाडी येऊन ती भरून जायची. मदत करणारे लोक खूप मनापासून उत्साहाने मदत करीत होते. सकाळी स्वयंसेवक पुरी-भाजी आणि संध्याकाळी खिचडी अन् ताक घेऊन यायचे. संकोच वाटणाऱ्या, लाज वाटणाऱ्या लोकांना बोलावून सांगायचे, "घ्या! हे तुमच्यासाठीच आहे. संकोच नका करू." स्वत: येऊन विचारून जायचे, "जेवलात तुम्ही?" ज्यांच्या घरची चूल अखंड अग्निहोत्रासारखी पेटलेली असायची, त्या देवशंकरांची सून अन् नातवंडं रांगेत उभी राहायची. बरोबर आणला होता त्या जेवणाच्या डब्याच्या झाकणात खिचडी नाहीतर भाजी घ्यायची, लोट्यात ताक घ्यायचे. पुऱ्या तर पदर पुढे पसरून त्यात घ्यायच्या. "समयकी गति न्यारी" ह्यालाच म्हणत असतील?

आठवडा झाला असेल. एका संध्याकाळी कोणीतरी बातमी आणली, की समुद्राच्या काठी वाहत एक प्रेत आले आहे. कंचन दचकून एकदम उठून बसली. चंद्रकांत म्हणाला, "ते दादांचं प्रेत नसेलही." आणि असले तर? कंचनला वाटले, 'अमृतला एवढं तरी सांगू शकेन की मी बापूजींना विधिपूर्वक निरोप दिला.' चंद्रकांत आणि अरुणा यांना सामान सांभाळायला सांगून ती जायला निघाली, तेव्हा एक-दोघांनी थांबवून बघितलेही. "आत्ता रात्रीचं राहू द्या, काय नेम कोणी नाही." पण रात्री कुत्र्या-कोल्ह्यांनी प्रेताची वाट लावली तर? कंचन पळभरही थांबली नाही.

भल्या पहाटे कंचन कॅंपमध्ये परत आली. ती प्रेत घेऊन यायला गेली होती आणि स्वत: प्रेतासारखी होऊन परत आली होती. तिचे पाय लटपटत होते. विस्कटलेले केस, ओरखडे पडलेले गाल, कानांच्या कापल्या गेलेल्या पाळ्यांवर साखळलेलं रक्त, कुस्करला गेलेला, चोळामोळा झालेला देह– तिच्यासारख्या कितीतरी दुर्भागी स्त्रियांच्या आयुष्यातला दुर्भाग्यपूर्ण प्रसंग. अरुणाने विचारले, "बा! तुझं मंगळसूत्र?" कंचननं काहीच उत्तर दिलं नाही. आपल्या भुंड्या हातांकडे बघत बसून राहिली.

◆

वीस

'खणखण' कुठले तरी भांडे खाली पडल्याचा आवाज आला. त्या आवाजाच्या पडसादाची वर्तुळे एकावर एक घसरत हळूहळू बंद झाली. डोळे बंद करून पडल्या पडल्या कंचनबांच्या मनात आले, 'उंदीर अजून गेलेले दिसत नाहीत.' आवाजावरून वाटले की पडले ते ताम्हन असावे. फक्त क्षणभरच त्या वर्तमानकाळात आल्या; पण आल्या तशाच लगेच भूतकाळात परतही फिरल्या. पहिल्या प्रथम लोटा घेऊन सकाळी जायची वेळ आली, तेव्हा चंद्रकांतने ओसरीवर तसराळे असेच आपटले होते. ती सकाळ जन्मभर विसरणं शक्य नव्हतं.

कराचीहून आल्यावर जसापरमध्ये वडिलांच्या गल्लीत पाय ठेवण्यापुरती जागा मिळाली होती. डोक्यावर कसे का होईना छप्पर पण होते. पावसाळ्याच्या रात्री सवजीकाकांनी दिलेल्या काथ्याच्या खाटेवर दोन्ही मुले अंगाची मुटकुळी करून झोपायची. कौले तर कितीतरी वर्षांत शाकारली नसणार. त्यामुळे ठिकठिकाणी गळायचे. कोरड्या जागी पुन:पुन्हा खाट सरकवता सरकवता सकाळ व्हायची. कधी कधी तर उशाच्या आणि पायगतीच्या बाजूला मुले भिजू नयेत म्हणून, पाणी गोळा करायला कंचन भांडी ठेवून बसायची. तिचे वाहणारे अश्रू तिचा पदर भिजवत असायचे. नाहीतरी तिला कोरडे राहता येणे शक्यच कुठे होते?

नानचंदकाका चिंध्या भरून केलेल्या दोन पातळ गोधड्या देऊन गेले होते. घोंघावणाऱ्या वाऱ्यात त्यांचा कितीसा उपयोग होणार? एक गोधडी अंथरायची आणि दुसरी तिघांनी मिळून पांघरायची. कांचन तिची नेसती पातळ साडी तोंडावर ओढून घेऊन ऊब आणायचा प्रयत्न करीत राहायची. ऊब यावी म्हणून मुले आईच्या कुशीत शिरायची, कंचन जागत राहायची. ढगांचा गडगडाट आणि विजांचे चमकणे जाळीतून आत खोलीपर्यंत पोहोचायचे. कधी कधी खोलीच्या बाहेर एखादे जीवजिवाणू दिसायचेही. चिमणीच्या उजेडात कंचन एखाद्या कुरणाची राखण करीत असेल, तशी अमृतची जी ठेव तिच्याजवळ होती, त्यावर जणू फणा काढून बसून राहायची, विचार करीत राहायची.

जवळजवळ महिनाभर तरी ठाकोरसाहेबांनी तिची चूल पेटती ठेवली; पण असे किती दिवस? कंचनला एकच मार्ग होता, माधुकरीचा. लालजी मिस्त्रीनं ज्यांच्या घरी पौरोहित्य करायला जाता येईल अशी यजमानांची घरेही मिळवून दिली होती; पण कंचन शास्त्रोक्त पद्धतीने कुठलीही पूजा सांगायला शिकली नव्हती. पुरोहिताचे काम करायचे म्हटले, तरी कसे करणार? काय फक्त फुकट पीठ मागून खायचं? तिच्या मनाला ते पटत नव्हतं; पण दुसऱ्या बाजूनं कोणाचे उपकार घेत राहणेही मनाला सहन होत नव्हतं.

तो दिवस सर्वपित्री अमावस्येचा होता. रतिलालची बायको रुखी सबंध महिनाभर पुरेल एवढा शिधा घेऊन आली. कंचनने त्यातला गुळाचा एक बारीकसा खडा घेतला आणि तिला परत जायला सांगितले. पण स्पष्ट बोलल्याशिवाय जाईल तर ती रुखी कसली?

"तर मग काय करणार आहात? पीठ मागायला जायचं नाही आणि दुसऱ्यानं आपण होऊन देऊ केलेलं घ्यायचं नाही. तुम्हाला तर माहीत आहे, की सत्ययुगात सुद्धा ब्राह्मण पीठ मागूनच खायचे. पुढे ती जरा स्पष्टवक्तेपणानेच म्हणाली, "तुम्ही अशा कोण समजता स्वत:ला?"

रुखीचा राग शांत करीत कंचन म्हणाली, "मी ह्या जसापूरमधलीच ना! भाभी, तुमचं म्हणणं खरं आहे; पण सत्ययुगातले ते सगळे विद्वान ब्राह्मण होते. मुलांना शिकवायचे, त्यामुळे फुकट खाण्याचं पाप त्यांना लागत नसे."

"तर मग शिकवा ना तुम्ही पण! मुलं तर शाळेत जातात, पण आमच्यासारख्या बायकांना चार अक्षरं वाचायला शिकवा. रिकामा वेळ असेल तेव्हा पोथ्या-पुराणे वाचून दाखवा. चार चांगल्या गोष्टी कानांवर पडल्या तर कितीतरी जणींचे भले होईल."

कापऱ्या आवाजात कंचन म्हणाली, "भाभी, आजपर्यंत मी देवाजवळही कधी काही मागितलं नाही, आणि–"

"तीच तर विचार करण्यासारखी गोष्ट आहे. देव तरी इथं कोणी बघितलाय? देव म्हणा की माणूस म्हणा, सगळं एकच. जो गरजेला मदत करतो तो देव."

कंचनला वाटले, रुखीभाभींचे म्हणणे सोळा आणे खरे आहे. ह्या जगात देवाचे अस्तित्व माणसामध्येही जाणवते. इतक्या सगळ्या तऱ्हेच्या जीवांमध्ये फक्त माणूस हा एकच जीव असा आहे, जो दुसऱ्यांना मदत करतो. स्वत:खेरीज इतरांसाठीही जगतो आणि म्हणूनच तो देवाची बरोबरी करू शकतो. मनुष्यजन्म मिळणे म्हणून तर दुर्लभ मानले गेले आहे. कंचनने नानचंद शेठच्या तलकचंदकरवी कांपमधून कर्मकांडांचे नियम, रीती ह्यांची आणि कथा पुराणे, कहाण्यांची पुस्तके मागविली आणि शिकायला सुरुवात केली.

अश्विन वद्य प्रतिपदेचा दिवस होता तो. कंचन पहाटेच उठली होती. अर्थात

झोप लागलीच नव्हती ते वेगळे! सारी रात्र मनाची उलघाल होत होती. मनातल्या मनात ती शब्द, वाक्ये रचत होती. पीठ मागायला जायचे तेव्हा काय म्हणावे? देवव्हिलामध्ये तर कोण आले अन् काय घेऊन गेले ह्याचा हिशोबही नसे. कसा हात लांब करवेल आपल्याला? जो हात सदैव वर राहिला, देणारा राहिला, त्या हातात स्वत:चं सारं अस्तित्व ठेवून कसे कोणाच्या समोर उभे राहवेल? देणाऱ्याची नजर आणि देणाऱ्याच्या हातांना कसे सामोरे जाता येईल? रडू फुटले तर? असे पीठ मागायला जाण्यापेक्षा कोणाची धुणीभांडी केलेली, कोणाच्या घरी पाणी भरलेले बरे. पण येथे ह्या खेड्यात कोण करून घेणार ही कामे? आणि तीही ब्राह्मणांच्या बाईकडून? पाप लागले तर? हे पापपुण्याचे तंत्रही अजबच म्हणायचे. कोणाच्या स्वाभिमानाच्या चिंध्याचिंध्या झाल्या तरी चालेल, त्याला नुसते बसून खायला घालायलाही हरकत नाही. असले तर्कट एखाद्या ऐतखाऊ माणसानेच उभे केले असणार!

कंचनने चंद्रकांतला तयार केले आणि पिशवीत ठेवण्यासाठी तसराळे दिले, तसे त्याने ते फेकून दिले आणि हुंदके देऊन देऊन तो रडायला लागला. कंचन त्याचं कसली सांत्वन करते? त्याला कुशीत घेऊन तीही रडू लागली. त्या दिवशी चंद्रकांत बरोबर आला नाही. दरवाजाबाहेर पाय ठेवता ठेवता तिला वाटले, 'समोर सात समुद्र पार करायचे आहेत, होडी म्हणा की होडकं– जे काय आहे ते हे कल्पांत करणारे काळीज आहे. आता एकतर पैलतीर गाठायचा नाहीतर बुडून मरायचे, दुसरा मार्गच नाही.' कंचन जणू मनाशी प्रतिज्ञा करीत असेल, तशी स्वत:लाच म्हणाली, 'मी आता हे विसरून जाईन की ज्यांच्या नावाच्या हुंड्या चालत असत, त्या महादेवप्रसाद व्यासांची मी नात आहे. मी हे विसरून जाईन की ज्यांच्या नावानं कितीतरी देणग्या दिल्या गेल्या आहेत, त्या देवशंकर शुक्लांची मी सून आहे. आता मी फक्त मा आहे.'

रस्त्यावर आल्यावर पाय आपोआपच सवजी पटेलच्या घराकडे वळले. ''नारायण प्रसन्न अश्विन वद्य प्रतिपदा आणि सोमवार!'' मोंघीकाकी हातात पसाभर पीठ घेऊन आल्या. दुरून त्यांनी कंचनला ओळखली नाही. जवळ आल्या तशी, ''अगं! कंचन, तू?'' म्हणत तिला मिठी मारली आणि म्हणायला लागल्या, ''अरेरे! काय दिवस आले आहेत! जेठाभाईंच्या मुलीच्या नशिबी हे! ज्या कोणी माझ्या भोळ्या बाळीची आतडी पिळवटून टाकली आहेत, त्याचं ह्या जन्मात–''

''नाही, नाही काकी, असं नका बोलू.'' म्हणत कंचनने डोळे पुसले आणि ती पुढे म्हणाली, ''देवानं कोणाचंही घरटं मोडून टाकू नये, एवढंच मागणं आहे माझं. कधी असे दिवस कधी तसे!'' मोंघीकाकींबरोबर स्वत:लाही सावरत कंचनने तसराळे पुढे केले. त्या दिवशी कंचन दुसऱ्या घरी गेली नाही, तशीच परत फिरली. त्या

दिवशी चूल थंडच राहिली.

काळ पुढे जात होता. चंद्रकांतही पीठ मागायला जायला लागला होता. एकादशीला, पौर्णिमेला, सणवार असला, की कंचन कथा-कहाण्या वाचून दाखवायची. सत्यनारायणाची पूजा सांगायला जायची. हळूहळू सगळी घडी नीट बसत चालली होती. कंचनच्या एक लक्षात आले, की आपल्याला येथे एकटे राहायचे आहे, जरा जपून राहायला हवे. गावातल्या लोकांपासून फार अंतर राखून वागले, तर विनाकारण आपण एक कुतूहलाचा विषय होऊ. तसेच फार मिळून मिसळून वागणेही ठीक झाले नसते. घराशी कोणीही यावे, बसावे अशी चावडी बनू दिली नाही पाहिजे. मध्यम मार्गाने राहिलेले बरे. लोकांच्या आधारानेच जगायचे होते. त्यांच्या सुखदु:खात सहभागी व्हावे, मदत करावी. तरीही कोणाशीच इतकी जवळीक ठेवू नये, की इतर लोक त्यामुळे दुरावतील.

तिच्या पूर्वीच्या आयुष्यातल्या हकीगती कंचन क्वचितच कधी कोणाला सांगायची. नाहीतरी प्रत्येकाला स्वत:बद्दल बोलायलाच आवडायचे! कंचनला एक गुरुकिल्ली सापडली होती. ती शक्य तितकी श्रोत्याची भूमिकाच बजावायची. त्यामुळे दुसऱ्यांना ती 'आपली' वाटायची; पण तिच्या अंतरंगात क्वचितच कोणी पोहोचू शकत असे. शिवाय, कंचनच्या व्यक्तिमत्त्वाचा विशेष प्रभाव इतरांवर पडायचा. उंच बांधा, उजळ गोरा वर्ण आणि सुखात, वैभवात पोसलेले अभिजात व्यक्तिमत्त्व ह्यांचा लोकांना दबदबा वाटायचा.

कंचनचे घर जरा सुरळीत चालायला लागले होते; पण मनातल्या मनात ती अस्वस्थ होती. दीड-दोन महिने झाले होते; पण तिची पाळी आली नव्हती. काय झाले असेल हे तिला नेमके लक्षात येत नव्हते. हेही शक्य होते, की पूर्वी एकदा झाले होते, तशी उगीचच पाळी चुकली असेल किंवा हेही शक्य होतं, की तिला दिवस गेले असतील. दोन दृश्यं वरचेवर तिला नजरेसमोर दिसत राहायची. देवव्हिला सोडला, त्याच्या आधीच्या रात्री पतीबरोबर घालविलेले ते अत्यंत मधुर क्षण– तेच तिच्या पोटात वाढत होते? त्या क्षणांच्या आठवणीनंही तिच्या सर्वांगावर रोमांच उभे राहायचे.

पण ते रोमांच कमी होता होताच ओखा बंदरावरच्या त्या काळरात्रीची आठवण कडाडणाऱ्या विजेसारखी तिचा थरकाप करायची आणि तिचे सर्वांग जणू पोळून निघायचे. बंदराच्या चौकीदारानं प्रेताचा शोध घ्यायला आलेल्या कंचनला आडमार्गाला नेऊन तिची अब्रू लुटली होती. त्या घटनेची आठवण भयानक स्वप्नासारखी तिने मनाच्या तळाशी पुरून टाकली होती, ती आता परत डोके वर काढत होती. कधी कधी तिला वाटायचे, की ह्या शरीराचा गोळा एखाद्या जंगली जनावरासमोर टाकून

सुटका करून घ्यावी; पण पुढच्याच क्षणी तिला वाटायचे, 'हेही शक्य आहे की अमृतची शेवटची खूण माझ्या पोटात वाढत असेल!'

हातांच्या घट्ट वळलेल्या मुठी उघडायच्या. कुठं असेल अमृत? सुखरूप तर असेल ना? ह्या जन्मी काय पुन्हा त्याचा चेहेरा बघायला मिळेल की नाही? भर समुद्रात वादळात सापडलेल्या जहाजाच्या तुकड्यांसारखे एकमेकांना शोधता शोधता, एकमेकांची वाट बघता बघता बुडून तळाशी जाऊ की काय आम्ही?' कधी कधी कंचनला वाटायचे, 'माझा गौतम तसा नाही तर असा माझ्याकडे परत आलाय.' तिची ममता गौतमसाठी झुरत राहायची.

गौतमच्या आठवणीत ती हेही विसरायची, की कदाचित अमृत ह्या तिसऱ्या मुलाचा स्वीकार करणार नाही; कारण अमृत तिच्यावर अविश्वास दाखवेल असा विचारही ती करू शकत नव्हती. तिच्या मनाला खोलवर खात्री होती, की बलात्काराच्या बीजाचा विकास होणारच नाही. कधी कधी मन फारच अस्वस्थ व्हायचे. तेव्हा त्रासून जाऊन ती स्वत:शी म्हणायची, 'पण पोसणारी माती तर माझीच आहे ना!' तिचे द्विधा मन रहाटगाडग्यासारखे खाली-वर होत राहायचे. मात्र एकीकडे पिंडाला आकार येत होता.

एक दिवस रुखीनं विचारले, "बेन, कितवा महिना आहे?"

"पाचवा." कंचनने उत्तर दिले. कंचनचा आवाज शांत होता. ज्याबद्दल ती स्वत: नि:शंक होती, त्याबाबत लोकांच्या शंका तिला स्पर्शत नव्हत्या. तिने थोडाच काही अनाचार केला होता, की तिने भ्यावे? आणि नाहीतरी लोक तर असेच. त्यांचा कधी कोणावर विश्वास असतो? तसे नसते, तर सीतेला दोन-दोनदा दिव्य करावे लागले असते? ज्यांना विश्वास ठेवायचा असेल त्यांना पुराव्याची जरूर नसते, आणि ज्यांना विश्वास नसतो, त्यांची खात्री कोण कधी पटवून देऊ शकते?

एका सकाळी कंचन भारतसिंहच्या घरी गेली. त्यांच्या आईने एकादशीचा शिधा द्यायला बोलविली होती. हेमकुंवर बा आतल्या खोलीत ताट भरत होत्या, तेव्हा भारतसिंहने इशारा करीत विचारले, "हे कोणाचं?" त्याच्या आवाजात काहीतरी गुपित पकडल्याचा थरार जाणवत होता.

"तुम्हाला जाणून घ्यायचंय?" त्याच्या नजरेला नजर भिडवत थंड आवाजात कंचनने विचारले.

"हो!" एक गलिच्छ उत्सुकता भारतसिंहच्या डोळ्यांमध्ये होती.

तेवढ्यात आतल्या खोलीतून हेमकुंवरबा शिधा घेऊन आल्या. त्यांनी विचारले, "काय जाणून घ्यायचंय बेटा तुला?"

भारतसिंह काही उत्तर देणार त्याच्या आधीच कंचन म्हणाली, "ते तर भाई

विचारतायत की त्यांचे खरे वडील कोण? म्हणून मी त्यांना सांगितलं, की ते तर तुमच्या आईशिवाय कोणाला ठाऊक असणार?''

कंचनच्या धारदार आवाजाने दोघांना चांगलेच ओरखडे पडले. ओशाळलेला भारतसिंह आणि संतापलेल्या हेमकुंवरबा दोघांना तसेच उभे ठेवून कंचन निघून गेली. शिधा ओसरीवर पडून राहिला. त्यानंतर कंचन कधीही भारतसिंहच्या घराची पायरी चढली नाही.

सातव्या महिन्यात कंचनने मुलाला जन्म दिला, पण...

◆

एकवीस

सातव्या महिन्यात कळा यायला लागल्या, तेव्हा कंचनला वाटले, 'चला, लवकर सुटेन. बाळाला तरी आईची दया आली म्हणायची.' गेल्या कितीतरी महिन्यांपासून मनाने आणि शरीराने ती जशा परिस्थितीशी झुंज देत आली होती, त्यात टिकून राहणेच मोठी गोष्ट होऊन बसली होती. पार फिक्के पडलेल्या आणि लिंपणाच्या मातीसारख्या झालेल्या शरीरानं ती केव्हा एकदा सुटका होते म्हणून दिवस मोजत होती.

प्रसूत होता होता बाळाचे रडणे जसे असते, त्याऐवजी लहानशा घुबडाच्या ओरडण्यासारखा आवाज ऐकून तिचा थरकाप झाला. मोंघीकाकींनी बाळाला न्हाऊ घालून तिच्या कुशीत ठेवला तेव्हा क्षणभर तिने डोळे मिटून घेतले. हृदयाचा एक ठोका चुकला आणि तिच्या मनात आले, 'कसा असेल बाळाचा चेहरा?' बंद डोळ्यांसमोर पुन्हा एकदा समुद्रावरचा तो राक्षस दिसला.

बाळाची थोडीही हालचाल न जाणवल्याने तिने डोळे उघडून बघितले, तर बाळ माणसाच्या बाळापेक्षा एखाद्या सशाच्या किंवा उंदराच्या पिल्लासारखं जास्त दिसत होतं. अगदी अशक्त गुलाबी शरीर, हात लावायचीही भीती वाटेल असे. चुकून जरा जास्त जोर लावला तर दाबले जाऊन त्याच्या शरीराचा आकार बदलेल असे वाटत होते.

तूप, गूळ आणि पाणी यांचे जे मिश्रण नुकत्याच जन्मलेल्या बाळाला दिले जाते, (गुजरातमधील एक पद्धत. आपल्याकडे काहीजण मधाचं बोट चाटवतात.) त्याचा एखादा थेंब पोटात गेला असेल. बाळाने बारीक फटी असाव्यात, तसे एवढेसे डोळे जेमतेम उघडले आणि पुन्हा इतके गाढ झोपून गेले, की जणू पुन्हा गर्भाशयात जाऊन पोहोचले असेल.

त्याचा तो मंद मंद श्वास आणि जवळ जवळ गुंगीत असल्यासारखे झोपून राहाणे बघून कंचनला वाटायचे, की हे बाळ जगणार नाही. कोणी बघणार नाही अशा तऱ्हेने ती बाळाच्या नाकाशी पंजा धरून खात्री करून घेत राहायची. कधी कधी तर नको असलेल्या मुलाला वाढवण्यातून मुक्तता होईल ह्या विचाराने तिला मानसिक धक्का बसण्यापेक्षा सुटका होईल असे वाटायचे. कधी वाटायचे, हे बाळ

जगले तर भविष्यकाळात पती भेटेल. अमृतची खूण म्हणूनच तिने ही अवघड परिस्थिती स्वीकारायचे ठरवले होते. वास्तवाला सामोरे जाणे किती अवघड होते, ह्याची तिला कल्पना होतीच, आणि शिवाय–

एक तर सातव्या महिन्यात अपुऱ्या दिवसांचा जन्मलेला मुलगा, त्यात आणि डाव्या पायात दोष असलेला. त्याच्या टाचेचे हाड वाकडे होते, त्यामुळे पाऊल मागच्या बाजूला दुमडल्यासारखे राहायचे. दोन पायांच्या जणू दोन वेगळ्या दिशा होत्या. कंचनला वाटायचे, हे बाळ आजच्या काळातले संतान आहे. भारताने स्वातंत्र्य तर मिळवले आहे; पण माझ्यासारख्या भारतातल्या मातेचे संतान जणू स्वत:च्या दोन पायांवर उभे राहायला जन्माला नाही आले. आत्तापर्यंत जगलेले सारे आयुष्य ज्या तऱ्हेने आता परक्या होऊन गेलेल्या देशात सोडून यावे लागले, त्याचा विचार केला, तर आता ह्यापुढचे आयुष्य तरी तालावर पावले जुळवत कसे पुढे जाईल? अमृतशिवायचा हा संसार कार्तिकसारखा लंगडतच पुढे जाणार का? अशा दु:स्वप्नाच्या विचारानंही तिचा थरकाप होई.

चंद्रकांतने छोट्या भावाचं नाव ठेवले 'कार्तिक.' अरुणा त्याला 'काकु' म्हणायची आणि खूप लाड करायची. छोट्या भावावरचे थोरल्या भावंडांचे हे प्रेम बघून कंचन स्वत:ला पटवून द्यायची, की 'हे नक्कीच अमृतचंच बाळ आहे. रक्त एक असलं तरच इतकी ओढ वाटेल.'

पण समता जेव्हा विचारायची, "काय हो गोराणी मा, हा तुमचा काकु तर अगदी वेगळाच दिसतो. ना तुमच्यासारखा, की ना त्याच्या भावंडांसारखा. कोण जाणे कोणासारखा आहे!" तेव्हा समताच्या प्रश्नाने कंचनच्या काळजात धडधड व्हायला लागायची. त्या धडधडीकडे दुर्लक्ष करीत ती सांगायची, "माझ्या आजेसासऱ्यांसारखा आहे."

व्यंग असलेले बाळ जन्माला आल्याचे कळल्यावर हरिप्रिया कंचनला भेटायला आल्या. तशा तर त्या क्वचितच दरबारगढच्या बाहेर पडायच्या. बोटांच्या पेरांवर मोजता येतील इतक्याच बायकांनी त्यांचा चेहेरा बघितला असेल. लग्न झाले तेव्हा सासू-सासरे नाराज असल्याने लोकांमध्ये त्यांच्याबद्दल चर्चा झालीच होती. म्हणूनही त्या चारचौघींत सगळ्यांना भेटायचे, बोलायचे टाळत असत. त्यात आणि त्यांचा स्वत:चा पडदा, बुरखा ह्यांना विरोध. दरबारगढमध्ये एरवीही लहान-मोठी वादळे होतच असायची. त्यात आणखी एक भर कशाला टाकायची, म्हणून हरिप्रियाने स्वत:ला एकदंडिया महालात बंद करून घेतले होते. मात्र कंचन कराचीहून निसटून आल्यानंतर त्या महालाच्या शांत पाण्यात थोड्या लाटा उठल्या होत्या. कधी कधी जिवाची बायको केसर गावातून काही बातम्या घेऊन यायची, तर कधी उडत उडत एखादा निरोप कंचनपर्यंत पोहोचायचा. कंचनचं दु:ख हरिप्रिया समजू शकत होती.

एवढेच नव्हे, तर थोडीफार सहभागीही होऊ शकत होती.

पहिल्या प्रथम जेव्हा कंचनने त्यांच्या ओट्यावर पाऊल टाकून म्हटले, "नारायण प्रसन्न, कार्तिक शुद्ध नवमी आणि शुक्रवार." तेव्हा पुढे केलेल्या तसराळ्यात पीठ घालता घालता हरिप्रियाने कंचनच्या नजरेला नजर भिडवत विचारले, "आशीर्वाद नाही देणार मा?"

"माझ्याकडे आहे काय, तर मी देणार?" मोडतोड होऊन पडलेल्या आशा-आकांक्षांच्या ढिगाखालून खोल आवाजात उदास उत्तर आले.

"तुम्हाला मैत्रीण म्हणण्याचा हक्क!"

त्यानंतर कंचन आणि हरिप्रिया एकमेकींना 'सखी' म्हणायच्या. रात्री उशिरापर्यंत दोघींच्या गप्पा चालायच्या. जिवाच्या बायकोला– केसरला सोबत घेऊन हरिप्रिया रात्री बसायला यायची. एका रात्री त्या कंचनला भेटायला आल्या तेव्हा केसर बरोबर नव्हती. कार्तिकचा पाय बघून त्यांनी कंचनला त्याला अहमदाबादला घेऊन जायला सुचवले. अहमदाबादला कोणीतरी डॉ. कुक म्हणून गोरे डॉक्टर होते. हरिप्रियाच्या भाच्यालाही जन्मत: पायात असेच काहीतरी व्यंग होते. तीन ऑपरेशन्स केल्यावर हळूहळू त्याचा पाय बरा झाला होता.

पळभर कंचनला वाटले, की शक्य तितक्या लवकर गेले पाहिजे; पण ऑपरेशनचा आणि औषधांचा खर्च, त्याखेरीज अनोळखी शहरात राहण्याचा खर्च कुठून काढायचा? जेमतेम आमटी-भाकरी खाण्याइतके मिळते आहे. येथे कंचनचे डोळे भरून आले. कराचीला मातुश्री शारदामणी देवी इस्पितळाच्या पन्नास खाटांच्या वॉर्डचा अर्पणविधी कंचनच्या हाताने झाला होता. कराचीमध्ये त्यांच्या जातीचे कार्यक्रम होणारे कार्यालय, दवाखाना, मंदिर, धर्मशाळा, शाळा, लायब्ररी, बगीचे, कारंजी इथपासून ते अगदी पाणपोयांपर्यंत सगळ्यांसाठी देवशंकर शुक्लांचे दान असायचेच.

हरिप्रियाने कंचनचे मन दुसऱ्या कशात तरी गुंतवायला विचारले, "चंद्रकांत कितवीत आहे?"

"तेथे तर गुजराती तिसरीत होता. इथं आता ज्या इयत्तेत घेतील ते घेतील. तुम्ही विनोदबांना शाळेत घातले?"

"घ्या! तुम्ही काय तिला बा म्हणताय?"

"अहो, लहान होते ना, तेव्हा एकदा एका 'दरबारां'च्या (आपल्याकडच्या सरदार, जहागीरदार इत्यादींसारखे, त्यांना 'दरबार' म्हणतात.) मुलीला 'तू' म्हटलं होतं, तेव्हा मास्तरांच्या आणि आईच्या, दोघांच्या हातचा मार खाल्ला होता!"

"ते तर सगळं गेलं, आणि आता तर संस्थानंही चाललीच! असो, हं, पण विनोदला अहमदाबादला माझ्या भावाच्या घरी शिकायला ठेवली आहे. अर्थात हायकमबा नाराज आहेतच."

"कोण, तुमच्या सासूबाई?"

"हो! साहेबांनी त्यांच्या आईचं तसं नाव ठेवलंय. इंग्रजीतला हायकमान्ड शब्द आहे ना, तो; पण इथं त्याचं देशी 'हायकमबा' करून टाकलं."

कंचनच्या लक्षात आले, की थट्टेवारी सांगतानाही हरिप्रियाचा आवाज दाटून आला होता. मुलाने स्वत:च्या मर्जीप्रमाणे दुसऱ्या जातीतल्या मुलीशी लग्न केल्याचा मानसिक धक्का इतकी वर्षं उलटली तरी जिजामा विसरू शकल्या नव्हत्या. मुलगा आपला राहिला नाही तर त्याच्या मुलांनाही त्याच्या आईवडिलांपासून लांब ठेवून दुरावा निर्माण करायचा त्यांचा विचार होता. प्रेम करण्याच्या नावाखाली हरिप्रियाच्या तिन्ही मुलांना त्या एक विरोधीपक्ष म्हणून वाढवत होत्या. हरिप्रियाने त्यांच्या ह्या गडाला खिंडार पाडले होते.

"माझे आयुष्य तर बरेचसे गेले अन् थोडे राहिले. इतकी वर्षं झाली पण घरात अजूनही मी जणू पाहुणीच आहे. कधी आपल्या हातानं नवऱ्याला जेवायला नाही वाढलं, की मुलांना आवडणारे पदार्थ बनवून त्यांना खायला घातलं. हातात पंखा घेऊन त्यांना वारा घालत जवळ बसलेल्या सासूबाईंच्या पहाऱ्यासून लपून, दुरून जाळीच्या आडून नवऱ्याला आणि मुलांना जेवताना बघायचं! मी तर कडू घोट गिळून टाकले आहेत, कोणी आमच्या प्रेमाकडे बोटं दाखवून दोष देऊ नये म्हणून, पण आता मुलांच्या भविष्यकाळाचा विचार तरी केलाच पाहिजे," बोलता बोलता हरिप्रियाचे डोळे भरून आले.

विव्हळ होत कंचनने हरिप्रियाच्या खांद्यावर हात ठेवला. निरोप घेता घेता हरिप्रिया म्हणाल्या, "चला, निघते. फार उशीर झाला तर अंधारात एकटं वाटेल."

"केसर का नाही आली?"

"केसर आता हायकमबांच्या ताब्यात! एकदंडिया महालाची खिडकीही बंद!" हरिप्रिया गेल्या; पण रात्री कितीतरी वेळ कंचनला झोप आली नाही. अमाप सुखी समजले जाणारे आयुष्य हे असे! हे काय आयुष्य म्हणायचे?

कार्तिक मोठा होत होता. हा आपला की परक्याचा, ही मनातली अस्वस्थता मनात ठेवून कंचन त्याला वाढवत होती. तिन्ही भावंडे रात्री झोपलेली असायची, तेव्हा कंदिलाच्या उजेडात ती त्यांच्याकडे बघत बसायची. कधी तिला कार्तिकमध्ये अमृतचा भास व्हायचा आणि हृदय उचंबळून यायचे. झोपेत असलेल्या कार्तिकला छातीशी धरून ती त्याच्यावर चुंबनांचा वर्षाव करायची. झोपेतून दचकून जागा होऊन कार्तिक रडायला लागायचा. मग कंचन त्याला गप्प करायला हळूहळू त्याच्याशी बोलत राहायची; पण कधी कंचनला वाटायचे, की हा मुलगा तिचे स्तनच नव्हे, तर सुखशांतीही शोषून घेत आहे. दिवस जात राहिले तशी कंचनची ही विचित्र मन:स्थिती मुलांच्याही लक्षात

आल्याशिवाय राहिली नाही. चंद्रकांत बघायचा, की आई कधी अगदी निष्कारण कार्तिकची बाजू घ्यायची, तर कधी एवढ्या तेवढ्या गोष्टीवरून त्याला गुरासारखे मारायची. अशा परिस्थितीत कार्तिकचा एकमेव आधार अरुणा असायची.

कंचननं अरुणाचे नाव तर एका खास कारणानेच ठेवले होते. ती जन्मली तेव्हा इंग्रज सरकारनं स्वातंत्र्यसेनानी अरुणा असफअलींना पकडून देणाऱ्याला बक्षीस जाहीर केले होते; पण ह्या अरुणाच्या स्वभावात ज्योतीच्या धगीपेक्षा ज्योतीचा प्रकाशच जास्त जाणवायचा. कंचनला वाटायचे, अरुणाचा स्वभाव अमृतच्या आई अनसूयांसारखा होता. गंगाबा कितींदा तरी तिचा समजूतदारपणा आणि शांत स्वभाव ह्यांची वाखाणणी करायच्या. प्रथम भेटीत अरुणा कोणाला अलिप्त, जरा तुसडी वाटायची; कधी कधी कोणाला तर ती गर्विष्ठही वाटायची. ती खूप कमी बोलायची. तिची आवड फक्त एकच; एकटी एकटी कामे करीत राहणे आणि गाणी म्हणणे.

अरुणावर तिच्या कुवतीपेक्षा आपण जास्त जबाबदारी टाकत आहोत, हे कंचनला समजत नव्हते असे नाही, पण त्याला इलाज नव्हता. कधी कधी त्यामुळे कंचनला वाईट वाटले, तर अरुणाच उलट 'ते काम तर मला खूप आवडते' म्हणून प्रसंग निभावून न्यायची. जेव्हा जेव्हा कंचन कार्तिकला हिडीसफिडीस करायची, रागवायची, तेव्हा तेव्हा अरुणा हळूच कार्तिकला प्रेमाने जवळ घ्यायची. स्वत:च्या वागण्यावर काबू ठेवू न शकणारी कंचन हे बघत असायची. अरुणा पुढे न् मागे मागे जाणारा कार्तिक बघून तिला तिचे अन् तिच्या भावाचे– विश्वनाथचे लहानपण आठवायचे. अरुणाच्याही नशिबात काय तिच्यासारखंच मनोव्यथांचे अक्षयपात्र होते? कंचन खूप अस्वस्थ व्हायची.

अरुणा ह्या वर्षी सहावीत गेली होती. चंद्रकांत कांपमध्ये बोर्डिग स्कूलमध्ये राहून शिकत होता. खरे म्हणजे हा खर्च परवडणारा नव्हता; पण त्याने कंचनला न सांगताच अर्जामध्ये ब्राह्मण विधवेचा मुलगा असल्याचे लिहून देऊन फी आणि जेवणाचा खर्च माफ करून घेतला होता. कंचनला तर असेच वाटत होते, की त्याचे शिक्षक त्याला मदत करतात. शाळेत फी माफ व्हायची तेव्हा पुस्तकेही फुकट मिळायची. त्यात आवक कुठली ह्या रकान्यात 'माधुकरी' असं लिहावं लागे. चंद्रकांतच्या मित्रांची समजूत तर अशीच होती, की शेतीचे उत्पन्न येते, त्यातून त्याची आई घर चालवते. चंद्रकांत अभ्यासात बरा होता. त्यातही त्याचे गणित विशेष चांगले होते. बोर्डिंगमध्येच त्याला तीन-चार मुलांच्या शिकवण्या मिळाल्या होत्या. कंचन वरखर्चाला म्हणून थोडे पैसे द्यायची, ते तो साठवून ठेवायचा. कधी कोणा मित्राला पैशांची जरूर पडली, तर हा त्याला उसने द्यायचा. त्याच्या बदल्यात मित्राने त्याला एक सिनेमा दाखवायचा असायचा.

कार्तिकला शाळेत घातला होता. तो पाच वर्षांचा झाला होता; पण अजूनही

त्याला नीट चालता येत नसे. चांगल्या पायाच्या गुडघ्यावर हात टेकवून व्यंग असलेला पाय ओढत तो चालायचा. त्या पायाचे पाऊल आडवे होऊन घासले जायचे. धुळीने भरलेल्या, खड्डे, दगडधोंडे असलेल्या किंवा चिखल असलेल्या रस्त्यातून चालताना कितींदा तरी ते पाऊल रक्तबंबाळ व्हायचे. कंचन अगदी सुरुवातीला त्याचे नाव शाळेत घालायला गेली तेव्हा मास्तरांनी त्याला विचारले, ''वडील हयात आहेत?'' आणि मग कंचनच्या कुंकू लावलेल्या कपाळाकडे बघून त्यांनी वरमून मान खाली घातली होती.

''होय. कंपालामध्ये धंदा करतात.''

''बेन, एक विचारतो, राग मानू नका; पण परदेशात चांगला धंदा चाललेला असताना तुम्ही ह्या मुलाच्या पायाचा इलाजही केला नाहीत?''

''तुम्हाला वाटतंय तसं नाही. अहमदाबादच्या डॉ. कुकनी तपासलं होतं आणि सांगितलं होतं, की ऑपरेशन करूनही ह्याच्या पायात सुधारणा होणार नाही.'' प्रयत्न करून सुद्धा कंचनच्या आवाजात कडवटपणा आलाच होता.

मास्तर तर गप्प बसले होते; पण कार्तिकच्या प्रश्नांना उत्तरे देण्याचे टाळणे अवघड होते.

''बापूजी जर आहेत, तर ते येत का नाहीत? पत्र का लिहीत नाहीत? तुम्ही खरंच मला डॉ. कुकना दाखवायला नेलं होतंत?'' आईच्या सांगण्यावर विश्वास न बसायला कारण होते. त्याच्या लक्षात यायचे, की आपल्या अशक्त किंवा व्यंग असलेल्या मुलावर इतर आई-बाप जास्त प्रेम करायचे, त्याची बाजू घ्यायचे; पण त्याची आई मात्र त्याला एकाही गोष्टीत थोडीही सूट देत नसे. तिचा आग्रह असायचा, की प्रत्येकाने घरातले स्वत:चे काम स्वत:च करायचे. विहिरीवर कपडे धुवायचे असतील, तर अरुणाच्या बरोबर कार्तिकलाही जावे लागायचे, विहिरीतून पाणी काढावे लागायचे. कार्तिकला हे फारसे आवडत नसे; पण कंचनचं मत असं होतं, की स्वत:मधली जन्मजात उणीव कार्तिकनं दुप्पट पुरुषार्थ करून भरून काढली पाहिजे. ओशाळवाणे वाटून घेणाऱ्या, लाचार मुलाची आई म्हणून घेणे तिला मंजूर नव्हते. अर्थात कधी कधी कंचन अशा सगळ्या बाबतींत जरा जास्तच हटवादीपणा करायची, असंही वाटायचं.

कार्तिकचे मन सतत द्विधा असायचे. त्याला खात्री नसायची, की काय केले म्हणजे आई नाराज होणार नाही. कंचन कधीही एकदम त्याला पकडून मारायची. तसेच, तिचे एकदम केव्हाही लाड करणंही त्याला समजत नसे. त्याला मग गुदमरल्यासारखे वाटायचे. कंचनची मन:स्थिती विचित्र झाली होती. तिला काठावरही राहावत नव्हते आणि प्रवाहाबरोबर वाहतही जायचे नव्हते. कार्तिकलाही नीटसे समजत नसे; पण जाणवत मात्र असे. त्याला हेही जाणवायचे, की जितक्या

मोकळेपणाने, आपलेपणाने थोरला भाऊ आणि बहीण आईशी वागू शकत असत, तसे तो वागू शकत नसे. कधी कधी त्याला वाटायचे, की त्या तिघांपेक्षा तो वेगळा आहे, उपेक्षित आहे. तो त्यांच्यातला नाही, बाहेरचा आहे, म्हणूनच तो गोराही नाही.

कार्तिकला कधी वाटायचे, 'मोठ्या भावाला सांगावी का आपल्या मनाची उलघाल?' पण चंद्रकांत सुटीत घरी यायचा, तेव्हा तो एखादा पाहुणा असेल तसा वागायचा. तो अगदी कमी बोलायचा. घरात आल्यापासून सारखी धूळ झटकत राहायचा. विचारात बुडून बसलेला असायचा, तेव्हा दुरून त्याच्याकडे बघून कार्तिकला वाटायचे, की त्याचा भाऊ सदैव कसले तरी हिशोब करीत असतो. कार्तिक गणितात कच्चा होता; पण चित्रे खूप छान काढायचा. कार्तिकचा परीक्षेचा निकाल बघून चंद्रकांत एवढेच म्हणायचा, "ही अशी चित्रे काढत बसण्याचा काही उपयोग नाही. बा, ह्याला तुझ्याबरोबर पीठ मागायला घेऊन जात जा. हा शिकून काही करू शकणार नाही." अशा वेळी कार्तिकच्या लक्षात यायचे, की आईचा चेहेरा एखाद्या ढालीसारखा व्हायचा. कार्तिकला मग बरे वाटायचे. कंचन कार्तिकला कोणाही यजमान लोकांच्या (पीठ देणाऱ्या) घरी कधीही कुठल्याही कामासाठी पाठवत नसे. तिच्या मुलाची कोणी कीव करावी ह्याची तिला अत्यंत चीड होती. तिला कार्तिकची चित्रे आवडायची; पण त्याच वेळी ह्याचं कसं होईल, याची काळजीही वाटायची.

त्या वर्षी चंद्रकांतने मॅट्रिकची परीक्षा दिली. त्याला पुढे कॉलेजमध्ये जायचे होते. त्यासाठी तर अहमदाबादला जाणे जरूर होतं. शिवाय कॉलेजचा खर्चही पुष्कळ. सुटीला घरी येण्यापूर्वीच चंद्रकांतने कांपमध्ये गार्डी शेठच्या शिफारसीनं कॉलेजच्या अभ्यासासाठी स्कॉलरशिप मिळेल ह्याची व्यवस्था करून टाकली. कंचनला हे कळले, तेव्हा ती म्हणाली, "हे चांगलं केलंस. तू आता अहमदाबादला जाणारेस तर अरुणालाही बरोबर घेऊन जा. पुढच्या वर्षी ती हायस्कूलमध्ये जाईल. इथं तर सातवीपर्यंतच शाळा आहे. अहमदाबादला दोघं बहीण-भाऊ एक खोली घेऊन राहा आणि शिका. अरुणा असली, तर तुला चांगलं घरचं जेवणही मिळेल. तुझी प्रकृतीही चांगली राहील आणि अरुणाचं शिक्षणही नीट होईल."

"पण बा, अरुणा आणखी पुढे शिकून काय करणार आहे?" कंचनला वाटले, आपण ज्या तऱ्हेने मुलांना वाढवले, त्यात काही उणीव राहिली की काय?

चंद्रकांत गेला. कंचन विचार करीत राहिली. वेगळे अन्न खाणाऱ्यांची मनेही वेगळी होतात का? एकदा घर सोडले, की कधीच परत येणे होत नसेल? असे असेल तर मग अमृत–?

◆

बावीस

चंद्रकांत कॉलेज शिक्षणासाठी अहमदाबादला गेला. पहिल्या प्रथम तो कांपमध्ये गेला तेव्हा कंचनला वाटले होते, दोन-एक वर्षांमध्ये परत येईलच ना? पण त्याने जेव्हा अहमदाबादला जायचं नक्की केलं, तेव्हा तिच्या मनाने धसका घेतला. तिला वाटले, आता चंद्रकांत कधीही परत येणार नाही. त्याच्या अशा जाण्याचा तिच्या मनाला खूप त्रास झाला. कंचनला जणू त्याच्या मनात काय आहे ते समजत होते.

चंद्रकांतला मनातून गावाविषयी विशेष ओढ अशी नव्हतीच. ज्या परिस्थितीत आणि तेही ज्या पद्धतीने गावी येऊन राहणे स्वीकारावे लागले होते, त्याचा विचार करता विशेष ओढ न वाटणे हे साहजिकच होते. तरीही तिला वाटायचे, की चंद्रकांतला घर, आई, भावंडांची माया ह्यांची तरी ओढ वाटेल; पण असे दिसत होते, की चंद्रकांतला त्या गावापासून सुटका करून घ्यायची होती. ते गाव त्याला त्याच्या विवश, लाचार, भूतकाळाची आठवण करून द्यायचे.

कंचन आपल्या मनाला समजावायची, 'चोचीने खायला यायला लागले आणि पंख फुटले म्हणजे कोणती पिल्ले घरट्यात बसून राहतात? पण अलीकडे अलीकडे चंद्रकांतही नाही म्हटल्यावर तिला अमृतचे नसणे जास्तच तीव्रतेने जाणवायचे. तिला वाटायचे, कुठे असेल अमृत? असेल, का मग... लगेचच ती आपल्या मनाला दटावायची, 'उगीचच अशुभ, नको तो विचार मनात आणायचाच नाही.' गंगाबा खूपदा म्हणायच्या, 'जरा सुद्धा वाईट विचार मनात आणूच नयेत. कोणास ठाऊक कुठल्या क्षणाला नेमका तोच विचार खरा व्हायचा.'' कुठे असेल अमृत? कंपालाला पोहोचू शकला असेल, की कराची सोडताच आले नसेल त्याला? लोक म्हणतात, की जे कराचीत राहून गेले त्यांना जबरदस्तीने बाटवले गेले होते. जीव वाचवायला माणूस काय नाही करणार? मग काय अमृतलाही धर्म बदलावा लागला असेल? टिळे आणि जानव्याच्या ऐवजी दाढी वाढवली आणि सुन्नत केली की धर्म बदलत असेल? चारी बाजूंनी घेरल्या गेलेल्या माणसाच्या तोंडून अल्लाच्या ऐवजी ईश्वर निघाले काय, की ईश्वराच्या ऐवजी अल्ला निघाले काय, तेवढ्याने काय आभाळ कोसळणार असते? भीती दाखवून माणसाच्या धर्माची भाषा बदलता येईल; पण त्याच्या मनातल्या प्रार्थनेचा

आर्त आवाज बदलता येईल?

कंचन आत्मशोधन करीत राहायची. ती पूर्वीही देवासमोर दिवा लावून पूजा करायची, आजही करीत होती. विशेष काही फरक पडला नव्हता. ती सत्यनारायणाची पूजा सांगायची, व्रते-वैकल्यांच्या पूजा सांगायची, त्यामुळे तिची धार्मिकता वाढलीही नव्हती आणि कमीही झाली नव्हती. कधी कधी तर कर्मकांडांमधली अर्थहीनता आणि रूढिबद्धता ह्यांच्यामुळे तिचे मन अस्वस्थ होत असे. लोकांना रुची फक्त विधी करून घेण्यातच असायची. व्रताची पूजा करीत असताना किंवा कथा ऐकताना एकमेकांचे हेवेदावे करण्यात किंवा उखाळ्यापाखाळ्या काढत राहण्यात त्यांना संकोच वाटायचा नाही. बायकांनी एकमेकींकडे बघून उडवलेले डोळे किंवा मुडपलेले ओठ ह्या हालचालींमधून कंचनला अव्यक्त शब्द ऐकू यायचे, ''घ्या! बघितलंत ना? बघा ना किती नटून थटून आलीय ती. देवाला काय डोळे आहेत का बघायला?' किंवा 'फार नखरे करून फिरतेय ना! जरा संधी तर मिळू दे की बरोब्बर उडवेन तिची सोंगटी.'' पूजेच्या वेळी आरतीच्या पैशांमध्ये लबाड्या करून पैसे इकडचे तिकडे करताना, एकमेकांच्या थाळीतून सुपारी किंवा कमळकाकडी उचलताना लोकांना बघून कंचनला वाटायचे, देव बघत असेल का हे सगळे?

चंद्रकांतने अरुणाच्या पुढे शिकण्याला अपरोक्षपणे नकार दिला, तेव्हा क्षणभर कंचन त्रस्त झाली. अरुणा मुलगी म्हणून नाही शिकली तरी चालेल आणि तो स्वत: मुलगा म्हणून त्याला पुढे शिकण्याचा हक्क! चंद्रकांत हे विसरला की आई जर थोडं शिकलेली असती, तर हे असे घरोघर पीठ मागायला जावे लागले नसते! तो हे विसरला की मागून आणलेले पीठ आणि मागून आणलेले ताक ह्यावर त्यांनी दिवस काढले होते. तो हे विसरला की लहानग्या अरुणाने गूळ खायचा आहे म्हणून हट्ट केला तेव्हा गुळाऐवजी आईच्या हातचा भरपूर मार खाल्ला होता. तो हे विसरला, की पैसे नव्हते म्हणून धाकटा भाऊ पाय ओढत चालतो आहे. कंचनला वाटले, पोटच्या पोराला ह्या सगळ्याची आठवण करून द्यावी लागते? ह्यापेक्षा तर कराचीलाच समुद्रात उडी मारली असती तर बरे झाले असते; पण कंचनला ठाऊक होते, की मुलेच तिच्या आयुष्याचा आधार होती अन् लाचारीही! लहान लहान गोष्टींसाठी आसुसलेल्या मुलांचे डोळे आणि रिकामे हात बघायला जेवढी हिंमत लागते, त्यापेक्षा आत्महत्या करायला फार कमी हिंमत लागते. कंचन फक्त एका वचनासाठी, फक्त एका बारीकशा आशेच्या धाग्याच्या आधाराने टिकून राहिली होती.

काय वाट्टेल ते झाले तरी अरुणाला शिकवायची तर आहेच, असे मनाशी पक्के ठरवून कंचन तलकचंदकडे गेली. तलकचंद आणि कंचन जवळजवळ एकाच वयाचे. तलकचंदचे लग्न 'ही मुलगी चांगली नाही, ती मुलगीही नाही

आवडली' असे करता करता उशिरा झाले होते. कधी ह्याने नखरे केले तर कधी मुलीच्या आई-बापांनीही. खेड्यात मुलगी द्यायची लोकांची फारशी इच्छा नसायची. प्रथम पसंती असायची अहमदाबाद-मुंबईच्या शेठियांच्या घरांसाठी. तलकचंदचे गावात एक लहान दुकान होते; पण खरा धंदा सावकारीचा, वस्तू गहाण ठेवून घेण्याचा. गावात खेडूत पुष्कळ आणि हा सुरेंद्रनगरच्या आसपासचा झालावाड म्हणून ओळखला जाणारा भाग होता. पाऊस येणार-येणार असे वाटायचे अन् मग पडायचे विसरून निघून जायचा. मग तलकचंदसारख्या व्यापाऱ्यांची चैन असे. खळ्यात धान्य येऊन पडले, की खेडूत हिशोब चुकता करायचे आणि पुन्हा लावणी करायच्या वेळी कर्ज घ्यायला हजर व्हायचे.

कंचन जेव्हा तलकचंदच्या घरी पोहोचली तेव्हा त्याची बायको झवेर आतल्या खोलीत तोंडावर मुपती (कापड) बांधून सामायिक (जैन धर्मीयांच्या ध्यानधारणा) करायला बसली होती. झवेरवर धार्मिक संस्कारांचा पगडा होता. त्यात शिवाय लग्न झाल्यानंतर खूप वर्षांनी एक मुलगी झाली. तेव्हा मग मुलगा व्हावा म्हणून तिची धार्मिक व्रते वगैरे वाढली होती. अजूनतरी त्यांची ही इच्छा पुरी झाली नव्हती. ओसरीवरच्या खोलीच्या पाळण्यात दीड वर्षांची भावना झोपली होती.

कंचनला बघून झोपाळ्यावर बसलेल्या तलकचंदनी हातातले वर्तमानपत्र घडी करून ठेवले आणि म्हणाले, "या, या कंचनबेन! खूप दिवसांनी आठवण झाली आमची!" लहानपणी कंचनला चिडवून, मागे पळायला लावून थकवणारे तलकचंद आता त्यांना 'अगं-तुगं' म्हणू शकले नाहीत.

"भाई, मी तर रोज आठवण काढतच असते ना! पण तुम्ही मला हे 'तुम्ही, तुम्ही' म्हणताय, ते मी तर तुमच्यापेक्षा दोन वर्षांनी लहान आहे."

"दोन वर्षांचा फरक म्हणजे काही फार नाही म्हणायचा आणि शिवाय उद्या उठून तुमचा मुलगा शिकून सवरून येईल आणि सूनही येईल."

"येईल तेव्हाचं तेव्हा; पण आत्ता तर मी माझ्या मुलीच्या कामासाठी आले आहे."

"सांगा ना. सांगा. संकोच करू नका."

"अरुणाच्या भविष्याचा प्रश्न आहे. इतक्या वर्षांमध्ये पहिल्यांदाच माझ्या कामासाठी आलेय. तशी तर म्हणा मी अन् मुलं तुमच्या सगळ्यांच्या आधारानंच जगतोय."

"असं स्वतःकडे कमीपणा घेऊन नका बोलू. तुम्ही गावी राहायला आलात, त्यात गावाचाही फायदा झालाच आहे ना! ह्या बायकांना चार चांगल्या गोष्टी ऐकायला मिळतात. मी तर आधीपासून म्हणत होतो; पण वाणिया काही बोलला, की लोकांना त्यात त्याचा स्वार्थ असणार असंच वाटतं; पण तुम्ही हरिजन

निवासमध्ये गोड्या पाण्याची विहीर करवून दिलीत आणि कितीतरी जणांचे आशीर्वाद मिळवलेत. तुम्ही नसाल तेव्हा सुद्धा लोक 'फुईनी कुई' (आत्याची विहीर) म्हणून तुमची आठवण काढतील.''

कंचनने नि:श्वास टाकत म्हटले, ''अजून जगण्यातली धडपडच तर संपली नाही. मेल्यावर काय होईल ते कोणी बघितलंय?''

''सांगा ना, काय काम आहे?''

''अरुणाला सातवीनंतर शिकायला पाठवायची आहे. चंद्रकांत अहमदाबादला आहे; पण तोही अजून तसा लहानच म्हणायचा. तरुण बहिणीची जबाबदारी त्याच्यावर नाही टाकता यायची. तुमचं अहमदाबादमध्ये कोणी ओळखीचं असलं, किंवा एखादं चांगलं खानदानी कुटुंब असलं, तर मुलगी तिथं राहील, शाळेत जाईल आणि घरकामात मदतही करेल.''

''हे बघा बेन, मला अगदी मनापासून काय वाटतं ते तुम्हाला सांगतो. घरं तर खूप आहेत; पण तिथं पोरीचा अभ्यास होणार नाही. कामातच अडकून पडेल आणि वर उपकारांचं ओझं डोक्यावर राहील ते वेगळंच. त्याऐवजी एखाद्या संस्थेत ठेवली तर सर्वच दृष्टीनं अरुणा चांगली शिकूनसवरून तयार होईल. आपल्या कांपमध्ये विकासगृह नावाची पुष्पाबहेन महेतांची संस्था आहे. माझी आई वारली, तेव्हा मी क्रियाकर्म नव्हती केली. त्याऐवजी विकासगृहला दान दिलं. ट्रस्टी लोकांमध्ये काही माझ्या ओळखीचे आहेत. तिथं निराधार स्त्रियांना आसरा देतात आणि स्वत:च्या पायावर उभं राहायला शिकवतात.''

''तिथं अरुणाला घेतील?''

''हां, आता ते जरा बघावं लागेल. तुम्ही काळजी नका करू. मी चौकशी करतो, ती जबाबदारी माझी.''

'सामायिक' संपवून झवेर आतून बाहेर आली.

''या कंचनबेन. अरुणाला पुढे शिकवून काय करणार आहात? पोरीची जात. तिला तर स्वयंपाकपाणीच करायचं ना? लिहिता-वाचता आलं, तरी पुष्कळ.''

कंचनला राहवले नाही. ''भाभी, उद्याचं कोणी पाहिलंय? तुम्ही मुलीला कितीही नीट बघून चांगलं घर आणि चांगला मुलगा बघून देऊन अगदी सोन्याच्या ढिगावर बसवलीत तरी देवाच्या मनात कधी काय– आणि असंही पाहा, की हातात जगण्यापुरतं मिळविण्याइतपत काही असलं, तर माझ्यासारखं पीठ मागायला तरी नाही जावं लागणार ना!''

झवेर ह्यावर काही बोलणार तेवढ्यात खोळीत झोपविलेली मुलगी उठून रडायला लागली. झवेरने तिला उचलली आणि तलकचंदच्या मांडीवर ठेवून म्हटले, ''तुम्ही ही जबाबदारी विसरू नका, बरं का, दुसऱ्याची काळजी करण्यात!''

मग कंचनकडे बघून म्हणाली, "चहा घेणार बेन?"

"नाही भाभी, आज पौर्णिमेचा उपास आहे. बराय तर मग. जे नाराण."

कंचन बाहेर पडून दिसेनाशी झाली. झवेरने दिंडीदरवाजा बंद करता करता म्हटले, "नवरा जिवंत आहे का नाही ते तर माहीत नाही आणि पौर्णिमेचा उपास करतायत!"

"माणसाचं मन लवकर आशा सोडत नाही. हेच बघ ना, अजूनही तुझ्या मनातून मुलगा होईल ही आशा जातेय का?"

झवेरने काही उत्तर दिले नाही.

सातवी पास झाल्यावर एक वर्ष अरुणाला घरी बसून राहावे लागले. पण शेवटी कांपमध्ये विकासगृहामध्ये तिला प्रवेश मिळाला. आयुष्याचे कोडे कमालीचे विचित्र असते. इतक्या गुंगागुंतीच्या कोड्याचे एखादे टोक अनपेक्षितपणे हातात येते आणि सगळे कोडे झराझरा सुटते. अरुणाच्या बाबतीत असेच काहीसे झाले. ईश्वरी लीलयेने एखाद्या घटनेला इतके अनपेक्षित वळण मिळते, की आपल्याला ते एखादे काल्पनिक रचलेले नाटक वाटावे. आयुष्यात कल्पनेच्या अनेकपट आश्चर्यजनक घटना घडत राहतात.

तलकचंदबरोबर कांपमध्ये जायचे कंचनने ठरवले. त्यांच्या गावातून दिवसातून दोनदा– सकाळी सात वाजता आणि संध्याकाळी चार वाजता कांपला बस जायची आणि तशीच कांपमधून त्यांच्या गावी परत यायला दोनदा बस मिळायची. कांपपर्यंतचे अंतर खूप नव्हते; पण कच्चे-पक्के रस्ते आणि वाटेतल्या खेड्यांमध्ये थांबत थांबत जाणारी बस, त्यामुळे कांपला पोहोचायला जवळ जवळ चार तास लागायचे. कंचनने अरुणाला आणि कार्तिकला घरी ठेवले होते आणि शेजारच्या समताला जरा लक्ष ठेवायला सांगितले होते. झवेरला कांपमध्ये काही बाजारहाट करायचा होता म्हणून तीही बरोबर आली होती. उन्हाळ्याचे दिवस, तिची मुलगी लहान, त्यात आणि तिला बसमध्ये मळमळायचे. कंचननेच तिला कशीबशी सांभाळली.

विकासगृह एस.टी. स्टँडपासून बरेच दूर, जवळजवळ गावाच्या दुसऱ्या टोकाला होते. घोडागाडी करून ते तिथे पोहोचले; पण बंद गेटाशी उभ्या असलेल्या चौकीदाराने आत जाऊ दिले नाही. कितीतरी चौकशा केल्या, प्रश्न विचारले आणि कोणाकोणाची ओळखीची म्हणून नावे सांगितली, तेव्हा कुठे त्याने दिंडीदरवाजा उघडला.

समोर मधोमध मोठे मैदान आणि त्याच्या कडेला काटकोनात समोरासमोर ओळीने खोल्या आणि खोल्यांच्या बाहेर व्हरांडे. मैदानात ठिकठिकाणी कडुलिंबाची झाडे आणि मध्ये वाफ्यांमध्ये कण्हेरीची आणि तगरीची फुलझाडे. मैदानाच्या पलीकडच्या टोकाला संस्थेचे स्वयंपाकघर आणि दुसऱ्या बाजूला अंघोळी, कपडे

धुणे ह्यांसाठी दगडी घाटवजा पायऱ्या आणि पाण्याची टाकी. आत गेल्या गेल्या उजव्या हातातला ऑफिस. कंचन, झवेर आणि तलकचंद पोहोचले तेव्हा एक बाई ऑफिस झाडत होती. खोली मोठी होती. तीन कोपऱ्यांमध्ये टेबले आणि पाच-सहा खुर्च्या होत्या. ऑफिसच्या खोलीत पलीकडच्या भिंतीतल्या दारावर एक पाटी लटकत होती 'गृहमाता'.

"जरा बाहेर थांबा." झाडणाऱ्या बाईच्या तुसड्या आवाजानं तिघंही बाहेर निघाली. कंचन आणि झवेर ऑफिसच्या पायऱ्यांवर बसल्या. डावीकडच्या खोल्यांच्या व्हरांड्यात बांधलेल्या दोऱ्यांवर कुठे फ्रॉक तर कुठे साडी, ब्लाऊज असे कपडे वाळत टाकलेले होते. खोल्यांची दारे बंद होती. उजव्या हाताच्या टोकाला एक मोठा हॉल होता. त्याच्या खिडक्यांमधून आत बसलेल्या लोकांची डोकी थोडी थोडी दिसत होती. जरा वेळाने समापनेच्या श्लोकाचा संथ पण गोड आवाज ऐकू आला. हॉलच्या उघड्या दारातून जवळ जवळ चाळीस-पन्नास मुली, स्त्रिया बाहेर पडल्या. सगळ्यांच्या हातात लांबचौरस पेट्या होत्या. झवेरने विचारले तेव्हा तलकचंदने सांगितले, "चरखे आहेत. इथं सगळ्यांना सकाळी सूत कातावंच लागतं."

कंचनचे लक्ष दुसरीकडे होते. त्या हॉलला कुलूप लावणाऱ्या पाठमोऱ्या बाईकडे ती बघत होती. ती काहीतरी ओळखीची असावी तसे वाटत होते. ती बाई त्यांच्या बाजूला वळणार तेवढ्यात ऑफिसमधून ओरडून त्यांना आत बोलवण्यात आले. कंचन आणि तलकचंद आत गेले. झवेर भावनाला खेळवत बाहेरच बसली. ती दोघे ऑफिसमध्ये गेली, तर जी बाई ऑफिस झाडत होती, ती डाव्या कोपऱ्यातल्या टेबलाशी खुर्चीवर बसली होती. आता तिने चष्मा घातला होता. तिच्या समोर दोन रिकाम्या खुर्च्या होत्या; पण तिने कोणालाही बसायला सांगितले नाही. फॉर्म काढून भरायला सुरुवात केली.

"बाईंची अडचण काय आहे?"

कंचन आणि तलकचंद एकमेकांकडे बघत तिच्या प्रश्नाचा अर्थ समजून घेण्याचा प्रयत्न करू लागले.

"कुठल्या बाईला?"

"का? ती लहान मुलगी घेऊन आलीय तिला? नवऱ्यानं केव्हा आणि का घराबाहेर काढली?"

कंचनचा आवाज बदलला. ती म्हणाली, "बहेन, जरा चांगल्या तऱ्हेनं वागा. बसायला सुद्धा सांगत नाही की नाही व्यवस्थितपणे विचारपूस करत. खेड्यातली माणसं समजून आपलंच धोपटणं धोपटत सुटलाय. ती बाई माझी वहिनी आहे आणि हा माझा भाऊ आहे. आम्ही माझ्या मुलीला शिक्षणासाठी इथं ठेवायचीय म्हणून आलो आहोत."

क्लार्कबहेनना प्रथम तर राग आला आणि मग आलेल्या पाहुण्यांचे अज्ञान बघून पुन्हा जोर चढला.

"इथं काय शाळा आहे असं वाटलं तुम्हाला? इथं तर विधवा किंवा नवऱ्यानं टाकलेल्या बायांना किंवा मग ज्यांना आईबाप नसतील अशा मुलींना ठेवून घेतलं जातं. जा आता, माझं डोकं पिकवू नका."

कंचन काहीतरी बोलणार होती; पण तलकचंदने तिला थांबवत म्हटले, "कंचनबेन, एक मिनीट जरा बाहेर या." कंचनची समजूत घालत ते म्हणाले, "तुम्हाला फार घाई सगळ्याची. मुलीला इथं ठेवायचीय असं म्हणायची काय जरूर होती? सांगायचं होतं ना, की नातेवाइकाची मुलगी आहे, आणि तिला आईबाप नाहीत. त्यांना काय खरं समजणार होतं?"

तलकचंद बोलून तर गेले; पण मग कंचनच्या चेहेऱ्याचा बदलणारा रंग बघून ते पुढे म्हणाले, "हे पाहा बेन, तुम्ही राग मानू नका. पण आपल्याला आपलं काम करून घ्यायचं असेल, तर जरा दमानं घ्यावं लागतं."

"दमानं घ्यायचं म्हणजे खोटं बोलायचं?" कंचनच्या आवाजातला तिखटपणा तलकचंदना जाणवला. ते म्हणाले, "असं करू या, मी गावात जाऊन हिराचंद बखारिया नावाचे इथले एक ट्रस्टी आहेत, त्यांची चिठ्ठी घेऊन येतो. कदाचित आपलं काम होऊन जाईल. तुम्ही अन् तुमच्या भाभी इथं थांबा."

"मी इथं थांबून काय करू? मला ह्या बबडीसाठी कपडे घ्यायचेयत, मीही तुमच्याबरोबर येते." म्हणत झवेर उठून उभी राहिली.

कंचनला वाटले की हा मोर्चा आता तिला एकटीलाच सांभाळावा लागणार होता.

तलकचंद आणि झवेर यांना गेटापर्यंत निरोप द्यायला जाऊन परत येता येता तिला दिसले, की ती हॉलला कुलूप लावत होती, ती बाई ऑफिसमध्ये गेली. कंचनला वाटले, एकदा तिच्याशी बोलून बघावे. का कोण जाणे, तिला आतून एक भरवसा वाटत होता आणि मग असेही वाटले, की 'नाही' तर सांगितलंच आहे, त्याच्याहून जास्त वाईट तर काही होणार नाही. असेही शक्य आहे की काहीतरी वेगळाच मार्ग निघेल. ऑफिसमध्ये येऊन तिने क्लार्कबेनना विचारले, "आत्ता आत आल्या त्या बेन कुठे गेल्या?"

"त्या तर गृहमाता आहेत. आहेत आत त्यांच्या खोलीत; पण त्यांना भेटून काही फायदा होणार नाही. त्या तर अतिशय नियमांना धरून वागणाऱ्या आहेत."

जीव तोडून शेवटचा एक प्रयत्न करायचा म्हणून कंचनने गृहमातेच्या ऑफिसमध्ये प्रवेश केला. ती स्त्री दाराकडे पाठ करून कपाटात काहीतरी शोधत होती. तिची हिरव्या बारीक किनारीची पांढरी खादीची साडी, सडसडीत सडपातळ शरीर, उतरते

खांदे, कंचनला कोण जाणे का, खूप 'आपले' वाटत होते.

"जयहिंद बेन."

पुस्तकात बघत बघत ती म्हणाली, "जयहिंद, बोला, काय काम आहे?"

"बेन, मुलगी काय अनाथ तेव्हाच म्हणायची, जेव्हा ती विधवा किंवा नवऱ्यानं टाकलेली किंवा आईबाप मरण पावलेली असेल? ह्या फाळणीत ज्यांची वाताहात झाली अशा घरातल्या माणसांपैकी कोण वाचलं अन् कोण नाही, ह्याचा शोध कसा करायचा? स्वतःच्या हातानं ज्याला शेवटचा निरोप दिला नाही ते माणूस मृत आहे असं तरी कसं समजून चालायचं?"

वाचायचा चष्मा काढून ठेवत ती स्त्री तिच्याकडे वळली अन् म्हणाली, "हे बघा बेन–"

कंचन आणि ती स्त्री एकमेकींकडे बघताक्षणी जणू काही जागच्या जागी थिजून गेल्या!

◆

तेवीस

दोघी स्त्रिया एकमेकींकडे बघत वाचा गेल्यासारख्या उभ्या राहिल्या. मध्ये फक्त टेबल होते आणि दोघी एकमेकींच्या तोंडाकडे बघत होत्या. फक्त हात लांब करायचाच जणू अवकाश होता. दोघींच्या हृदयातल्या भावना जुन्या सतारीच्या तारा आत्ताच कोणीतरी आवळल्या असाव्यात आणि त्यांच्यावर बोटे फिरली की वाजू लागतात तशा उचंबळत राहिल्या. शब्द किंवा सूर काहीच सापडत नव्हते. पहाटेच्या वेळी प्रचंड वृक्षावरून ऐकू येणाऱ्या पक्ष्यांच्या किलबिलाटातून वेगवेगळ्या पक्ष्यांचे आवाज वेगवेगळे कसे काढायचे? पण एवढे मात्र नक्की वाटते, की दिवस उजाडतो. इथंही आत्ता तसंच काहीतरी होत होतं. कितीतरी वर्षांपूर्वी दुरावलेल्या कंचन आणि जया समोरासमोर उभ्या होत्या. नात्याचे, मैत्रीचे किरण मधल्या वर्षांचा अंधार उजळून टाकत होते. काही क्षणांनंतर कंचनचे हात टेबलाच्या दिशेने पुढे झाले; पण जया तर खुर्ची सरकवत पुढे आली आणि तिने कंचनला मिठीच मारली.

"भाभी!" हा जयाचा शब्द कानांवर पडला आणि ते विसरून गेलेले संबोधन तिला अंतर्मनापर्यंत झंकारून गेले. गेल्या पंधरा वर्षांमध्ये प्रथमच तिला कुटुंबाशी, समाजाशी असलेल्या नात्याचा अनुभव येत होता. गोंधळून गेलेल्या कंचनचे मन बधिर झाले होते. तिला वाटत होते की तिला स्वप्नच पडत होतं. जयाच्या अश्रूंनी तिचा खांदा भिजत होता. तिचा हात जयाच्या पाठीवरून हळुवारपणे फिरत राहिला. ती कदाचित स्वत:चीच खात्री करून देत होती, की हे स्वप्न नाही, कल्पनेचे खेळही नाहीत, जे काही आहे ते केवळ निखळ सत्य आहे. वृक्षांना फांद्या असतातच, तितकेच सत्य. कित्येक वर्षांनंतर कंचनला आपल्या अस्तित्वाची पाळेमुळे आणि त्याचा विस्तार ह्यांची जाणीव झाली.

आत्यंतिक हर्षामुळे कंचनच्या हृदयाची धडधड वाढली. सदैव दडपणाखाली राहात आलेले तिचे मन कितीतरी काळ उलटल्यानंतर पुन्हा आपल्या मूळ स्वभावाकडे वळते आहे असे तिला वाटले. नुसत्या स्पर्शाने समाधान न होऊन तिने जयाची मिठी सोडविली आणि तिचा चेहेरा आपल्या हातांमध्ये धरून डोळ्यांसमोर धरला; पण अश्रूंच्या पडद्यापलीकडे तो चेहेरा अंधुक होत होता. डोळे पुसत पुसत कंचन

तिच्याकडे बघत राहिली. जयाच्या गालांवर, डोक्यावर, खांद्यावर तिचा हात फिरत राहिला. त्या स्पर्शामधून जया जणू आई, वडील, भाऊ, भाभी आणि परमप्रिय मैत्रीण सगळ्यांची माया अनुभवत राहिली.

नणंद-भावजयीच्या सुखद पुनर्मीलनाचा हा सोहळा किती वेळ तसाच चालू राहिला असता कोण जाणे, पण शाळेच्या छोट्या मधल्या सुटीची घंटा वाजली. त्यामुळे जया आणि कंचन एकदम वर्तमानकाळात येऊन पोहोचल्या. जयाने तोंड पुसले, शांत होण्याचा प्रयत्न केला आणि आपल्या खुर्चीवर बसून बेल वाजवली. कंचनही हळूहळू शांत होत होती. जरा वेळाने क्लार्क बहेन ऑफिसचे दार उघडून आत डोकावल्या.

"रतनबहेन, दोन भांडी पाणी आणा ना जरा, आणि आजच्या टपालात काही असलं तर तेही–" एवढे सांगता सांगता जया जणू पुरती शांत झाली होती.

"आणते." म्हणत रतन कंचनच्या रडून रडून लालबुंद झालेल्या डोळ्यांकडे बघत बघत गेली, तेव्हा ती अर्ध्या उघड्या दारावर जवळ जवळ आपटणारच होती. पाणी घेऊन ती लगेचच परत आली. तिच्या हातातून पाण्याचे भांडे घेता घेता जया म्हणाली, "रतनबेन, ह्या कंचनबेन आहेत. माझ्या कुटुंबातल्या, नात्यातल्या आहेत. तुम्ही स्वयंपाकघरात निरोप सांगा, की माझ्या खोलीवर दोन ताटं पाठवा. कंचनबेन इथे माझ्याबरोबरच जेवणार आहेत." जया सांगत होती रतनला, पण एकीकडे कंचनच्या चेहेऱ्यावरचे गोंधळलेले भावही समजून घेत होती.

रतन गेल्यावर ती कंचनला म्हणाली, "तुम्ही गैरसमज नका करून घेऊ. नंतर सावकाशीनं सगळं काही बोलू या. तुम्ही जरा वेळ बसा, तेवढ्यात मीही आलेली पत्रं बघून घेते, मग माझ्या खोलीवर जाऊ!"

कंचनला एकदम आठवण झाली आणि मनात आले, 'जवळ जवळ तीन तास होत आले; पण अजून तलकचंद आणि झवेरभाभी तर आलेले नाहीत. ती दोघं तर जेवलीही नसतील आणि मी इथे... दोन वाजायला आले. जसापरची शेवटची बस चार वाजता आहे. असं मनात येतंय की त्यांना परत जायला सांगावे. इतक्या वर्षांनंतर जया भेटली आहे, तर तिच्याबरोबर थोडा वेळ बसले-बोलले तर पाहिजेच. काय करावे? अरुणा आणि कार्तिकजवळ समता रात्री सोबतीला राहील. आजची रात्र इथं थांबावे. उद्या संध्याकाळी परत जाईन पण तलकचंदला काय वाटेल? त्याला नाही का वाटणार की ह्या बाईची तर कोणाशी ओळखपाळख नव्हती, चौकीदार सुद्धा ओळखत नव्हता आणि एकाएकी ही नातेवाईक कुठून उपटली? अर्थात तलकचंदच्या मनात कदाचित असे काही नाही पण येणार, ही सगळी माझ्या मनाची उलघाल. ते बिचारे माझ्यासाठी किती धावपळ करीत आहेत. त्यांना एकदम कसं सांगायचं की तुम्ही आपले जा घरी, आणि मी उद्या येईन.' ती जयाशी बोलली.

जया म्हणाली, ''येऊ तर देत त्यांना, सगळं व्यवस्थित होईल!''

जवळ जवळ अडीच वाजता तलकचंद आले. कंचनने जयाची ओळख करून दिली. ''ह्या गृहमाता बेन तर आमच्या खूप जुन्या परिचयातल्या निघाल्या. कराचीच्या आहेत, फाळणीच्या आधीपासूनचे आमचे संबंध!''

तलकचंदना जरा आश्चर्य वाटले. तो काही विचारणार त्याच्या आधीच जया म्हणाली, ''तुम्ही कंचनबेनचे परिचित म्हणजे माझेही परिचित! केव्हापासून तुमची वाट पाहतोय, जेवण तयार आहे. तुमच्या पत्नी कुठं गेल्या?''

जयाचे विवेकपूर्ण बोलणे आणि मोठा हुद्दा ह्यांमुळे तलकचंद जास्त काही विचारू शकले नाहीत. ते सद्‌गदित होऊन म्हणाले, ''बहेन, तुम्ही भेटलात, जणू परमेश्वरच भेटला. तुम्ही ह्या माझ्या बहिणीचं काम करून द्याल, तर तुमचे उपकार होतील. गंगास्नानाचं पुण्य.'' मग तलकचंद पुढे म्हणाले, ''माझ्या पत्नीचा स्वभाव जरा तुटकपणानं वागण्याचा आहे; पण बहिणीसाठी धावपळ तर केलीच पाहिजे ना! तुमच्या भाभींना लॉजवर जेवू घातलं आणि मीही थोडं काही खाऊन घेतलं. तिला सोनाराच्या दुकानात बसवून इकडे आलो. ट्रस्टी तर बाहेरगावी गेले आहेत. उद्या येतील. मग कसं करू या कंचनबेन?''

''भाई, तुम्हाला जर ठीक वाटत असेल आणि दुसरी काही हरकत नसेल तर आजची रात्र मी ह्या बेनबरोबर राहते. उद्या साहेबांना भेटून संध्याकाळच्या एस.टी.नं परत येईन. तुम्ही घरी मुलांना एवढं सांगा. समता आहे, ती आमच्या घरी त्यांच्या सोबत झोपेल म्हणजे त्यांची काळजी नाही.''

जिभेवर घोटाळणारे पण ओठांपर्यंत पोहोचू न शकलेले कितीतरी प्रश्न मनात ठेवून तलकचंद गेले. त्यांच्या मनावरचं ओझं उतरलं असावं, असं त्यांची चाल बघून जाणवत होतं. जया आणि कंचनने एकमेकींकडे बघितले आणि दोघींचेही डोळे चमकले. फुगडी घालायचे वयही नव्हते आणि आता असे काही करणे शोभलेही नसते; पण करता आले असते तर त्यांनी तसेही केले असते. महामुष्किलीने मिळालेल्या मोकळीकीची मजा अशीच लुटावी की नाही?

जयाची खोली फार लहान नव्हती आणि फार मोठीही नव्हती. मध्यम आकाराची. तीन माणसे असती तर जरा अडचण झाली असती. एकट्या माणसाला काहीच अडचण पडण्यासारखी नव्हती. खोलीत लाकडी कॉटवर एक पातळ गादी, शेजारी जमिनीवर एक आसन अंथरलेले आणि त्याच्या समोर एक उतरत्या फळीचे बैठे डेस्क, डेस्कवर फाइलींचा ढीग होता. जयावर संस्थेची खूपच जबाबदारी असावी, असे वाटले. खोलीच्या एका कोपऱ्यात एक लहान मोरी, त्याला एका बाजूने कठडा करून आडोसा केला होता. त्या कठड्यावर पाण्याचा माठ. दुसऱ्या कोपऱ्यात कपाटाच्या खालच्या कप्प्यात पितळेची टाकी असलेला स्टोव्ह, पितळेचे पातेले,

चहा-साखरेचे गंजलेले पत्र्याचे डबे, गाळणे आणि चिमटा ठेवलेले होते. वरच्या कप्प्यात पुस्तके आणि तीन-चार कपड्यांचे जोड. एकट्या माणसाचा संसार नाहीतरी कसा असणार? एकटी राहणारी स्त्री असो की एकटा राहणारा पुरुष. स्वयंपाकघरातल्या वस्तूंमध्ये एकटा जीव फारसा रमत नाही. ज्या गोष्टी असतात त्याही मोजक्याच. मोजक्या राहून रयाहीन दिसायला लागतात.

नेहेमी तर जया सकाळ-संध्याकाळ स्वयंपाकघरात जेवायला जायची; पण कोणी पाहुणे असले तर खोलीवरच ताट मागवून घ्यायची. पाहुणेही मोजकेच असायचे. एक तर संस्थेचे अधिकारी असायचे किंवा मग शाळेचे सरकारी इन्स्पेक्टर!

रतनला आश्चर्य तर वाटलेच की आजपर्यंत गृहमातेचे कोणी नातेवाईक बघितले नव्हते. संस्थेमध्ये सगळ्यांना एवढेच ठाऊक होते, की त्यांचे पती पाकिस्तानमध्ये होते आणि इथे हिंदुस्थानात त्यांचे कोणी नाही. पती आहे असे ऐकले होते; पण कोणीही त्यांना प्रत्यक्ष किंवा फोटोत, कुठेच बघितलेले नव्हते.

कंचन मोरीत हातपाय धुवत होती. तेवढ्यात बाहेरून हाक ऐकू आली, ''झरीनाबहेन, दार उघडता का जरा, माझ्या दोन्ही हातांत ताटं आहेत.'' रतन आली होती.

हाक ऐकून जया उठली आणि अर्धवट उघडे असलेले दार उघडता उघडता म्हणाली, ''रतनबेन! तुम्ही पण–! अशी दोन हातांत दोन ताटं घेऊन यायचं? एका वेळी एक आणलं असतंत, तर? पडलं नाही म्हणून बरं, पण पडलं असतं म्हणजे?''

जया आणि रतन यांचे बोलणे तर तेवढ्यावरच थांबले; पण कंचनला कमालीचं आश्चर्य वाटत होते. तिला वाटले, तिने कोणाचे नाव ऐकले? तिने जयालाच विचारले, ''ही झरीनाबहेन कोण आणखी?''

''मी.''

''तू?'' एखादे कापड उभेच्या उभे चराचरा फाटावे तसा कंचनचा आवाज चिरकला.

''होय, भाभी. देवासारखे माणसालाही कधी कधी अवतार घ्यावे लागतात. जया नाव पुसून टाकून मी झरीना नावानं अवतार घेतलाय. तुम्ही आधी जेवून घ्या, मग शांतपणे तुम्हाला सारं काही सांगते. अरे बहेन! माझा हात लागलेलं तुम्ही खाल ना पण?''

''हे काय बोलतेयस तू? तू जया असशील की झरीना. मला काय फरक पडणार आहे? मला तर जणू एका युगानंतर माझं खरं रूप परत मिळालंय. तुझ्या भावाची वाट बघता बघता अशीही अर्धी झालेच होते. कधी कधी बापाचंही कर्तव्य पार पाडता पाडता स्वत:च दुप्पटही व्हावं लागलं आहे. तू भेटलीस तर आता हळूहळू कदाचित माझं बाकीचं अर्धं अंगही परत मिळेल अशी श्रद्धा बळावायला लागलीय.'' तिच्या डोळ्यांमधून आशेचा पूर ओसंडून वाहात होता. मग ती पुढे

म्हणाली, "तुझं झरीना नाव ऐकून माझ्या प्रेमाचा झरा सुकून गेला तर समजायचं की माझं हृदय इतकं उथळ आहे."

कंचनचे बोलणे ऐकून जयाला रडू फुटले. जेवता जेवता कंचनने जयाला घर सोडल्यापासूनची सगळीच्या सगळी बारीकसारीक हकीगत सांगितली. अर्थात गेल्या पंधरा वर्षांचा हिशोब असा इतक्या थोडक्या वेळात थोडाच पूर्ण होणार होता? फार फार तर सगळ्या हकीगती सांगता येतील; पण उलटलेल्या सगळ्या वर्षांमध्ये केलेली जागरणे, सदैव मनात जाणवणारी भीती, वाहून गेलेले आणि गिळून टाकलेले अश्रू... ह्या सर्वांचा हिशोब जगातल्या एकाही भाषेत नाही सांगता येत की कुठल्याही लिपीत लिहिता येत नाही. देवशंकरांच्या मृत्यूची हकीगत जया सहन करू शकली नाही. हुंदके देत ती एकदम म्हणाली, "मी पापिणीनं वडिलांचा जीव घेतला. आता तुम्हीच सांगा, भाभी! कुठल्या तोंडानं मी माझी खरी ओळख कोणाला देऊ?"

जेवण झाल्यावर कंचन जरा आडवी पडली आणि जया ऑफिसमध्ये थोडी कामे उरकायला गेली. संध्याकाळ झाली तेव्हा जया कंचनला राणकदेवीच्या मंदिरात घेऊन गेली. परत येताना धरम तलावाच्या काठावर अस्ताला जाणाऱ्या सूर्याच्या प्रकाशात जया सांगू लागली,

देवव्हिलामध्ये आल्यावर तिसऱ्याच दिवशी ललिताने जयाला तिच्या भूमिगत चळवळीमधील कामाबद्दल सांगितले होते; पण त्याच वेळी तिला शपथ घातली होती, "जर तू ही गोष्ट कोणाला सांगितलीस तर तुला तुझ्या भावाची शपथ आहे!" ललिताच्या नित्य-नव्या, रोमहर्षक, साहसपूर्ण कामांचे जयाला खूप आकर्षण वाटू लागले. ललिता म्हणायची, "हा मनुष्यजन्म मिळालाय, त्याचं सार्थक कशात आहे? थोडंफार शिकायचं, लग्न करायचं आणि संसार करायचा, एवढ्यातच? अर्थात तेही सोपं नाही हे मलाही समजतं." पण अगदी साध्या सरळ, साचेबंद गृहिणीच्या आयुष्यापेक्षा जयाला ललिताचा मार्ग जास्त आकर्षक वाटला.

काहीतरी नवे, अर्थपूर्ण काम करण्याची प्रचंड इच्छा जयाच्या मनात जागी झाली होती. त्यात ललिताने केलेल्या भव्यदिव्य वर्णनाने मनात धुमसत असलेल्या अग्नीला फुंकर मारली होती. पहाटे आणि रात्री उशिरा खोलीत बसून 'ध्यान' करणाऱ्या ललिताबरोबर तीही बसायची. ध्यान अर्ध्या तासाचेच असायचे; पण ललिता गुप्त रेडिओ सेटवर तिच्या संघटनेच्या नेत्याकडून सूचना मिळवायची आणि आसपास घडत असलेल्या घटनांबद्दल सांगायची. हळूहळू जयाही स्वत:ला एखाद्या एकांड्या शिलेदाराच्या रूपात बघू लागली होती, अशी शिलेदार किंवा वीरांगना जी देशासाठी प्राणांची आहुतीही द्यायला तयार होती!

पळून जायच्या आदल्या संध्याकाळी ललिताला निरोप मिळाला. 'आज रात्री हवाबंदर रोडवरच्या डायमंड क्लबमध्ये शहराच्या गोऱ्या पोलीस कमिशनरच्या जन्मदिवसाची पार्टी आहे. आपण झाडू मारायला बरोबर दोन वाजून पंधरा मिनिटांनी पोहोचायचं आहे. बहुरुप्यांची देवी सर्वांचं कल्याण करो....'

जयानेही तो निरोप ऐकला; पण तिला फारसे काही कळलं नाही. ललितानं खुलासा केला, "क्लबमध्ये बॉंब फेकून सगळ्या गोऱ्या अधिकाऱ्यांना खलास करायचं आहे. बहुरुप्यासारखं वेगवेगळ्या वेषांमध्ये तिथं पोहोचायचं आहे."

"पण रात्री दोन बाजूनं पंधरा मिनिटं ही काय वेळ?" ह्या जयाच्या प्रश्नाला ललिताने उत्तर दिले, "त्या गोऱ्याचा जन्म त्या वेळी झाला असेल, म्हणून त्यावेळीच जन्मदिवसाचा केक कापणार असेल! आणि म्हणून त्यावेळी सगळे पाहुणे तर हजर असतीलच."

बस, त्या रात्री एक वाजण्याच्या सुमारास ललिता आणि जया यांनी घर सोडले. मिळालेल्या सूचनेप्रमाणे जयाने खडे आणि लेस लावलेली लाल रेशमी साडी आणि दागिने घातले होते. रोख पैसे तर कितीसे असणार? पण अनसूयाने जयासाठी सांभाळून ठेवलेले अदमासे शेरभर सोन्याचे दागिने होते. बाहेर पडली तेव्हा जयाच्या डोक्यावर चांदण्या आणि टिकल्या लावलेला चमचमणारा मुगुट होता. दुरून कोणी बघितले तर वाटावे की नवरात्रीतल्या अंबामातेचे रूप घेऊन कोणीतरी गरबे करायला निघाली आहे. ललिताने महाकालीचा वेष धारण केला होता. उघड्या तोंडातून बाहेर निघालेली लाल जीभ, मोकळे केस, काळे कपडे, एका हातात त्रिशूल आणि दुसऱ्या हातात माणसाच्या केसांसकट डोक्याची खोटी कवटी. अंधारात जर एकाएकी समोर ललिता दिसली असती, तर भल्याभल्यांची भंबेरी उडाली असती.

पण रस्त्यावर रहदारी चालू होती. एरवी रात्री एकटी दुकटी बाई रस्त्यात बघून कोणालाही शंका आली असती; पण जया आणि ललिता यांना अशा वेषात बघून कोणाला संशय आला नाही. त्या दोघी डायमंड क्लबपासून साधारण पन्नास मीटर्स दूर होत्या. तेवढ्यात ललिताला एकदम वीज चमकल्यासारखे वाटले. तत्काळच जयाचा हात पकडून ती जवळच्या गल्लीत शिरून पळू लागली; पण समोरून येणाऱ्या घोडेस्वार पोलिसाला बघताच तिने जयाला वेगळ्या दिशेला ढकलली आणि स्वत: दुसऱ्याच दिशेने पळू लागली.

जयाला धड काही कळले नाही; पण ललिताची घाबरलेली अवस्था बघून वाटले, की नक्कीच काहीतरी अनिष्ट घडते आहे. गल्लीतल्या मोठ्या कडुलिंबाच्या झाडाआड लपून ती बघू लागली. तिच्या मागे कोणी येत नव्हते; पण जरा वेळाने बंदुकीतून गोळ्या मारल्याचा आवाज आला. जयाला धसका बसला– ललिता? ती पुढे विचारच करू शकली नाही.

घोड्याच्या टापांचा आवाज हळूहळू दूर जातोय असं वाटत होतं. जरा वेळाने झाडामागून बाहेर निघून ललिता गेली होती, त्या दिशेला जया धावली. अंधारात तिचे पाय कसल्यातरी चिखलात पडले आहेत, असे तिला वाटले. ती थांबली. डोळ्यांना अंधाराची जरा सवय झाल्यावर तिने खाली बघितले, तर ती रक्ताच्या थारोळ्यातच उभी होती आणि तिच्या पायांपाशी देहाची चाळणी झालेली ललिता उताणी पडली होती. तिच्या हातातून सटकलेले ते मुंडके दूर जाऊन पडलं होतं.

कोणाचा अशा तऱ्हेचा मृत्यू बघण्याचा जयासाठी हा पहिलाच प्रसंग होता. गंगाबा गेल्या होत्या; पण त्यांचा मृत्यू नैसर्गिक होता. वय झालं होतं आणि शेवटी तर पक्षघातही. हालचाल करणे तर दूर, त्या धड बोलूही शकत नव्हत्या. त्या बिचाऱ्या तर सुटल्याच म्हणायच्या, पण ललिताची अशी क्रूर हत्या? जयाने मुठी घट्ट वळल्या; पण तरी शरीर थरथर कापतच होते. घामाने चिंब भिजलेल्या जयाच्या पोटात खोल खड्डा पडल्यासारखे वाटत होते. ती तर ललिताचा हात पकडून घरातून निघून आली होती– आता तो हातच कुठे राहिला होता?

जया सुन्न झाली. आता काय करायचं? तिचे अश्रू डोळ्यांतून वाहण्यापूर्वीच थिजून गेले होते, तिथं आवाज कुठून उमटणार? तिच्या डोक्यावर जणू हातोड्याचे घण पडत होते. जयाने ललिताचे प्रेत ओढत एका कोपऱ्यात नेण्याचा प्रयत्न केला.

तेवढ्यातच घोड्याच्या टापांचा आवाज ऐकू आला. डोक्यावरचा मुगुट काढून घुंघट घेता घेताच जया पळू लागली. एका गल्लीत ती वळली; पण ती गल्ली तर दुसऱ्या बाजूने बंद होती. परत फिरायची किंवा तिथून बाहेर निघण्याची काहीही शक्यताच राहिली नव्हती. घोड्यांच्या टापांचे आवाज जवळ येत होते. मरणाच्या आकांताने जयाच्या शेवटच्या बंद घराचे दार ठोठावायला सुरुवात केली. हळूच दार उघडलं. समोर एक खूप म्हातारी बाई उभी होती.

"मला वाचवा, मला वाचवा माजी." म्हणत जया उंबऱ्यातच लोळागोळा होऊन पडली. दोन तासांनी ती शुद्धीवर आली तेव्हा तिला बडी 'बी'ने सारे सांगितले. आजही ती आठवण येऊन जयाच्या डोळ्यांत पाणी येत होते आणि ओठांवर स्मित.

बडी बीनं सांगितलं होतं, "अरे बिटिया, तमको क्या बताऊं? तुम तो ऐसे मेरे उमरे पर बेभान होके गिरे कि मुझे लगा कि ए छोरी तो गई– बडके की बहुने और मैने दोनोंजनीने मिलकर तमको उठाया और बिस्तर पे लेटा दिया. अनीस पानी का लोटा भरके आया." अबी में तमारे मुंह पे पानी के छीटे नांखु उसके पेले तो दरवाजे परत दे धनाधन– दे धनाधन– थोडी देर तो मै बी डर गई, ये साला सुवर कोई बदमास होवेगा. तो खूनखराबा करके भी छोरी को उठा ले जाएगा. कुछ नक्की नई.

"और ये निगोडी काळमुखी गोरी पलटन." वो तो टांपकेच बैठेली है, कि कब

देसी लोकोंका वांक (दोष) आवे और कब उसको फसावे. मुए इन गोरोंकी देखोदेखी में आपणे काळीएको भी खुदा का खौफ नही रहा! अरे अपनोंसे गद्दारी करोगे तो कयामत के दिन अल्लामियाँ को क्या मुंह दिखाओगे?

"हां, फिर तो मैने अल्ला का नाम लेके तुमको बुरखा पिन दिया. दरवाजे खोले तो सामने घोडेसवार पोलीस थी. अंदर आयी. आख्खे घरकी तलाशी ले ली. एक एक को डांटते डांटते पूछने लगे. तमको तो हमने बुरखा डालके खुरसी पे बिठा दिया था. तमारे बारे में पूछा तो मैने कह दिया कि मेरे छोटेवाले की बहु झरीना है. बेटी! खुदाताला शायद मुझे माफ नही करेगा, पर तमारी जान बचाने के लिये मैने झूठ बोल दिया. मुझे माफ करना."

बडीं बी चे कुटुंब सारी रात्र जागते राहिले. जयाला तऱ्हेतऱ्हेने विचारून, समजावून बडी बीनं तिच्याकडून खरं काय आहे ते जाणून घ्यायचा प्रेमाने प्रयत्न केला. चांगल्या घरची मुलगी आहे, घराचा पत्ता सांगितलान तर सांभाळून पोहोचवून देता येईल. पण जयाने काहीच सांगितले नाही. सांगणार तरी काय? ज्या तऱ्हेने ती घर सोडून निघाली होती, त्यात परत फिरायला रस्ताच नव्हता.

समजा, परत घरी गेली असती तर क्रांतिकारींचे कुटुंब म्हणून त्यांना काय काय सहन करावे लागले असते? कशाकशाला तोंड द्यावे लागले असते? तिने तर अविचाराने, उतावळेपणानं असे केले होते; पण वडिलांच्या आणि भावाच्या आयुष्यांची होळी करायचा तिला काहीही अधिकार नव्हता. ती पुनःपुन्हा एवढंच सांगत राहिली–

"मला कलकत्त्याला जायचंय, तिथं माझे पती माझी वाट पाहत असतील. कलकत्ता.... कलकत्ता..." ह्या पलीकडे ती काहीही बोलली नाही.

दुसऱ्या दिवशी सकाळी रेल्वे स्टेशनवर जायचे होते, तेव्हा जयाने बडीं बीकडून बुरखा मागून घेतला आणि त्या क्षणीच झरीना नावही धारण केले.

◆

चोवीस

दिवस ढळत आला तशी रतनला काळजी वाटू लागली, की बहेन अजून कशा नाही आल्या. तिला वाटले धरमतलापर्यंत चक्कर टाकून बघून यावे. रोजच्या सारख्याच त्या तेथेच बसलेल्या असतील. रतन बोलवायला आली नसती तर कंचन आणि जया यांच्या गप्पा संपल्याच नसत्या. कित्येक वर्षांच्या साठवून ठेवलेल्या आठवणींचा साठा इतका समृद्ध होता, त्याच्यात इतके काही आरोह-अवरोह होते, की दोघींनाही स्थळ-काळाचा विसर पडला होता.

कंचननं रतनला विचारले, "तुम्हाला कसं कळलं की आम्ही इथं बसलो आहोत?"

"घ्या! मला नाही कळणार तर कोणाला कळणार? मला ठाऊक आहे ना, की हा धरम तलाव आणि तो नवलखा महाल ह्यांचं बेनना वेडच आहे. रोज संध्याकाळी इथं यायचं, अर्धा पाऊण तास बसायचं– ज्या दिवशी येता येणार नाही, त्या रात्री बेनना झोपच लागत नाही, होय ना बेन?" रतनने जयाचा होकार मिळवायला विचारले.

"रतनबेनचं म्हणणं अगदी खरं आहे," म्हणत जया उठली. ती म्हणाली, "तुम्ही व्हा रतनबेन पुढे, आम्ही हळूहळू येतो."

परत येताना दुरून दिसणाऱ्या नवलखा महालाकडे बोट दाखवत जयाने सांगितले, "भाभी, तो तिकडे दिसतोय ना, तो नवलखा महाल. त्याच्या आत फारसं कोणी जात नाही. जर्जरीत पडक्या मोडक्या इमारतीसारखा उभा आहे. जवळ जाऊन बघितलं तर प्रत्येक लहान लहान खांबावर बारीक नक्षीकाम केलेलं दिसतं. जमिनीवर तर उंबऱ्यापासून सगळा संगमरवर! पण ही जागाच लाभणारी नाही. मुळात वढवाणच्या ठाकोरसाहेबांनी ह्या रमणीय वाटणाऱ्या जागेवर महाल बांधला तरी कसा, असा विचार केला. शिवाय समोरच तलाव, त्यामुळे बागबगीचाही छान करता आला असता. ह्या राजा-महाराजांचे तऱ्हेतऱ्हेचे नखरे. पावसाळ्यात हा महाल– तर उन्हाळ्यात हवा खायला जायचा महाल आणखी दुसरा. हिवाळ्यात पुन्हा तिसरा. दुर्भाग्य हे, की हा महाल पुरा झालेला बघायला ठाकोरसाहेब राहिले नाहीत. भर तारुण्यातच ते निधन पावले. मग तर त्यांच्या मृत्यूबद्दलही तऱ्हेतऱ्हेच्या

अफवा ऐकायला यायच्या. कोणी म्हणायचं, 'राजकारणाच्या कारस्थानांमध्ये कोणीतरी त्यांना अन्नातून विष घातलं.' तर कोणी म्हणायचं, 'करणी केली कोणीतरी.' त्यांचे हितशत्रू तर हवे तेवढे! कोण जाणे खरं काय झालं ते!

"वडिलांची अपुरी राहिलेली इच्छा पुरी करायला मुलानं महाल बांधून घेण्याचं काम सुरू केलं; पण तो बांधून झाला नाही. असं म्हणतात की अकाली मृत्यू पावलेला जीव ते काम पुरं होऊ देत नाही. खरी गोष्ट काही वेगळीही असेल. असंही शक्य आहे, की महाल बांधण्याइतके पैसेच राहिले नसतील. लोकांत अशी वदंता आहे की दिवसा महालाचं जेवढं बांधकाम होईल तेवढं रात्रीत पडून जायचं!"

"आपल्यासारखं! सारा दिवस तग धरून राहण्यासाठी धडपड करायची आणि रात्री एकट्या असू तेव्हा मन जिथं होतं तिथेच परत!"

जयाने काही उत्तर दिले नाही. तिचे मौन कंचनच्या बोलण्याला दुजोरा देत राहिले.

रात्रीही जयाने जेवायची ताटे खोलीवरच मागवली. कंचनची इच्छा होती की स्वयंपाकघरात सगळ्यांबरोबर जेवावे. नाते प्रगट करणे तर शक्यच नव्हते; पण जयाला तर अजून कंचनशी असलेली जवळीकही कोणाला समजू द्यायची नव्हती. झरीना ह्या नावाचा खंदक भरून काढणे इतके सोपं थोडेच होते?

कंचनला वाटले, 'माझी मुलं रक्ताच्या नात्याचा हा एकमात्र संबंधही अनुभवू शकणार नाहीत? फैबा (फोईबा म्हणजे आत्याबाई) म्हणायला किती छान वाटतं ते त्यांना कधी कळणारच नाही; पण जयानं झरीना हे नाव का घेतलं? बडी बी तर तिला वाचवायला खोटं बोलल्या होत्या, पण मग जयानं का–?'

रात्रीची सामूहिक प्रार्थना झाल्यावर जया परत आली. अंथरुणावर अंग टाकताक्षणी कंचननं लगेचच विचारले,

"जया, तू हे झरीना नाव का घेतलंस? तू काय खरंच का कोणा मुसलमानाशी लग्न केलंयस?"

"त्याचं असं आहे, की तसं पाहिलं तर लग्न केलंय आणि तसं पाहिलं तर नाही केलं!" जयानं पुढे स्पष्टीकरण द्यायला सुरुवात केली. बडी'बीकडून बुरखा मागून घेऊन जयाने स्वत:चे खरे रूप तर लपविले; पण बडी'बीच्या धाकट्या मुलाने– अनीसने– आपल्या भाभीला जयाशी बोलायला पाठवले होते.

आजही जया मसूदाचा तो चेहेरा विसरली नव्हती. ती बिचकत बिचकत जयाजवळ आली. तिने दोन जोड सलवार खमीस जयाजवळ ठेवले. तेवढ्यात अनीसने येऊन म्हटले, "भाभीचे ते कपडे घाला. तुमची भारी साडी आणि दागिने ह्यामुळे प्रवासात कदाचित त्रास होऊ शकेल. आणि हो, दागिने वेगवेगळ्या ठिकाणी ठेवा भाभी!" एवढे सांगून तो खोलीच्या बाहेर गेला.

जयाला तर तोंड वर करून बघायचीही हिंमत राहिली नव्हती. मसूदा सांगेल तसं

ती चूपचाप करत राहिली. जास्त घेर असलेली सैल सलवार आणि फ्रॉकसारखा लांब खमीस. ओढणी सारखी सरकत होती. जयाचे दागिने काढून घेत असताना मसूदा तिच्याकडे बघत होती. गळ्यात मूगमाळ आणि आणखी एक साखळी, कानात लांब झुमके, केसात अडकविलेल्या सोन्याच्या साखळ्या, कपाळावर हिरा बसविलेली बिंदी, हातात लॉकिट, मनगटावर पिळाचे तोडे आणि बांगड्या. हातातल्या पोंचांवर कट्टकच्या कारागिरीचे मोर.'' मसूदाने सगळे वेगवेगळे केले आणि सलवार खमीसच्या खिशात ठेवायला दिले. पंजावर घालायचा पोंचा देता देता ती क्षणभर थबकली.

मसूदा क्षणभर एकदा घालून बघायला थांबली; पण लगेच तिने विचार सोडून दिला. त्याच क्षणी जयाला वाटलं, तिला सांगावं की ''भाभी, घालून टाका.'' पण असे देण्यात त्या घराचा स्वाभिमान दुखावला असता. असे मनात आल्यावर संकोचाने मग ती काही बोलली नाही. आणि नाहीतरी, काहीही ओळखदेख नसताना बडी'बीच्या कुटुंबानं जयासाठी जे केले होते, त्याची परतफेड करण्याची जयाची मुळी ऐपतच नव्हती.

रक्ताचे डाग पडलेली साडी आणि कपड्याचां दुसरा जोड बांधलेले गाठोडे हातात घेऊन जया बंद 'फिटन' (घोडागाडीचा प्रकार) मध्ये बसली तेव्हा बडी'बी आणि मसूदा दोघींच्या मनांमध्ये आणि डोळ्यांमध्ये चिंता आणि कुशंका घर करून बसल्या होत्या.

फिटनमध्ये समोरच्या सीटवर बसल्याबरोबरच अनीसने विचारले, ''कंचन थिएटरमध्ये आता कुठलं नाटक येणार आहे?''

जयाने तत्क्षणी आपल्या चेहेऱ्यावरचा बुरखा दूर केला. तिचा उतरलेला, घाबरलेला चेहेरा बघून अनीसने शांत, हळू आवाजात सांगितले, ''मी कोणाला सांगितलेलं नाही, सांगणारही नाही. तुम्ही काळजी करू नका.''

''पण तुम्ही मला ओळखलीत कशी?''

''ह्या शहराच्या मेयरच्या कुटुंबाला कोण नाही ओळखणार? एकदा मी तुम्हाला कंचन थिएटरमध्ये बघितलं होतं. तुमचे भाऊ अन् भाभीही होते. ते जाऊ दे. सांगा, काय करायचंय? म्हणत असलात तर रतन तलावाकडे–''

जयाने एकदम अनीसनेच दोन्ही हात पकडले आणि जवळ जवळ काकुळतीला येऊन म्हणाली, ''असा जुलुम नका करू हो! घरी तोंड दाखविण्यासारखी परिस्थिती असती, तर काल रात्रीच तुम्हाला नसतं का सांगितलं की मला घरी पोहोचवून द्या....''

अनीसच्या चेहेऱ्यावरचे भाव बघून तिने स्पष्टीकरण दिले, ''नाही, नाही तसं काही नाही. माझा पाय वाकडा पडलेला नाही. फक्त एकच, पण फार मोठी चूक केली आहे मी. काहीही तयारी नसताना कोणा एकीच्या भरवशावर मी उडी मारली.'' जयानं मग थोडक्यात, भराभरा अनीसला आदल्या रात्रीची हकीगत सांगितली.

''आता काय कराल?'' अनीसने विचारले.

"कलकत्त्याला जाईन."

"कलकत्त्यालाच का? हे बघा, मला माहीत आहे, की तिथं तुमची कोणी वाट पाहात नाहीये."

"तुमची हरकत नसेल तर एक सांगू?" एवढे विचारून अनीस बोलायचा थांबला. त्यानं जयाकडे बघितले, मग हळू आवाजात म्हणाला, "काल रात्री बडी'बीनं तर तुम्हाला झरीना नाव आणि धाकट्या सुनेचं स्थान दिलंच आहे. त्या तर असंच आपलं म्हणाल्या असतील, पण तुमची हरकत नसेल आणि तेच नाव आणि तेच स्थान स्वीकारायला तुम्ही तयार असाल, तर–"

जयानं काही उत्तर दिलं नाही, काय उत्तर द्यावे ह्याचा ती मनाशी विचार करीत होती; पण तिचे मौन अनीसला सहन झाले नाही. "असं नका समजू, की तुम्ही मोठ्या घरची लोकं आहात म्हणून मी असा विचार केला, किंवा तुमच्या असाहाय्य परिस्थितीचा गैरफायदा घेण्याचा माझा इरादा आहे. खरं सांगायचं तर जेव्हा आणि ज्या तऱ्हेनं तुम्ही दचकून बुरखा बाजूला केलात, त्या क्षणी माझ्या मनात विजेसारखं काहीतरी लकलकलं!"

"मी काय करू? ज्या स्थितीत मी आहे, त्या स्थितीत मी 'हो' किंवा 'नाही' म्हणूच कशी शकते? तुम्ही काल रात्री मला वाचवलीत, नाहीतर काय झालं असतं? मला तर कल्पनाही करवत नाही. अगदी मनातलं सांगायचं, तर तुमच्याबद्दल मला खूप आदर वाटतो. मला हेही कळतंय की तुमच्या म्हणण्याला होकार दिला तर मी दुःखी होणार नाही; पण मी स्वतःला काय जाब देऊ शकेन? मी देशसेवा करायची म्हणून घर सोडलं आहे. हे खरं आहे, की धड विचार न करता, पुढचं-मागचं न बघता पावलं उचलली, पण म्हणजे माझी देशासाठीची तळमळ पोकळ किंवा तकलादू नाही. आणि ही तर अजून सुरुवात आहे. असेच अनुभव येता येता माझी घडण होईल. अशा सगळ्या बऱ्या-वाईट प्रसंगांमधूनच मला वाट शोधायची आहे."

"बरं झालं तुम्ही स्वच्छ, स्पष्ट, सगळं सांगितलंत. नाहीतर मला वाटलं असतं की मी तुमचा अपमान केलाय." मग शांत होत अनीस म्हणाला, "एक करा. ज्या हेतूनं तुम्ही घर सोडलं आहे, त्यासाठी अहमदाबाद चांगलं शहर आहे. शिवाय गुजरात तर तुमचा मूळचा प्रांत. तिथे अशा संस्थाही आहेत, ज्या निराधार स्त्रियांना आसरा देतात. गांधीजी तिथं राहात नसले, तरी साबरमती आश्रम तर आहेच ना? अहमदाबादमध्ये देशसेवा आणि समाजसेवा दोन्हीसाठी चांगलं वातावरण आहे."

गाडीची शिट्टी वाजली. अनीस डब्याजवळ उभा होता. जयाने अनीसच्या हातावर हात ठेवला आणि म्हटले, "आजपासून मी तुमची झरीना बनून जगेन." आणि तिच्या चमकणाऱ्या डोळ्यांमधून विरघळत अनीस तिच्या अंतर्मनात उतरला.

जया अहमदाबादला आली. विकासगृहामध्ये राहून शिकली. ज्या दिवशी तिला कांपमध्ये विकासगृहाच्या गृहमातेची जबाबदारी देण्यात आली. त्या दिवशी तिला

अनीस शब्दाचा अर्थ खऱ्या अर्थाने समजला. (अनीस म्हणजे मित्र.) कुठल्याशा अपूर्व क्षणी जयाच्या आयुष्यात तो आला आणि तिचा मित्र होऊन, तिच्या आयुष्याला दिशा आणि आधार देऊन गेला.

'तुला आठवतंय का ग?' आणि 'मी कशी विसरेन गं?' च्या जुगलबंदीत रात्र केव्हा संपली ते कळलेच नाही. संध्याकाळी कंचन जसापरच्या बसमध्ये बसली तेव्हा तिला अगदी हलकेफुलके वाटत होते. जयाने तिला निश्चिंत केले होते.

"आता अरुणाची सगळी जबाबदारी माझी. तिचं शिक्षण मी करेन आणि लग्नही मी करून देईन. आजपासून मी तिची आई आणि तिचे वडील!"

कंचनचे डोळे ओलावले. तिच्याच्याने राहावले नाही. सद्गदित झालेल्या आवाजात ती म्हणाली, "बेन! आपलं रक्ताचं नातं पार पुसून टाकूनच भेटत राहायचं? माझ्या मनाला पटत नाही...."

"तर मग काय कराल? गावातल्या सगळ्यांना असं सांगाल, की झरीना माझी नणंद आहे, पण ती बाटली आहे? लोक तुमच्यावर टीकेची झोड नाही उठवणार? आणि अरुणा? हे समजल्यावर ती माझ्याजवळ राहील? चंद्रकांत आणि कार्तिक ह्या सगळ्याचा कशा तऱ्हेनं स्वीकार करतील? मी फक्त नावच बदललंय, ह्यावर कोणाचा विश्वास बसेल?"

कंचनला वाटले, की जयाचे म्हणणे तर खरे होते; पण हे असे इतका प्रचंड खोटेपणा बरोबर बाळगत जगायचे? तिसऱ्या कोणाच्या तर ठीक, पण खुद्द माझ्या पोटच्या पोरांसमोरही नाटक करायचे? शेवटी जयाला 'नरो वा कुंजरो वा' मार्ग सुचला. "भाभी! तुम्ही सगळ्यांना असं सांगा, की कराचीला आपण शेजारी शेजारी राहात होतो आणि अमृतभाईंनी मला बहीण मानली होती. मानलेली बहीण म्हटलं की बहीणही राहील आणि धर्मही सुरक्षित राहील आणि एवढं अर्धसत्य तर युधिष्ठिरही नव्हते का बोलले?"

कंचनला जरा जरा पटले.

जसापरला आल्या आल्या दुसऱ्याच दिवशी रुखीभाभीनं विचारलं, "काय हो नणंदबाई? तुम्ही तर सकाळी जाऊन संध्याकाळी परत यायचं म्हणून गेला होतात आणि कुठे अडकलात? ते तलकचंद सांगत होते, की तुमच्या नात्याचं कोणीतरी तिथे भेटलं. हे कोण नात्यातलं?"

अशा एक नाही, अनेक प्रश्नांची उत्तरं द्यायला कंचननं तयारी केलीच होती. तिने रुखीभाभींना सविस्तर सांगितले, "ह्या गृहमाताबेन आहेत ना, त्या मूळ कराचीच्या. अरुणाच्या बापूजींना त्या दर राखीपौर्णिमेला राखी बांधायच्या. त्यांचे बापूजी आमच्या

थिएटरमध्ये नोकरी करायचे; पण आमचे संबंध मालक-नोकराचे नव्हते. कितीतरी वर्षांचा अगदी घरोब्याचा संबंध. ह्या झरीनाला माझ्या आतेसासूबाई प्रेमानं जया म्हणायच्या. फार सात्त्विक बाई. कांदा लसूण सुद्धा खात नसत. मी कांपला गेले नसते तर अजूनही ही जुनी ओळख निघाली नसती. मला तर त्या म्हणाल्या कशा, की तुम्ही अरुणाला अन् कार्तिकला दोघांना पाठवून द्या, मी दोघांचं शिक्षण इथं नीट करेन. भाभी, अशा माणसांचं ॠण तर आपल्या कातडीचे जोडे करून त्यांच्या पायात घातले तरी फिटणार नाही.''

एवढे सांगितल्यावर मग खास बजावले, की ही गोष्ट सगळ्यांना सांगत सुटू नका. कंचनला खात्री होती, की असे सांगितले, की सगळ्या गावाला ही माहिती कळेल आणि तिला तेच तेच परत परत सांगावं लागणार नाही.

कांपला जायला अरुणा फारशी तयार नव्हती. पहिल्या प्रथमच 'बा'पासून वेगळे होऊन राहायचे होते. शिवाय पुढे शिकण्याच्या बाबतीत तिची फारशी महत्त्वाकांक्षाही नव्हती; पण बा सांगतेय, त्याला नाही म्हणायचे नाही, एवढा साधा सरळ समजूतदारपणा तिच्यात होता.

शिकायला जाण्याबद्दल अरुणाचा काही उत्साह दिसत नाही हे बघून कंचनने तिला जवळ बसवून समजावले, ''हे बघ अरुणा, तू जर गेलीस तर मला काय करमणार, आवडणार आहे? कार्तिककडे कोण लक्ष ठेवेल? तू तर घरातलं सगळं काम करतेस, त्यामुळे मला किती आराम असतो. आता तर सगळं काम माझ्यावरच येईल ना? पण बेटा, मला काम पडेल म्हणून तुझी प्रगती होण्याची संधी मी तुला मिळू नाही दिली, तर माझ्याइतकी स्वार्थी मा कोणी नाही, असंच म्हणावं लागेल.

''तुला आणखी कसं समजावू? तुला सगळं समजतंच आहे. तुझी आई चांगली शिकली-सवरलेली असती, तर स्वाभिमानानं, ताठ मानेनं कमावू शकली असती की नाही? म्हणायला काय बरेचजण म्हणतात, की नाही शिकलं तर काय झालं, हे दोन हात तर आहेत ना? ज्याला मेहेनत मजुरी करण्यात लाज वाटत नाही, त्याला काय प्रश्न आहे? पोरी, बोलणं सोपं आहे; पण शारीरिक कष्ट करणं अवघड आहे. तसे कष्ट करताना कितीतरी टोमणे ऐकून घ्यावे लागतात, लाचारी सहन करावी लागते, कित्येकदा अपमान होतो...! जगात सोपं काहीच नाही, अरुणा.

''आणि शेवटी हेही ऐक. आमचे दिवस वेगळे होते, त्यात आम्ही तशाही टिकून राहिलो; पण आता जो काळ येणार आहे, तो जास्त कठीण असेल. शिक्षणाशिवाय कोणाचाही उद्धार होणं शक्य नाही होणार. शिकलासवरलात, तर स्वाभिमानानं जगू शकाल. बाकी कितीही कायदे कानून झाले, तरी काहीही फरक पडणार नाही. माणूस शिकला तरच तो पुढे जाऊ शकेल. हे सगळं मी तुला तुझ्या भल्यासाठी सांगतेय.

''आणि हे बघ, तिथल्या गृहमाता तर तुझ्या बापूजींच्या मानलेल्या बहीण आहेत. म्हणायच्या मानलेल्या, पण सख्ख्या नात्याहून जास्त जवळच्या. झरीनाबहेन नाव आहे त्यांचं. अतिशय सात्त्विक, विचारशील आणि तत्त्वांना धरून वागणाऱ्या. त्यांच्याबरोबर राहशील तर तुला धरती आणि आकाश दोन्हींकडे बघण्याची दृष्टी लाभेल आणि नाहीतरी माहेरच्या विहिरीत जीव द्यायला का आपण जन्म घेतलाय? तू शिकूनसवरून स्वत:च्या पायावर उभी राहा, मगच तुझं लग्न करून द्यायचंय.''

मुलीची सासरी पाठवणी करीत असेल तशा उत्साहाने कंचन लहानमोठ्या वस्तूंची तयारी करीत होती. कार्तिक उदास आणि एकाकी पडल्यासारखा इकडे तिकडे करीत राहायचा. कंचनने काही काम सांगितले तरी महामुष्किलीने कसंबसं करायचा.

जाण्यापूर्वी होतील तितकी कामे उरकून जावे म्हणून अरुणा धावपळ करीत होती. तिला वाटत होते, की जितके होईल तितके करून गेले तर तितकेच आईचे काम कमी होईल. तिने कोळसे फोडून पिंप भरून ठेवले. त्यातून झालेल्या चुऱ्याच्या गोवऱ्याही थापून टाकल्या. जाण्यापूर्वी दळणही करून ठेवले. कार्तिकची गोधडी फाटली होती ती शिवली. त्यात आणि कार्तिकचा हट्ट होता, की अरुणाच्या ओढणीचीच (ही ओढणी म्हणजे अर्धी साडी असते) खोळ करायची. म्हणजे ती पांघरली की अरुणा जवळ असल्यासारखे वाटेल. कंचनने अरुणाकडून चंद्रकांतला पत्र लिहून घेतले होते; पण त्याने सुटीत एका खाजगी पेढीत अर्धवेळची नोकरी धरली होती आणि शिवाय तो दोन शिकवण्या करीत होता. म्हणून तो आला नाही.

कंचन अरुणाला कांपमध्ये जयाकडे पोहोचवून आली, तेव्हा मुलीची पाठवणी केल्यासारख्या मिश्र भावना तिच्या मनात होत्या. एकीकडे ती निश्चिंत होती की चला, आता अरुणाचा भविष्यकाळ तरी जास्त चांगला होईल आणि दुसरीकडे अरुणा जवळ नसल्याचे दु:ख होते. तिचं नसणं वरचेवर जाणवत राहायचं. घर जणू रिकामे रिकामे झाले होते. तसा तर कार्तिक होता; पण तो घरी असायचा किती वेळ? हळूहळू कंचनला सवय झाली. काळ लोटणे हेच दु:खावर औषध! दिवस-महिना-वर्ष जात राहिले.

एक दिवस सकाळी साडेदहाच्या सुमाराला कंचन स्वयंपाकघरात असताना बाहेरच्या दरवाज्यातून पोस्टमनने हाक घातली, ''चला, इकडं या गोराणी'मा. तोंड गोड करा आमचं. चांगलीच बातमी घेऊन आलोय.''

उंबऱ्याबाहेर पाय टाकता टाकता कंचनला वाटले, ''काय असेल? गेली वीस वर्षं ती तर एकाच बातमीची वाट बघत होती.''

◆

पंचवीस

पोस्टकार्ड कंचनच्या हातात देत जणू पोस्टमनने सांगितले, "तुमच्या चंद्रकांतला नोकरी मिळाली."

कंचनला वाटले, 'चंद्रकांत तरी अमृतचाच अंश आहे ना!' आणि तिचा आनंद दुणावला. तिने जशूच्या हातावर खडीसाखर ठेवली आणि पत्र वाचून दाखविण्याचे म्हणून ती त्याला दोन रुपये देऊ लागली; पण जशूनं ते घेतले नाहीत. म्हणतात ना, एखाद्या घराला डाकीण सुद्धा त्रास देत नाही.

खेड्यापाड्यांमध्ये जशूसारख्या पोस्टमनला पत्रे वाटण्याखेरीज पत्रे लिहून द्यायची आणि आलेली वाचून दाखवायची ही कामे पण असायची. पत्रे वाटण्याच्या कामात एखाद-दोन दिवस उशीर केला तरी चालायचे पण पत्रे लिहवून घेणारे पिच्छा पुरवत राहायचे. सबंध पोस्टकार्डचा पाऊण भाग तर नावं लिहिण्यात, संबोधन आणि सही ह्यात जायचा. त्यातही जर कोणाचं नाव लिहायचे राहून गेले तर चालत नसे.

अर्थात जशूने त्यातही पैसे मिळवायची युक्ती शोधून काढली होती. ज्याला ज्या प्रमाणात पत्रं लिहिण्याची घाई असेल त्या प्रमाणात तो पत्र लिहून द्यायचे एक किंवा दोन आणे घ्यायचा. (१६ आण्याचा १ रुपया होत असे.) टपाल वाचायचे काम तो त्याच्या मित्रमंडळींच्या मदतीने करायचा. पोस्टकार्ड वाचायचे हा तर जणू सगळ्यांचाच अलिखित अधिकार. आंतर्देशीय असले तर ते गोल पुंगळीसारखे करून फिरवत जायचे आणि लोकांच्या घरच्या कौटुंबिक घडामोडींबद्दल वाचून करमणूक करून घ्यायची. पाकीट उघडायचे तर जरा युक्तीनं काळजीपूर्वक उघडावं लागे. जरा जाड पाकीट असलं तर, आणि त्यातही पुन्हा जर एखादी प्रेमकहाणी सापडली, तर मग मजाच मजा! गावातल्या बहुतेक सर्वांना हे ठाऊकच होतं. एक-दोनदा तर भलाभाईच्या बरोबर नेहेमी असणाऱ्या जिवाने जशूला धमकावलेही होते. तो त्यानंतर जरा नरम आला होता, तरीही संधी मिळाली तर सोडत नसे.

पण आज मात्र खरोखर मनापासून कंचनसाठी त्याने चांगली बातमी आणली होती. गोराणी'माकडून बिनहक्काचे काही घ्यायला बरे नसे वाटत.

गेल्या वीस वर्षांत कंचनला जेमतेम बोटांच्या पेरांवर मोजता येतील इतक्याच

चांगल्या बातम्या मिळाल्या होत्या. तरी पण ज्याची ती वर्षानुवर्षे वाट पाहत होती, ती बातमी तर कोण जाणे कधी मिळणार होती! चंद्रकांतला अहमदाबादमध्ये म्युनिसिपालटीत कारकुनाची नोकरी मिळाली होती. अमृतने सोपविलेल्या जबाबदाऱ्यांमधून एक तर पार पडली. बस, आता त्याचे लग्न होऊन घर मांडले म्हणजे झाले.

अर्थात पाठोपाठ अरुणा होतीच. पोरीची जात, मोठी व्हायला कितीसा वेळ? झवेरभाभी असत्या तर म्हणाल्या असत्या, 'मुलगी अन् उकिरडा दोन्ही सारखेच. वाढायला वेळ लागत नाही. बसल्या जागी वाढतच जातात!' कंचनला वाटायचं, झवेरभाभीला जयासारखी नणंद असती, तर 'मुलगी' ह्या विषयावरची त्यांची मते बदलली असती. अरुणा कॉलेजमध्ये गेली आणि त्याच वर्षी जयाने अहमदाबादच्या विकासगृहामध्ये स्वत:ची बदली करवून घेतली. कंचनला वाटले की 'चंद्रकांत नोकरीला लागून पाच-एक वर्षं झाली आणि तोपर्यंत अरुणाचे कॉलेजशिक्षण संपलं, तर दोघा भावंडांची लग्नं एकदमच करून टाकता येतील. एकदाच खर्च करून दोन्ही कार्यं पार पडतील. मन तर खूप उड्या मारते; पण शेवटी त्या वर बसलेल्याच्या हातात असतं सगळं.'

बघा ना, कंचनने कितीतरी नवससायास केले होते. तरीही कार्तिक सातवीत नापास झाला; वर्ष वाया गेले. नाहीतर त्यालाही अहमदाबादला चंद्रकांतकडे पाठवला असता. तिथे हायस्कूल आणि कॉलेज सलग पार पडले असते. कार्तिकला शाळेच्या अभ्यासापेक्षा चित्रकलेचीच जास्त आवड होती. तिने विचार केला, की त्यात पुढे शिकायची काही नवी लाईन निघाली असली, तर जयाकडे चौकशी करेन.

बाकी नाहीतरी हा मुलगा, इतर मुलांसारखा शिकणार नाही. असाही नाहीतरी स्वभावानंही काहीसा वेगळाच आहे. सबंध दिवस गावाबाहेर भटकत राहतो. घरात राहणे टाळतो. लहान होता तेव्हा सांगितलेले काम करीत होता. जेव्हापासून चंद्रकांतला नोकरी मिळाली आहे, तेव्हापासून बऱ्याचशा सांगितलेल्या गोष्टींकडे दुर्लक्ष करतो. घरून शाळेत जायला निघतो; पण शाळेत जातच नाही. एकदा कंचनला शिक्षकांनी सांगितलेही.

कंचन त्या दिवशी त्याला मारू लागली, तर उलटा अंगावर आला. हार खाऊन कंचनने त्याला काही सांगायचे सोडून दिले. त्याला बस् बडोद्याला जायचं होतं; पण चित्रकलेचे शिक्षण घ्यायचे, तरी सातवी नापास झालेल्याला कोण तिथे प्रवेश देणार? आणि शिवाय त्या शिक्षणासाठी कागद, रंग आणि इतर साधने ह्यांचा खर्चही पुष्कळ. समजा, चंद्रकांतनं थोडी मदत केली, तरी कंचनला थोडाच हा खर्च परवडणार होता? जयाला सांगितले, तर सगळी अडचण दूर होईल; पण तिच्यावर अरुणाची जबाबदारी तर टाकलीच आहे, त्यात आणखी कुठं भर टाकायची?

अशातच एक दिवस भलाभाई एकाएकी घरी येऊन ठेपले. एरवी तर ते

क्वचितच भेटायचे. हरिप्रियाशी असलेल्या ओळखीमुळेच ही दोघे एकमेकांना ओळखायची एवढेच. झाले असे, की त्या दिवशी घर सारवायला शेणमाती कालवले होते. दुपारचा सुमार, कार्तिक शाळेत गेला होता. कंचन खोली सारवत होती आणि दार वाजले. सारवणाच्या हातांनीच दार उघडले, तर समोर भलाभाई!

उंच, सडपातळ, गहुवर्णी देह, चेहेऱ्यावर बारीक मिशा, लिंबाच्या फोडीसारखे मोठाले डोळे. कंचन क्षणभर भांबावली. तिला भानही राहिले नाही, की तिचा पदर डोक्यावरून सरकला होता, अंबाड्याची गाठ सैल होऊन मानेवर आली होती आणि काम करताना साडी वर खोचली होती. त्यामुळे पोटऱ्या उघड्या होत्या. कदाचित प्रथमच दुसऱ्या कोणा पुरुषासमक्ष अशा स्थितीत ती उभी होती. काही क्षणातच तिने स्वत:ला सावरले. सारवणाच्या हातांनीच डोक्यावर पदर ओढून घेतला. ''या, या'' म्हणत ती आत गेली आणि वर खोचलेली साडी तिने नीट केली.

भलाभाईंनी संकोचानेच दाराच्या आत पाऊल टाकले आणि ते सतीमांच्या समाधीकडे वळले. जोडे काढून दर्शन घेतले. कंचन ओसरीच्या उंबऱ्यावर पाण्याचा ग्लास घेऊन उभी होती. ते दर्शन घेऊन आले आणि कंचनच्या हातातून पाण्याचा ग्लास घेऊन खुर्चीवर बसले. कंचन खोलीच्या दाराला टेकून उभी राहिली. पाण्याचा ग्लास परत देता देता भलाभाई म्हणाले,

''बऱ्याच दिवसांपासून तुम्हाला भेटायचं होतं; पण जमत नव्हतं. मध्ये एकदा वाटलं, की तुमच्या सखी'लाच पाठवावं; पण मग वाटलं की काही गोष्टी स्वत: सांगणंच योग्य.''

जरा थांबून त्यांनी कंचनकडे पाहिले आणि पुढे म्हणाले, ''अशी म्हण आहे, की सिंहासनावर बसलेला बाप मेला तरी चालेल; पण दुसऱ्यांची दळणं दळणारी आई मरू नये. म्हण तशी बरोबर आहे; पण जरा अपुरी. खरं म्हणजे लहान मुलाला आई आणि बाप दोघांची गरज असते. मी बघत आलोय तुमची तपश्चर्या. किती अफाट कष्ट करून तुम्ही मुलांना वाढवलं, वडलांचं कर्तव्यही पार पाडलं. पण जी खोट आहे ती तर आहेच.'' कंचनची प्रतिक्रिया बघायला ते जरा थांबले.

कंचनच्या थोडं थोडं लक्षात येत होतं, थोडं नव्हतं येत. ''भलाभाई, जे असेल ते तुम्ही अगदी स्पष्टपणे सांगा. मला वाईट नाही वाटणार.''

''असं झालंय, की तुमचा धाकटा कार्तिक– वीरभद्रच्या नादी लागलाय. सारा दिवस तो झांपल दे (गावाच्या वेशीवरचं देऊळ)च्या ओट्यावर बसलेला असतो. भारतसिंहच्या तर डोक्यावरचे केसही कर्जात बुडालेले आहेत. तो घरी जुगार खेळत बसतो आणि हा त्याचा मुलगा वीरभद्र, गावातली पोरंटोरं गोळा करून दर थोड्या दिवसांनी मारामाऱ्या करतो. आपल्याला वाटतं की गावाचं नाव बद्दू होतं; पण म्हणून कितींदा त्याला पोलिसांपासून वाचवायचं? कार्तिकनं ह्या मुलांची संगत

धरलीय ते बरोबर नाही.''

कंचन काही बोलू शकली नाही. तिचे हृदय भरून आले. गेल्या कितीतरी महिन्यांपासून तिला ज्याची भीती होती, ती आज खरी ठरली होती. चंद्रकांत त्या मानाने सरळ आणि व्यवहारीही. तो केव्हा मोठा झाला ते कंचनच्या लक्षातही आले नव्हते; पण ह्या कार्तिकचे काय करावे?

गदगदल्या आवाजानं कंचन म्हणाली, ''काय करू? मला रात्रंदिवस त्याची काळजी वाटते. गेल्या वर्षी सातवीत नापास झाला. किती समजावला, की परीक्षेला बस; पण मी तर जणू त्याची शत्रू असेन असा तो वागतो. कितीही काहीही सांगा, मारपीट करा, बस तोंड बंद करून बसून राहतो.''

''तुम्ही अशा हातपाय गाळून बसू नका. त्याला शांतपणे जवळ बसवून घेऊन त्याच्याशी बोला. नसेल शिकायचं तर कुठेतरी कामाला लावून द्या.''

''नाही, त्याला तर चित्रकला शिकायची आहे. बडोद्याला जायचंय. पण माझी इतकी ऐपत कुठाय की मी त्याला पाठवू शकेन? अजून चंद्रकांतला नोकरीला लागून पुरती दोन वर्षंही झाली नाहीत. तो नोकरीत कायम झाला म्हणजे काहीतरी विचार करता येईल आणि चित्रकला शिकून हा काय करणार? त्यानं काय पोट भरणार आहे?''

''तुम्ही असं करा, त्याला माझ्याकडे पाठवा. मी त्याला समजावून काहीतरी मार्ग काढीन. आणि हां, जर का चित्रकलेत त्यानं नाव कमावलं, तर तुम्हाला त्याचंच काय, तुमचंही पोट भरायची काळजी नाही राहणार! बराय तर मग, मी निघतो.'' इतके म्हणत भलाभाई ओसरीच्या पायऱ्या उतरले. जोडे घालून मिनीटभर उभे राहिले आणि म्हणाले, ''तुम्ही कार्तिकची थोडीही काळजी करू नका. त्याची बडोद्याला जायची व्यवस्था मी करून देईन. त्याखेरीजही अर्ध्या रात्रीही काही काम पडलं तर संकोच करू नका. तुम्ही ह्या गावची लेक तर आहातच, पण हिची 'सखी'ही आहात. गोड्या पाण्यातली मासळी खाऱ्या पाण्यात चुकून यावी तशा तुम्ही आहात. असो! ईश्वराची इच्छा. पण एवढं लक्षात ठेवा, की तुम्ही एकट्या नाही आहात.''

भलाभाई गेले. कंचनला वाटले, पार सुकलेल्या नदीच्या पात्रातही झरे असतातच की!

बडोद्याला जाण्याचे बोलणे झाल्यापासून कार्तिक जणू नखशिखान्त बदलून गेला. कंचनला मनातून काळजी वाटायची, की अधू पायाने त्याला शहरात राहणे कसे जमेल? पण कसेही करून त्याला त्याचे आवडते शिक्षण मिळाले, तर निदान वाईट मार्गाला तर नाही लागणार.

बडोद्याला जायला एक आठवडा बाकी होता आणि एका संध्याकाळी हरजी

पटेलचा काळू, कार्तिकला जवळ जवळ उचलूनच घरी घेऊन आला. पाठोपाठ मोठं टोळकं. कंचन धसकून बघत राहिली.

कार्तिकच्या तोंडातून रक्त निघत होते. सारे अंग धुळीने भरलेले. दोन्ही पायांना खरचटलेले. कोणीतरी काटेरी कुंपणावरून त्याला फरपटत आणले असेल तसे. एक हात खाली लटकत होता. संताप आणि वेदना इतक्या होत्या, की कार्तिक रडूही शकत नव्हता.

झाले होते ते असे, जेव्हापासून भलाभाईंनी कार्तिकला बोलावून घेऊन समजावले होते आणि त्याला बडोद्याला पाठवण्याबद्दल सांगितले होते, तेव्हापासून कार्तिकने वीरभद्रच्या टोळीत जायचे सोडून दिले होते. वीरभद्रला भीती वाटत होती, की कार्तिक त्याच्या पराक्रमांबद्दल सगळ्यांना सांगेल. गावात होणाऱ्या लहानमोठ्या चोऱ्या आणि वाह्यात खोड्या... कधी कोणाच्या सायकलची घंटाच नाहीशी व्हायची. कोणाच्या मोटारसायकलच्या पेट्रोलची टाकीच रिकामी व्हायची, कोणाच्या गाईची धार काढायची वेळ होईल तेव्हा वासराला सोडून दिले जायचे.

तलावावर किंवा विहिरीवर बायका कपडे धुवत असतील किंवा अंघोळ करीत असतील, तेव्हा झाडाच्या वरच्या फांदीवर चढून, लपून बसून बघत राहणे, कोण कोणाबरोबर हिंडत-भेटत असते ह्याचे पुरावे गोळा करणे, अपरात्री एकट्या दुकट्या राहणाऱ्या बायकांच्या घरावर दगड फेकणे, कोणाच्या उभ्या पिकात गुरे घुसवणे, ठाकुरजींच्या मंदिरातून संधी मिळाली की सुट्टे पैसे उचलणे, अशा कितीतरी लबाडीच्या, अनैतिक कामांमध्ये कार्तिक त्याचा साथी असे.

एक दिवस एका शेताच्या खळ्यात कार्तिक पतंग उडवत होता. वीरभद्र त्याच्या साथीदारांबरोबर तेथे पोहोचला. कार्तिकला काही समजण्यापूर्वीच त्यांनी त्याचे पतंग फाडून टाकले. मांजाचा गुंडा दूर तलावात फेकून दिला आणि लाथागुद्द्यांनी त्याला बुकलून काढून मग आडवा पाडून बाभळीच्या झुडपांवरून फरपटला. मग थेट गावाच्या वेशीपर्यंत आणून सोडून सांगितले, ''जा– तुझ्या बाला विचारून ये, की किती धनी आहेत तिचे? आणि त्या हरामजाद्याला पण सांग, की कर काय करायचंय ते. तो तुला बडोद्याला पाठवणार आहे ना? तर मी पण बघतो तू कसा जातोस ते!''

कार्तिकने सगळा मार सहन केला होता; पण वीरभद्रने कंचन आणि भलाभाई यांच्यावर जो चिखल उडवला तो ऐकून घेणे त्याच्या सहनशक्तीबाहेरचे काम होते. त्याने खाली पडल्या पडल्याच एक वीट उचलली अन् वीरभद्रच्या कपाळावर फेकली. रक्ताची धार वाहू लागली आणि वीरभद्र मट्दिशी खाली बसला. त्याच वेळी हरजी पटेलचा काळू गावाबाहेरून परत येत होता. तो एकदाच मोठ्याने

ओरडला तसं टोळकं पळालं. कार्तिकचे दोन्ही पाय खूपच सोलवटले होते. त्याला उचलून तो घरी घेऊन आला.

कार्तिकचा डावा हात निखळला होता. भलाभाईंना बातमी कळल्याबरोबर त्यांनी गाडी काढली आणि ताबडतोब कार्तिकला जवळच्या सेजकपूर गावच्या हाडवैद्याकडे घेऊन गेले. कंचनला बरोबर चलायला सांगितलं, तेव्हा आधी तर ती 'नाही' म्हणाली.

भलाभाई म्हणाले, ''एवढ्या तेवढ्या गोष्टी अशा मनाला लावून घ्यायला लागलात तर कसं चालेल? चला, पोरानं तुमच्यासाठी एवढं सहन केलंय आणि तुम्ही पाय मागे घेताय?'' कंचन गेली. वीरभद्रही मोटारीत होता. त्याच्या जखमेला तालुक्याच्या डॉक्टरांनी टाके घातले. परत येताना भलाभाई म्हणाले, ''ही पोरं म्हणजे मोठ्या लोकांच्या घाणेरड्या मनाचे उठलेले प्रतिध्वनी असतात. खरं म्हणजे मुळात ती तशी नसतात.''

कंचन परत आल्यावर कितीतरी दिवस समाचाराला येणाऱ्या लोकांची रांग लागली. खरे म्हणजे सगळं गावच भारतसिंह आणि त्याची मुले ह्यांना त्रासले होते. सगळीच वाट बघत होती, की कोणीतरी मांजराच्या गळ्यात घंटा बांधणारं निघेल आणि शेवटी अगदी गरीब स्वभावाचा वाटणाऱ्या कार्तिकने ते करून दाखवले. कंचनला हे समजलं तेव्हा ती कार्तिकला म्हणाली सुद्धा, ''कशाला भांडलास तू? इथं तर एकट्या राहणाऱ्या बाईला आला-गेला कोणीही वाटेल ते बोलतो. ज्याला लाजच नाही, त्याचंच इथं राज्य! कोणाकोणाची तोंडं बंद करीत हिंडशील तू? ह्यावेळी तर तू वाचलास, पण पुन्हा दुसऱ्यांदा जास्त काही झालं, तर ते लोक तुला जिवंत सोडणार नाहीत.''

''हरकत नाही. ते लोक माझा जीव घेतील ह्याहून जास्त काय करतील? पण तूही एक गोष्ट बरोबर नीट ऐकून ठेव. मी सगळं सहन करीन; पण जर का कोणी तुझ्याबद्दल काही बोललं किंवा माझा बाप काढला, तर मी त्याला जिवंत नाही सोडणार.''

कंचनला वाटले, की आता कार्तिक मोठा झाला म्हणायचा. तिच्या डोक्यावर शीतल सावली असल्यासारखे तिला वाटले.

भलाभाईंच्या ओळखीने कार्तिकला बडोद्याच्या फाईन आर्ट्स कॉलेजमध्ये प्रवेश मिळाला. पहिल्या वर्षाचा सगळा खर्च भलाभाईंनी केला; पण दुसऱ्या वर्षापासून कार्तिक ग्राफिक्सची आणि डिझाईन्सची लहान-मोठी कामे मिळवून थोडेफार पैसे मिळवू लागला. त्याने पेंटिंगची लाईन घेतली होती; पण हळूहळू त्याला कमर्शियल आर्टमध्ये जास्त रुची वाटू लागली. त्याच वर्षी शिक्षण सोडून त्याने मुंबई गाठली.

तेथे जाहिरातींच्या कंपनीत त्याने कामही मिळवले.

चंद्रकांत शिक्षणासाठी गेला तेव्हा कंचनला वाटायचे, की अरुणा आणि कार्तिक तर आहेत ना! अरुणा गेली तरी कार्तिकची सोबत होती; पण कार्तिकही गेल्यावर तिला फार एकटे एकटे झाले. आत्तापर्यंत ती जे काही म्हणून करीत होती, त्यामागे मुले, त्यांना व्यवस्थित वाढवणे, त्यांचे शिक्षण नीट होत आहे ना, ती नीट मार्गी लागत आहेत ना, हे बघणे, हा एकमात्र उद्देश होता. आता तिला वाटले, सुरुवातीची दहा वर्षं मुले फार हळूहळू मोठी होत आहेत, असे वाटत राहते; पण नंतर तर एकाएकी एकदम मोठी– म्हणजे जणू घटकेघटकेला वाढत जातात. आत्ता अलीकडे कुठे चंद्रकांतचा आवाज बदलला होता. तेवढ्यात कार्तिकच्या चेहेऱ्यावर दाढीची हिरवट लव दिसायला लागली. अरुणा आणि कंचन यांच्या चपलांचे माप जणू चुटकीसरशी एकच झाले. चोची आणि पंख आले, तशी सगळी आपापल्या दिशेला उडून गेली.

अरुणा बी.ए. झाली. कंचनला आता बहीणभावांची लग्ने एकाच वेळी उरकून टाकावीत असे वाटायला लागले. तिने जयाला लिहिलं, की चांगली मुलगी आणि मुलगा दिसला, तर लक्ष ठेवावे; पण अरुणानं स्पष्टपणे सांगून टाकले, की आधी नोकरी, मग बाकीचं सगळं. ती सरकारी नोकरीसाठी परीक्षा द्यायची तयारी करीत होती. कंचनला मनोमन धसका बसला, की जर अरुणाने लग्न करायलाच नकार दिला किंवा तिने आपले आपलेच कोणाशी ठरवले असेल, तर? तिने अहमदाबादला जायचे ठरवले.

◆

सव्वीस

कंचनने अहमदाबादला जायचे ठरवले तर खरे; पण जायचे कसे? गेल्या सतरा वर्षांमध्ये जेमतेम कांपपर्यंत जाणे झाले होते आणि तेही फक्त दोन-तीनदाच. शिवाय कोणाची ना कोणाची सोबत असायचीच. आता तर अहमदाबादला जायचे म्हणजे लांबचा प्रवास. येण्या-जाण्यात मिळून आठवडा झाला असता. इतके दिवस स्वत:ची कामे बाजूला ठेवून कोण येणार बरोबर? कंचनने एकटीनेच निघायचे ठरवले.

कांपमधून अहमदाबादला जायला बस मिळायची आणि ट्रेनही होती. पावसाळ्यात मात्र बससेवा बंद असायची. ट्रेन आणि बसच्या भाड्यातही फरक आणि अहमदाबादला पोहोचायला लागणाऱ्या वेळातही फरक. ट्रेनचे भाडे कमी; पण विरमगाम जंक्शनहून पुन्हा अहमदाबादला जायला गाडी बदलावी लागायची, त्यातून सकाळी निघाले तर संध्याकाळी काळोख पडता पडता अहमदाबाद यायचे. शिवाय वाटेत इतर गाड्यांचे क्रॉसिंग आणि कनेक्शन नडायचे ते वेगळे. क्वचितच एखादी गाडी तिच्या ठरलेल्या वेळी पोहोचायची. त्यापेक्षा बस बरी. भाडे जरा जास्त; पण मध्ये कुठे बदलायची कटकट नाही. कांपमध्ये बसले की अहमदाबादला उतरायचे.

कंचनने कांपहून अहमदाबादला जाणारी बस घेतली. बस वाटेत लहानमोठ्या गावांमध्ये थांबायची. कधी पक्क्या रस्त्यावरून जायची तर कधी कच्च्या रस्त्याला लागून आतल्या भागात असलेल्या लहान गावातही जायची. कंचन सकाळी अकरा वाजता बसमध्ये बसली होती, ती थेट संध्याकाळी साडेचार-पाच वाजता अहमदाबादला पोहोचली. गीतामंदिराच्या स्टँडवर उतरली तेव्हा काही क्षण तर तिचे डोळे दिपूनच गेले. बराच काळ बंद अंधाऱ्या खोलीत राहिल्यानंतर एकाएकी मोकळ्या जागेत लख्ख प्रकाशात आले, तर डोळ्यांना सवय व्हायला वेळ लागतो. कंचनचे लहानपण जरी खेड्यात गेले असले, तरी एक व्यक्ती म्हणून ती कराचीसारख्या शहरात वाढली, वावरली होती. संवेदना आणि समज दोन्ही शहरांतच विकास पावल्या होत्या, परिपक्व झाल्या होत्या. त्यामुळे ती गेली कित्येक वर्षे खेड्यात राहात होती, तरी स्वत:ला शहरीच समजत असे. तिच्या राहणी-करणीत, विचारांमध्ये, व्यवहारात, खेड्यातला रांगडेपणा कमी आणि शहरी नम्रता, मऊपणा जास्त होता.

कंचनच्या दिपलेल्या डोळ्यांची दोन-तीनदा उघडझाप झाली आणि मनात कराचीचे स्वच्छ, रुंद रस्ते, उंच इमारती, ट्रॅम-वे आणि 'फिटन' दिसू लागले. ही सगळी निर्जीव, स्थिर दृश्ये असती तर किती बरे झाले असते. कंचनचे डोळे भरून आले. आता तर ते शहर आणि तिथली माणसं केवळ आठवणीतच... तिने एक सुस्कारा टाकला आणि पिशवीतून चंद्रकांतच्या पत्त्याचा कागद काढला. जयाचा पत्ताही होता; पण कंचनला वाटले, 'असं अचानक चंद्रकांतच्या घरी जावं तर खरं! कसा राहतो– कसा नाही, ते तरी कळेल.'

कंचनने बसस्टँडवर असलेल्या एका कंडक्टरला तो पत्त्याचा कागद दाखवला आणि तिथे जायचा रस्ता विचारला. कंडक्टरने पत्ता वाचला आणि एकदा कंचनच्या सामानाकडे बघून तो म्हणाला, "इथून दूर आहे. एवढं सामान घेऊन चालत नाही जाता येणार तुम्हाला. सायकल-रिक्षा करा." कंचनला अवघडलेली बघून पुढे म्हणाला, "चला, मी तुम्हाला रिक्षावाला शोधून देतो. तो तुम्हाला बरोबर पत्त्यावर पोहोचवेल आणि पैसेही वाजवी घेईल." कंडक्टरचा चांगुलपणा बघून कंचनला वाटले, 'जगात चांगल्या माणसांची खोट नाही.'

सायकल-रिक्षा बघितली तशी कंचन दोन पावलं मागे सरकली. बैलगाडी, एक्का किंवा घोडागाडीत बसतो तेव्हा ओझं खेचणाऱ्या जनावराची दया येते. इथं तर माणूसच माणसाचं वजन ओढत होता. ती 'नको' म्हणाली. कंडक्टरने तिला समजावत म्हटले, "बेन, घोडागाडीवाला जास्त पैसे घेईल. आणि हे तर त्यातल्या त्यात बरं म्हणायचं. सायकल-रिक्षामध्ये पेडल मारायचं असतं, त्यामुळे रिक्षावाल्याला श्रम कमी होतात. कलकत्त्यासारख्या शहरात तर माणूस दोन हातांनी समोरचे दोन लांब दांडे पकडून घोड्याच्या ऐवजी स्वतः पळतो आणि बाबू लोक गाडीत बसतात." स्वतः रिक्षावाल्याने त्याला दुजोरा देत म्हटले, "बेन, तुमच्यासारखं सगळे आमची दया करायला लागले तर आम्ही खायचं काय?"

अनोळखी शहर. बसण्याखेरीज दुसरा उपायच नव्हता. शिवाय सामानही खूप होतं. मुलांसाठी जीव तुटणारच. 'यजमान' घरून आलेले धान्य आणि इतर वस्तूंचे पोते, अरुणासाठी पोलक्याची कापडे, जयासाठी पाच ताटे आणि वाट्या, चंद्रकांत धोतर नेसत नसे म्हणून त्याच्यासाठी दोन शर्टांची कापडे, शिवाय मगज (बेसनाच्या लाडूंसारखा पदार्थ) आणि सुकडीचे डबे होतेच. सामान जास्त झाले म्हणून शेवटी रजई आणायचा विचार सोडून दिला. घरी सामान वाढत चालले होते; पण खाणारी किंवा वापरणारी ती एकटीच. कधी कधी तर ती 'यजमान'घरून मिळालेली वस्तू घेऊन जायला नको म्हणायची, तर कधी शेजारी-पाजारी देऊन टाकायची. झवेरभाभी न मागताच सल्लाही द्यायच्या, "तुमच्या भावाला (तलकंचद) दुकानात ह्या वस्तू देऊन रोख पैसे करून घ्यावेत ना!" पण कंचनच्या मनाला हे पटत नसे.

तलकचंदने तिला अर्धी किंमत दिली असती, आणि परत तीच वस्तू दीडपट किमतीला 'यजमान'घरीच विकली असती. असल्या लबाडीच्या धंद्यात कोण पडणार!

कंचन रिक्षात बसली खरी; पण तिचा जीव एवढा एवढा होत होता. घामाने भिजलेल्या पाठीवर चिकटलेला चिंब ओला सदरा, गुडघ्यापर्यंतच असलेले मळके धोतर, पायाच्या पोटऱ्यांचे फुगलेले स्नायू आणि हातांच्या वर आलेल्या शिरा, जोर करताना अर्धं पुढे वाकणारं शरीर, एलिस ब्रिजचा चढ आला, तेव्हा कंचनला राहवले नाही. ती म्हणाली, ‘‘जरा थांब भाई. हा चढ मी पायी चढेन.’’ रिक्षा जरा हळू झाली, तशी ती खाली उतरली.

पुलाजवळ डाव्या हाताला असलेल्या बागेच्या बाहेरच्या रस्त्यावर आणि समोरच्या बाजूच्या रस्त्यावर बाजार मांडलेले लोक आपापलं सामान आवरत होते आणि शेवटी शेवटी खरेदी करून स्वस्तात मिळवायच्या खटपटीत असलेली थोडीफार गिऱ्हाईके होती. शुक्करवारीचा (शुक्रवारचा) बाजार बंद व्हायच्या तयारीत होता. पुलाच्या मध्यापर्यंत जाऊन रिक्षावाला घाम पुसत उभा होता. कंचनला बघून तो म्हणाला, ‘‘बहेन, तुम्ही इथल्या वाटत नाही, इथले लोक तर पै अन् पै वसूल करणारे असतात. कधी जर आम्हीच विनंती केली की जरा थोडा वेळ उतरा, तर वर आणखी भांडण करतात आणि पैसे कापून घेऊ म्हणतात. तुमच्यासारखी दयाळू माणसं तर फारच कमी भेटतात.’’ मग त्यानंतर तर रिक्षावाल्यानं गाईडचं कामही करायला सुरुवात केली.

‘‘बहेन, हा पूल आहे तर लोखंडाचा; पण लोक ह्याला 'लक्कडियो' (लाकडी) पूल म्हणतात. हा पूल असा आहे, की शंभर वर्षं ह्याला काही होणार नाही.’’ पुलाच्या दोन्ही बाजूंना असलेल्या गोलाकार कमानींमधून साबरमती वाहताना दिसत होती. पूल संपल्यावर रिक्षावाला म्हणाला, ‘‘बेन, नीट पकडून बसा हं.’’ आणि उतारावर रिक्षा पळू लागली. रिक्षावाल्याच्या चेहेऱ्यावरचा सोप्या रस्त्याचा आनंद बघून कंचनला वाटले, 'सगळाच रस्ता असा अगदी सोपा असता तर! पण आयुष्यात प्रत्येकाला केव्हा ना केव्हा चढ चढावा लागतो आणि केव्हा ना केव्हा उतरावा लागतो. कदाचित दोन्हीतून सुटका नसते. नाही-नाही, खरं तर एक असतो म्हणून दुसरा असतो. सुख जर नसतंच, तर दुःखाची ओळख कोणाला झालीच नसती आणि दुःखच नसतं, तर सुखाचा आनंद कसा लुटला असता?’’

‘‘बहेन, हे अहमदाबादचं मोठ्यातलं मोठं इस्पितळ– वाडीलाल.’’ रिक्षावाल्याच्या बोलण्यानं कंचनच्या विचारांचा धागा तुटला. प्रचंड इमारतीच्या समोरच्या बाजूला एका खांबावर 'मादलपूर' या नावाची एक पाटी लटकत होती. येथे पूर्वी ह्या नावाचे खेडे असणार. आता अर्थात त्याचं नावही राहणार नाही. शहरे वाढत मोठी होत जातात, तसतशी कितीतरी छोटी छोटी खेडी त्यात अशी मिसळून नाहीशी होतात.

सत्याग्रह आश्रमाचा बोर्ड बघितल्यावर कंचनला वाटले, 'चला कोचरब आलं. जमलं तर जयाच्या बरोबर साबरमती आश्रम पण बघायला जाईन. हे तर चंद्रकांतच्या शेजारीच.' कंचनला खूप बरे वाटले. मंदिरातल्या मूर्तीचे दर्शन जरी दूर राहिले, तरी पण कळसावरच्या ध्वजाच्या दर्शनाने जो मानसिक आधार वाटतो, तसा आधार तिला वाटला.

कोचरब गावात 'नवा पटेलवास'मध्ये चंद्रकांतचं घर शोधायला फार त्रास पडला नाही. दिवस मावळायला आला होता. कंचन रिक्षातून उतरली. रिक्षावाल्याने सामान खाली उतरवायला मदत केली. ठरवलेल्या भाड्यापेक्षा कंचनने रिक्षावाल्याला दोन आणे जास्तच दिले आणि म्हटले, "तुम्ही तर मला अहमदाबाद पण दाखवलं!"

चंद्रकांतच्या घराच्या बाहेर पाटी लटकत होती 'श्री. चंद्रकांत अमृतलाल शुक्ल, बी.कॉम.' कंचनची छाती अभिमानाने फुलून आली. घराचे दार अर्धे उघडे होते. पहिल्या पायरीवर पाय ठेवतानाच आतून कोणा स्त्रीचा हसण्याचा हलकासा आवाज आला. कंचन थांबली. तरुण मुले. आस्ते आस्ते धैर्यानं तिनं स्वत:ला सावरले आणि दारावर टक्‌टक् केले.

"आलो हं," चंद्रकांत आतून म्हणाला. दार पुरते न उघडताच तो बाहेर डोकावला आणि आश्चर्यचकित होऊन म्हणाला, "बा, तू?" कंचनच्या हातातली ट्रंक घ्यायचेही त्याला सुचले नाही.

"हां, मी. ते खाली सामान पडलंय ते घेऊन ये." असे म्हणून कंचन उंबऱ्यात उभी राहिली. संकोचाने चेहेरा उतरलेला चंद्रकांत काहीही न बोलता सामान घेऊन आला, आणि त्याने पायाने ढकलून दार पुरते उघडले. खोलीत शिरल्या शिरल्याच खाटेसमोरच्या खुर्चीवर एक तरुण स्त्री बसलेली कंचनला दिसली. कंचनला बघून ती उठून उभी राहिली. "अगं बस, बस." म्हणत कंचन खाटेवर बसली आणि साडीच्या पदराने घाम पुसू लागली. ती मुलगी पाणी आणायला गेली. कंचननं सबंध खोलीभर नीट नजर फिरविली. लहानमोठ्या वस्तू ज्या पद्धतीनं नीट लावून ठेवल्या होत्या, त्यात कोणाचा तरी हात हौसेने, आपलेपणाने फिरला आहे असे जाणवत होते. कंचनच्या लक्षात आले, की चंद्रकांतने हळूहळू घर मांडायला सुरुवात केली होती. तिने घरून दिलेल्या भांड्यांच्या शेजारी नव्या घाटाची भांडी बघून मनात आलेल्या भावना काहीशा संमिश्र होत्या. तिला वाईट तर नाही वाटले; पण ती खूषही होऊ शकली नाही.

त्या तरुणीच्या हातून पाण्याचं भांडं घेऊन कंचनला देता देता चंद्रकांतनं आवाजात सहजपणा आणत म्हटलं, "बा, ह्या विशाखाबहेन. गेल्या वर्षीपासून आमच्या ऑफिसात लागल्या आहेत."

विशाखाने 'नमस्ते' म्हटले. तिला उलट 'नमस्ते' करता करता कंचननं परिस्थितीला वेगळेच वळण देत म्हटलं, ''हो, हो काहीतरी आठवतंय खरं, तू एकदा पत्रात लिहिलं होतंस.'' आणि मग विशाखाकडे बघत म्हटले, ''खूप चांगलं लिहिलं होतं तुमच्याबद्दल. लिहिलं होतं, की कामात मदत होईल त्यांची, अशा आहेत.''

ते बोलणं उचलून धरत चंद्रकांत म्हणाला, ''हो तर! बघ ना, काल रात्री मला ताप आला होता म्हणून आज ऑफिसमध्ये नाही गेलो, तर चौकशी करायला घरी येऊन पोहोचल्या. वर म्हणाल्या खिचडी करून ठेवूनच जाते.''

विशाखा गेल्यानंतर चंद्रकांतने सांगितले. विशाखाचे वडील नोकरीवर असतानाच एकाएकी वारले होते, तेव्हा कुटुंबाला मदत करायला म्हणून तिला नोकरीवर घेण्यात आले होते. भाऊ खूप लहान आणि आई फार शिकलेली नाही. विशाखा तेव्हा कॉलेजच्या दुसऱ्या वर्षात शिकत होती. तिला ती मॅट्रिक झालेली आहे, तेवढ्यावर कारकुनाच्या जागेवर घेतली होती. आईला अर्थात भीती तर होतीच, की मुलीचे लग्न होऊन जाईल मग काय करायचे? कंचनच्या मनात आले, 'मुलगा मोठा व्हायची वाट बघत उपाशी थोडंच राहता येतं?'

अहमदाबादची पहिली रात्र कंचनने जागूनच काढली. तिला काळजी वाटत असायची की अरुणाने आपला आपलाच एखाद्या मुलाला निवडला तर! आणि इथे तर वेगळाच प्रकार होता. अर्थात अजून चंद्रकांतने स्पष्टपणे काही सांगितले नव्हते; पण सांगायची जरूरच कुठे होती? कंचनला ह्या गोष्टीचा फार धक्का बसला असे तर म्हणता आले नसते. ती पुष्कळदा म्हणायची, ''मुलगी घरी आणावी कुठल्याही घरची; पण द्यावी तर चांगल्या घरीच!'' येथे तर असा प्रकार होता, की राजाला राणी जी आवडली, तिला शेण्या थापता थापता आणली. पण मनातून कंचनला वरमाई म्हणून मिरवायची हौस तर होतीच. तीन-चार कुटुंबांमधून मुली सांगून याव्यात आणि तिने त्यांच्यामधून आपल्या मुलासाठी वधू पसंत करावी. तिला जाती-परजातीची विशेष पर्वा नव्हती. अशीही इच्छा नव्हती, की मोठ्या घरची मुलगी यावी आणि हुंडा, दागदागिने मिळावेत. कंचनला हे बोचत होतं, की चंद्रकांतने तिचा अधिकार हिरावून घेतला. दुसऱ्या दिवशी चंद्रकांत तिला जयाकडे सोडून गेला. अरुणा सकाळी सकाळीच संस्थेच्या ऑफिसमध्ये काम करायला गेली होती. मदतही व्हायची आणि ऑफिसचे काम शिकायलाही मिळायचे. कंचनकडे बघितल्याबरोबर जयाच्या लक्षात आले, की भाभी कसल्यातरी काळजीत आहे. चंद्रकांत गेल्याबरोबर लगेच तिने विचारलेच. सारी रात्र अस्वस्थतेत घालवलेल्या कंचनने जयाला विशाखा आणि चंद्रकांतबद्दल सांगितले. त्यावर जया म्हणाली, ''ओहोहो! ह्यापेक्षा चांगलं काय असू शकतं? पोरानं आपलं काम सोपं करून टाकलं.'' मग कंचनची समजूत

काढत ती म्हणाली, "भाभी, खरं सांगा, इथं आपल्या नात्यातलं आहे कोण? येऊन जाऊन तुम्ही म्हणता तो रामपराचा त्रिभुवन आणि आपण तर पहिल्यापासूनच बाहेरच राहिलो आहोत, तर आता आणखी जातीबाहेर कोण काढणार? हे खरंय, की कराचीला आपली प्रतिष्ठा खूप होती, पण इथं? मला वाटतंय की तुम्हाला जास्त वाईट ह्या गोष्टीचं वाटलं आहे, की चंद्रकांतनं स्वत: मुलगी पसंत केली. भाभी, ह्यातली चांगली बाजू बघा! उद्या उठून तो ह्या पसंतीची जबाबदारी तुमच्यावर तर नाही ना टाकू शकणार– कशीही निघाली तरी?"

कंचन म्हणाली, "तर मग आपण विशाखाच्या आईला भेटलं पाहिजे. मला शंका आहे, की आपल्या परिस्थितीविषयी सगळं काही खरं खरं चंद्रकांतनं त्यांना सांगितलंही नसेल." तेवढ्यात अरुणा आली म्हणून मग नणंद-भावजयीचं बोलणं तेवढ्यावरच थांबलं. खादीच्या साडीत अरुणाला बघून कंचनला आपले अपुरे राहिलेले स्वप्न पुरे झालेले बघावे, तसे वाटले.

आठवडा कसा गेला कळलेही नाही. मधल्या दिवसांमध्ये कंचन आणि जया विशाखाच्या आईला भेटून आल्या. कंचनने जेव्हा विशाखाचा पत्ता मागितला तेव्हा आधी तर चंद्रकांतने फार उत्साह दाखवला नव्हता. जयानं मग स्पष्टच विचारले होते, "मुलगी तुला आवडली नाही का?"

"नाही, तसंच अगदी नाही. आमचा विचार होता, की एकीकडे तिच्या भावाला कुठेतरी नोकरी लागेल आणि दुसरीकडे अरुणाचंही लग्न ठरेल. मग खर्चाच्या दृष्टीनंही काही काळ जाऊ दिला तर–"

जया काही बोलणार तत्पूर्वीच कंचन म्हणाली, "हे बघ चंद्रकांत, तुला मुलगी खरोखरच आवडत असेल, तर आपण तरुण मुलीच्या आईला निश्चिंत करून टाकली पाहिजे. अरुणाचं नशीब तिच्यापाशी आणि आता खर्चाची फार काळजी नाही. कार्तिकचाही मुंबईत जम बसत चाललाय आणि असं आहे, आपल्याला लाख रुपये कधी मिळणारही नाहीत आणि आपण लक्षाधीश होणारही नाही. पैसे स्वत: कमावायला लागलं, की मगच नात्यागोत्यातल्या माणसांची मदत घेता येते, पैसा हळूहळू साठत जातो. संसारात सगळे व्यवहार असेच चालतात. आणि हो, आपली कुवत आणि आपल्या जबाबदाऱ्या ह्यांचीही कल्पना आपण त्यांना द्यायला हवी."

विशाखाच्या आईला कंचन आणि जया भेटून आल्या. आंधळा मागतो एक डोळा आणि देव देतो दोन, तसे झाले. ते कुटुंब नागर ब्राह्मण. त्यांना जाती-पोटजातीपेक्षा भविष्यकाळाची चिंता जास्त होती. कंचनने विशाखाच्या आईला निश्चिंत करून टाकले. "चंद्रकांत जितका माझा मुलगा, तितकाच तुमचाही. तरुण मुलं आहेत, आपण लग्नाचं पक्कं करून टाकलं पाहिजे; मग लग्न आणखी वर्षभरानं

झालं तरी हरकत नाही आणि लग्न साधेपणानंच करायचं. तुम्ही दोन साड्या देऊन मुलीची पाठवणी केलीत, तरी आमची हरकत नाही. आणखी एक गोष्ट मला स्पष्टपणे सांगितली पाहिजे. आम्ही जेमतेम खर्चाची तोंडमिळवणी करणारी गरीब माणसं आहोत. 'यजमान' घरांकडून जे येईल ते, आणि मुलाची नोकरी. इथं पैशांची रेलचेल नाही, जरा बेताबेतानंच सगळं करावं लागेल. एवढं नक्की, की माझ्या घरी येऊन तुमची मुलगी दुःखी होणार नाही.''

ज्या दिवशी चंद्रकांत आणि विशाखाचं लग्न ठरल्याचा गुळाचा खडा खाल्ला, त्या दिवशी जयाने चंद्रकांतला सोन्याची अंगठी दिली आणि विशाखाला गळ्यातली साखळी. चंद्रकांतला जरा आश्चर्य तर वाटले; पण तो काही म्हणाला नाही.

परत जायच्या आदल्या दिवशी अरुणा कंचनला साबरमती आश्रम दाखवायला गावाच्या अगदी टोकाला घेऊन गेली. मध्ये मध्ये बंगले किंवा छोटी खेडी यायची, नाहीतर घरांपेक्षा झाडेच जास्त. आश्रमात हिंडत असताना कंचनच्या डोळ्यांसमोर गौतमच्या जन्माच्या आदल्या दिवशीची संध्याकाळ तरळत राहिली. कराचीचे बंबा ग्राउंड, व्यासपीठावर बसलेले गांधीजी आणि मांडवामध्ये उभी असलेली ललिता. कंचनचे हृदय भरून आले. गांधीजींनी काय अशा रक्तरंजित स्वातंत्र्याचे स्वप्न पाहिले होते?

घरी पोहोचून कंचनने दार उघडले, तर ओसरीवर दोन पत्रे तिची वाट पाहात होती.

◆

सत्तावीस

जसापरला परतल्यावर सामान खोलीत ठेवून कंचन ओसरीवर आली आणि पत्रे घेऊन झोपाळ्यावर बसली. एक पोस्टकार्ड होते. अक्षरावरून ते कार्तिकचे वाटले. दुसरे, एक लांब पाकीट होते. अक्षर अनोळखी आणि त्यात ते इंग्रजीत लिहिलेले. कंचनने आधी कार्तिकचे पोस्टकार्ड वाचले. चंद्रकांत आणि अरुणाला ती भेटून परत आली, तो इकडे कार्तिकचे पत्र आलेले! तिला खूप खूप छान वाटले.

कार्तिक पत्र लिहिण्याच्या बाबतीत लहरी होता. कंचन कधी कधी तक्रार करायची तेव्हा म्हणायचा, ''काही चांगली किंवा वाईट बातमी असेल तेव्हा लिहितो ना? नाहीतर एरवी 'आम्ही ठीक आहोत, तुम्ही ठीक असालच, मग हवापाणी, आणि शेवटी तब्येतीची काळजी घ्यावी आणि काळजी करू नये.' तू म्हणत असलीस तर माझ्या अक्षरात अशा मजकुराची पोस्टकार्ड रोज एक ह्या हिशोबानं छापून घेतो आणि बस्स, मग पट्टेवाल्याला सांगून ठेवायचं, की रोज ऑफिसातून घरी जाताना तुझ्या घरची भाजी घेऊन जातोस, तसं माझं हे पत्रही टाकायला न्यायचं!'' कार्तिकचे म्हणणे बरोबर होते, पण तरी आईचा जीव. महिन्यातून एकदा तरी त्याचं अक्षर बघायला डोळे आसुसलेले असायचे, त्यात तिची काही चूक होती?

कार्तिकने नोकरी बदलली होती. नव्या नोकरीत पगार जास्त होता. राहती जागाही बदलली होती. ऑफिसच्या जवळच एका ठिकाणी पेईंग गेस्ट म्हणून राहण्याची व्यवस्था झाली होती. कंचनला वाटले, पगार तर वाढलाच, शिवाय जाण्यायेण्याचे भाडेही वाचेल. तिने प्रथम कार्तिकच्या नव्या ऑफिसचा पत्ता लिहून ठेवला.

मग ते दुसरे पाकीट हातात घेताना कंचनला वाटले 'काय असेल? काही सरकारी पत्र असेल?' कराचीहून पळ काढून ती सगळी आली तेव्हा सगळे सांगत होते, की तुम्ही जिल्ह्याच्या ऑफिसमध्ये जाऊन निर्वासितांच्या यादीत तुमचं नाव नोंदवून घ्या. सरकार जमीन किंवा घर देणार आहे. अहमदाबादमध्ये तर सबंध ठक्करबाप्पानगर आणि तिथल्या आजूबाजूच्या विस्तारात असे निर्वासितच राहात

आहेत. कांपमध्ये सुद्धा सिंध गुजरात सोसायटीतल्या पुष्कळांना जमीन मिळाली. कितीतरी लोकांनी तर खऱ्या-खोट्या इस्टेटी होत्या असं दाखवून जमिनी मिळवल्या. लहानशी जखम असली तरी ती खूप मोठी करून दाखवून लोकांनी फायदा करून घेतला होता; पण कंचन म्हणायची, "आपण कुठे निर्वासित आहोत? कसं का असेना जुनं-मोडकं, पण छप्पर तर आहे ना आपल्या डोक्यावर?"

अशा विचारांमध्ये गढलेल्या कंचनने पाकीट उघडले. त्यात टाईप केलेला एक कागद होता आणि दुसरा हाताने लिहिलेला. दोन्ही पत्रे इंग्रजीत लिहिलेली होती. कंचनला तर इंग्रजी येत नव्हते. तिला वाटले, 'परदेशात राहणाऱ्या अमृतने काही कळवले असेल हे शक्य आहे. पण त्याला तर ठाऊक आहे, की मला तर गुजराती सुद्धा जेमतेम येते, तर मग हे पत्र कोणाचे असेल? गौतमचे?'

एक असंभव कल्पना मनात आली, तसा कंचनचा थरकाप झाला. अशुभाच्या कल्पनेने तिचा जीव खालीवर होऊ लागला. तिने हातातले पाकीट खाली ठेवले, जणू काही ती एखादी गूढ स्फोटक वस्तू होती. तिला वाटले, की चौरस्त्यावर कधी कधी कोणीतरी मंतरून टाकलेले असते, ते टाळून ती जशी पुढे जाते, तसे ह्या पत्रापासून दूरच राहावे.

पण त्यात काय असेल? कोणाचे पत्र असेल हे? न वाचता बसूनही राहवत नव्हते. गावातल्या कोणाकडून पत्र वाचून घ्यावे? जशूला तर सांगायची सोय नाही. तो म्हणजे चालतं बोलतं वर्तमानपत्र! आणि शिवाय त्याला इंग्रजी चांगलं येतही नसेल. भलाभाई वाचून दाखवतील आणि ते तर आवश्यक वाटेल तेव्हा त्यांच्या घरचीही खाजगी गोष्ट पार जमिनीत गाडून टाकतील असे होते. कंचननं घड्याळ्यात बघितले. भलाभाई तर रात्री जेवायच्या वेळीच घरी यायचे. कंचनने कशीबशी रात्री नऊ वाजेपर्यंत वाट बघितली.

कंचन ठाकोरसाहेबांच्या घरी पोहोचली, तेव्हा जिवा बैठकीच्या खोलीचे दार बंद करीत होता. मधला चौक ओलांडून कंचन हरिप्रियाच्या खोलीकडे वळली. ओसरीवर पेट्रोमॅक्सचा दिवा जळत होता. केसर समोरच भेटली. ती उष्टी ताटे, भांडी घासायच्या मोरीत ठेवायला जात होती. कंचनने विचारण्यापूर्वीच तिने सांगितले, "भाभीसाहेब आणि साहेब आत बसलेत. जा, जा." कंदिलाच्या उजेडात हरिप्रिया पंख्याने वारा घालत होत्या आणि आसनावर बसलेले भलाभाई अडकित्त्याने सुपारी कातरत होते. समोर चौरंग होता आणि बाजूला एक स्टूल. कंचनला बघून हरिप्रियाने उभे राहून तिचे स्वागत केले आणि हात धरून स्वत:जवळ गालिचावर बसवत म्हटले, "सखी, तुम्हाला तर अहमदाबाद फारच आवडलं की!"

"छे हो! तुमच्याविना करमलं नाही म्हणून तर सरत्या दिवसांमध्ये परत आले."

"सरते दिवस असोत तुमच्या शत्रूंचे! असं काय भलतंसलतं रात्रीच्या वेळी बोलताय? अजून तर मुंडावळ्या बांधून चंद्रकांतला बायको आणायचीय, जावयाचं स्वागत करायचंय, असं कसं जाण्याचं बोलून चालेल आत्तापासून?"

आसनावरून उठत भलाभाई म्हणाले, "जे नाराण."

कंचनने डोक्यावरचा पदर नीट करीत म्हटले, "जे नाराण" आणि हातातले पाकीट त्यांच्यापुढे धरले.

"काय आहे?" हरिप्रियाने विचारले.

"मी अहमदाबादला होते तेव्हा येऊन पडलंय. इंग्लिशमध्ये आहे."

"जिवा, जरा पेट्रोमॅक्स आण बरं," म्हणत भलाभाई खोलीत एक पाट होता, त्यावर बसले.

पाकिटावर युगांडाचे तिकीट आणि कंपालाचा शिक्का होता. भलाभाईंना ठाऊक होते, की कंचनचे पती कंपालाला धंदा सुरू करायला गेले होते. पण ते इंग्रजीत पत्र कशाला लिहितील? त्यांना वाटले, काही सरकारी कामाची बाब असेल. मनात जरा धसकाही बसला. काही संकट तर नसेल ना आलेले? ते पत्र वाचू लागले. कंचन आणि हरिप्रिया त्यांच्यासमोर बसून पत्र वाचणाऱ्या भलाभाईंकडे बघत होत्या. सुरुवातीला भलाभाईंचा चेहेरा तसा शांत होता; पण ते जसजसे पत्र वाचत गेले, तसतसे त्यांच्या चेहेऱ्यावरचे भाव बदलत गेले. घट्ट मिटत जाणारे ओठ, चढत जाणाऱ्या भुवया, कडेने बारीक झालेले डोळे. कंचन आणि हरिप्रिया यांचे चेहेरे भलाभाईंच्या चेहेऱ्याचे आरसे बनून गेले. अंहं, आरसे नाही, त्याच्यात स्त्रीसुलभ विव्हलता मिसळत होती. पत्राचा शेवटचा भाग वाचता वाचता भलाभाई मनातल्या मनातच पंचायतीत पडले, घुटमळले, मग दीर्घ श्वास घेऊन त्यांनी पत्राची घडी घातली. भलाभाईंनी पत्र वाचून पुरे केले. तेव्हा कुठे कंचनलाही आठवण झाली, की श्वासही घ्यावा लागतो.

थोडा वेळ खोलीत पूर्ण स्तब्धता पसरली होती. त्या स्तब्धतेचा भंग करायला तिघांपैकी एकही जण तयार नव्हते. तिघेही जाणून होती की काहीतरी अघटित घडले आहे. तिघेही हेही समजून होती, की जे काही घडले आहे, ते समजून घेतल्याशिवाय सुटकाच नव्हती. पण त्या धगधगत्या आगीत प्रथम हात कोण घालणार हा प्रश्न होता. भलाभाईंना तर माहीत होतेच; परंतु कधी कधी मनुष्य दुसऱ्या कोणालाही न सांगण्याने स्वत:पासूनचही सत्य लपवून ठेवू शकतो; पण मग ते एकदा का उघड झाले, की त्याला सामोरे जाणे खूप अवघड होते.

भलाभाई द्विधा मन:स्थितीत होते. कंचनला पत्रात काय लिहिले आहे ते जाणून घ्यायचे होते. एरवी नाहीतर ती रात्री कोणाच्याही घरी जात नसे. हे पत्र म्हणजे तिच्यासाठी जीवन-मरणाचा प्रश्न होता आणि म्हणूनच ती आली होती. भलाभाईंना

वाटले, 'पत्रातला मजकूर आज सांगावाच लागेल. उद्या सकाळपर्यंत त्या कशा धीर धरतील?' पण मग त्यांना वाटले, 'आत्ता सांगितलं तर त्या ही रात्र कशा काढतील?' त्यांना मधला एक मार्ग सुचला. 'असं सांगावं की मुलांना बोलावून घ्या.' भलाभाईंनी घसा खाकरून साफ केला आणि ते म्हणाले, "मला वाटतं, उद्या मुलांना बोलावून घ्या.''

"जरुरीचं झालं तर मुलांनाही बोलावून घेईन. माझी काळजी करू नका. मी कोणताही आघात पचवू शकेन. मी जाणून आहे की माझ्या वाट्याला आलेलं ओझं मलाच उचलायचं आहे. जी काही खरीखरी बातमी असेल ती तुम्हाला मला आत्ताच सांगावी लागेल.''

हे बोलणाऱ्या कंचनकडे भलाभाई क्षणभर बघत राहिले, मग काही क्षण त्यांनी डोळे मिटून घेतले. त्यांच्या मन:चक्षूंसमोर त्यांना जणू एक दीपशिखा दिसली. डोळे उघडून त्यांनी हरिप्रियाकडे पाहिले. त्यांच्या नजरेतही त्यांना तीच दीपशिखा दिसली. तेव्हा मग पत्राचा जमेल तसा गुजराती अनुवाद करून ते सांगू लागले,

प्रिय कंचन,

आपण एकमेकींना ओळखत नाही; पण आपलं नातं खूप जवळचं आहे असं म्हणता येईल, की आपण दोघी एकाच वाटेवरच्या प्रवासी आहोत.

माझं नाव ईव्ह आहे. माझ्या वडिलांची कंपालामध्ये मोठी इस्टेट आहे. मी त्यांची एकुलती एक मुलगी. आजपासून पंधरा वर्षांपूर्वी श्री. अमृत शुक्ल आमच्या इस्टेटीचे मॅनेजर म्हणून काम करू लागले आणि थोड्याच दिवसांत ते माझ्या वडिलांचा अगदी उजवा हात होऊन गेले.

धंद्यात काही मोठाल्या अडचणी उभ्या राहिल्या. तेव्हा माझ्या वडिलांनी माझं लग्न अमृतशी लावून दिलं. त्यांची मुलगी म्हणून मला आणि एकनिष्ठ सहकारी नोकर म्हणून अमृतला ह्या लग्नाला कबूल होण्याखेरीज गत्यंतर नव्हतं. इथं ह्या पत्रात, ज्या अडचणी उभ्या राहिल्या होत्या त्यांची सविस्तर माहिती देणं उचित वाटत नाही. पण मला एवढं मात्र सांगितलं पाहिजे, की परिस्थितीच्या दबावाखाली आमचं लग्न झालं असलं, तरी आम्ही दोघंही एकमेकांना मिळवण्यात भाग्यशाली ठरलो. लग्न झाल्यावर तिसऱ्या वर्षी आम्हांला एक मुलगा झाला, त्याचं नाव आहे केव्हिन.

एखाद्या पर्वताच्या एका शिखरावर पोहोचावे त्याप्रमाणे भलाभाई थांबले. त्यांनी बघितले, कंचन विस्फारित नेत्रांनी ऐकत होती, हरिप्रिया कंचनचा उजवा हात आपल्या दोन्ही हातांत धरून बसली होती.

भलाभाईंनी पुढे वाचायला सुरुवात केली,

तुम्हाला वाटेल की आता असं कायं घडलंय की इतक्या वर्षांनी आज मला हे पत्र तुम्हाला लिहावं लागत आहे. मला कळवायला अत्यंत दु:ख होतं आहे, की दोन महिन्यांपूर्वी कारच्या अपघातात अमृतचा दु:खद मृत्यू झाला.

आता आणखी पायऱ्या चढायच्या नव्हत्या. जिथे पोहोचले होते, तेथून खाली नजर टाकणे भाग होते आणि खाली– खोल खोल दरी होती. पर्वताच्या शिखरावर उभी राहून कंचन स्वत:ची नियती बघत होती.

अमृतच्या मृत्यूनंतर मी जेव्हा त्यांचा खाजगी लॉकर उघडला, तेव्हा त्यात एक डायरी मिळाली. तुम्हाला आश्चर्य वाटेल की अमृतचं एक लग्न झालेलं आहे हे माझ्या वडिलांना ठाऊक होतं. म्हणजे मला एका अनोळखी पुरुषानं म्हणजे पतीनंच नाही, खुद्द माझ्या पित्यानंही फसवलं होतं. कदाचित माझं दु:ख तुम्ही समजू शकाल. डायरी वाचून मी मनानं इतकी काही खचून गेले, की मी तुम्हाला लगेच पत्र लिहू शकले नाही. खोटं नाही सांगत; पण मला तुमचा हेवाही वाटला. माझी समजूत होती, की माझ्या पतींचं फक्त माझ्यावरच प्रेम आहे, पण डायरी वाचल्यावर मग समजलं, की त्यांची स्वत:ची अशी खास, खाजगी दुनिया होती, जिथं मला प्रवेश नव्हता. असो.

अमृतनं तुम्हाला पत्र लिहिलं होतं; पण त्याला तुमच्याकडून काही उत्तर आलं नव्हतं. तुम्ही मृत्यू पावला आहात असं समजून डायरीमध्ये त्यानं कल्पांत केला होता. परंतु का कोण जाणे मला गेल्या महिन्यापासून असं वाटत आहे, की तुम्ही आहात, तुमची मुलंही आहेत. अमृतचं प्रेम तुम्हाला असं मरू देणार नाही. तो बिचारा तर डायरीत सुद्धा स्वत:च्या मनाची बोच बुजवू शकला नाही. कदाचित अमृतचं अर्धवट राहिलेलं काम पुरं करावंसं मला वाटत आहे, म्हणून मी हे पत्र लिहीत आहे; आणि एक प्रयत्न करत आहे. मला ठाऊक आहे, आजही तुम्ही अमृतची वाट बघत असाल.

एक हुंदका ऐकू आला आणि भलाभाई थांबले. कंचन हरिप्रियाला मिठी मारून रडत होती. मनाच्या सगळ्या वेदना दाबून टाकण्याच्या प्रयत्नांमध्ये तिचं सारं शरीर गदगदून हलत होतं.

सबंध खोली कंचनच्या दु:खात बुडली होती. हरिप्रिया तिला काय सांगणार? तिच्या स्वत:च्याच डोळ्यांतून घळाघळा अश्रू वाहात होते. भरल्या डोळ्यांनी केसर पाणी घेऊन आली.

भलाभाईंनी पुढे वाचले–

ह्या पत्राचा आणखी एक खास हेतूही आहे. अमृतनं बरीच रक्कम

मुदतीच्या ठेवीमध्ये ठेवली होती, ज्यात वारसदार म्हणून तुमचं नाव आहे. ह्या पत्राबरोबर अमृतच्या मृत्यूचं डॉक्टरांनी दिलेलं प्रमाणपत्रही आहे, अशासाठी की म्हणजे तुम्हाला मी जे लिहिलं आहे, त्याबद्दल आणि माझ्या हेतूबद्दल शंका राहणार नाही.

पत्राचं उत्तर नक्की लिहा. तुमचं पत्र मिळालं म्हणजे मगच मी तुमच्या हिश्शाची मिळकत तुम्हाला मिळावी ह्यासाठी कायदेशीर कारवाई करू शकेन.

तुमच्या मुलांना सप्रेम आशीर्वाद.

तुमच्या दु:खात सहभागी,

ईव्ह

पत्र संपले. अमृतच्या जीवनाचा ग्रंथ संपला आणि कंचनच्या जीवनाचा एक नवा अध्याय सुरू झाला.

◆

अठ्ठावीस

ईव्हचे पत्र संपले. अमृतच्या आयुष्याचा ग्रंथ संपला, तरी त्या ग्रंथातल्या कितीतरी प्रश्नांची उत्तरे मिळायची बाकी होती. सध्या तरी तो ग्रंथ संपला एवढेच काय ते वास्तव होते.

भलाभाईंनी पत्राची घडी करून ते परत पाकिटात ठेवले. हरिप्रियाच्या मांडीत डोके खुपसून रडणारी कंचन, तिच्या पाठीवर हात फिरवता फिरवता आपल्या डोळ्यांतून वाहणारे अश्रू वरचेवर पदराने पुसणारी हरिप्रिया, खोलीच्या उंबऱ्याशी बसून मधून मधून नाक शिंकरणारी केसर आणि पाटावर खाली मान घालून गप्प बसलेले भलाभाई. सगळेचजण ईव्हच्या पत्राने निर्माण झालेल्या भोवऱ्यात अडकली होती. सर्वांची मन:स्थिती जवळजवळ सारखीच होती.

कोणाकोणाचे सांत्वन करणार? कंचनला तर जणू स्थळ-काळाचाही विसर पडला होता. हरिप्रिया आणि हरिप्रियामुळे भलाभाई कंचनच्या दुःखद कहाणीचे साक्षी होते. कोणाच्या दुःखाचे साक्षीदार असणे आणि स्वत: ते दुःख भोगणे ह्या वेगळ्या गोष्टी आहेत; पण तरी कधी असेही होते, की त्या दुःखापासून वेगळे राहता येत नाही. कित्येक वेळा तर असेही होते, की बघणाऱ्याचे दुःख वाढत जाते. दूर उभे राहून बघणारा बिचारा साक्षी इच्छा असूनही मदत करू शकत नाही, तेव्हा त्याला जाणवणारी असहाय्यता जास्तच दुःखद असते.

केवळ साक्षीदार असणे सोपे नाही. ज्या क्षणी एखादी व्यक्ती साक्षीदार होते, त्याच क्षणी ती त्या घटनेची किंवा परिस्थितीची एक अंश बनून जाते. ती त्यातून मुक्त होऊ शकत नाही, मुक्त राहूच शकत नाही.

त्या घटकेला हरिप्रिया आणि भलाभाईंसाठी हा क्षण फार अवघड होता. ते दोघे बाहेरही होते आणि आतही. ते कोरडेही राहू शकले नव्हते आणि प्रवाहाबरोबर वाहूही शकत नव्हते. हरिप्रिया तर आजपर्यंत मैत्रिणीच्या नात्याने कंचनच्या सुख-दुःखात वाटेकरी असायच्या; पण भलाभाई? ते इतके प्रत्यक्षपणे क्वचितच तिच्या सुख-दुःखात अडकले होते.

कंचन लहान होती तेव्हा कंचनने भलाभाईंना अधूनमधून बघितले होते. ते राजकोटला शिकायचे त्यामुळे फक्त सुटीत घरी यायचे. त्यांचे शिक्षण संपले तेव्हा कंचनचे कुटुंब कराचीला निघून गेले होते. त्यामुळे दोघांमध्ये खरा सेतू झाली होती हरिप्रियाच. कराचीहून निसटून आल्यानंतर हरिप्रियाने कंचनला आपली सखी– खास मैत्रीण बनवली आणि जसजसे दिवस गेले, तसतशी भलाभाईंची आपुलकीही त्यात मिसळली.

खेड्यातल्या वातावरणाचा विचार करून भलाभाई क्वचितच उघड तसे दाखवत असत; कारण तेथे तर स्त्री-पुरुष संबंधांची निश्चित नावे, व्याख्या आणि व्यवहार होते. एक तर मानलेले भाऊ-बहीण असायचे किंवा दीर-वहिनी. भलाभाईंबद्दल कंचनला वाटणारा स्नेह आणि आदर किंवा कंचनबद्दल भलाभाईंना वाटणारा सद्भाव ह्या व्याख्यांच्या चौकटीमध्ये कसे काय बसणार? हरिप्रियामुळे ह्या दोघांनाही एकमेकांबद्दल सख्यच वाटायचे.

आज हरिप्रियाच्या मांडीवर डोकं ठेवून रडणाऱ्या कंचनला बघून भलाभाई व्याकुळ झाले. पाटावरून उठून ते उभे झाले. हरिप्रियाच्या जवळ येऊन खाली गालिचावर बसले. डोळ्यांत जमा होणारे अश्रू आवरत त्यांनी कंचनच्या डोक्यावरून हात फिरविला आणि म्हणाले, "उठा सखी, तुम्हीच अशा हातपाय गाळून बसलात तर–" बाकीचे शब्द तोंडातून फुटूच शकले नाहीत.

कंचन उठून बसली. भलाभाईंना असे धीर सोडताना बघून तिने स्वतःला सावरले. ती पाणी प्यायली आणि तोंड धुऊन हरिप्रियाला म्हणाली, "मी घरी जाते आता." हरिप्रियाने तिला त्या रात्री तिथंच राहायला सांगितले. कंचनला घरी पाठवायला तिचा जीव होत नव्हता. अर्थात ती जाणून होती, की तिने कितीही आग्रह केला तरी कंचन थांबणार नाही.

शेवटी भलाभाईंनी सुचवले, की केसरला तिच्याबरोबर पाठवावे आणि तिने रात्रभर कंचनजवळच राहावे. ह्यावर कंचन काही बोलली नाही. हरिप्रिया आणि भलाभाई यांना मनातून एक भीती होती, की त्या रात्री कंचन एकटी राहिली आणि दुःखावेगाच्या भरात काहीतरी करून बसली तर?

त्या दोघांच्या मनातली काळजी लक्षात येऊन कंचन म्हणाली, "सखी, मी आत्महत्या नाही करणार. मी अशी मेले तर लोक असं काही वाट्टेल ते बोलतील, की माझ्या राखेलाही लाज वाटेल! मी असं काहीही करणार नाही. तुम्ही मला जाऊ द्या."

कंचनला आज अगदी एकटे राहायचे होते. तिला पोटभर रडून घ्यायचे होते. अमृतच्या आठवणींमध्ये बुडून जायचे होते आणि अमृतशी भांडायचे होते. आजपर्यंत अमृतची वाट बघत बघत सारे काही केले, ज्या ज्या जबाबदाऱ्या येऊन पडल्या, त्यांमधून ती सुचेल तसा रस्ता काढत गेली. ह्या सगळ्या जंजाळात मनाच्या

कोपऱ्यात दडवून ठेवलेल्या अमृतचा मुद्दाम विचार करून अशी त्याची आठवण काढलीच नव्हती; कारण ती जे काही करीत होती ते सारं तिच्या मनी अमृतार्पणच होतं.

पण आता? आता अमृतची वाट बघायची नव्हती. अमृतची मुले आता आपल्या पायांवर उभी राहिली होती. आज तिला काही विचित्रच मोकळे मोकळे वाटत होते. आजपर्यंत अमृतच्या परत येण्याकडे ती डोळे लावून बसली होती. अशी जगत आली होती, जणू दिवस, महिने, वर्षांच्या प्रत्येक पळापळाचा हिशोब अमृतला द्यायचा होता.

दिवस उगवला की वाटायचे, आज अमृतबद्दल काहीतरी कळेल. त्या काहीतरी कळण्याची वाट बघण्यात दिवस मावळून जायचा. मग पुन्हा दुसऱ्या दिवसाची आशा. ती सतत तयार, सतत सावध असायची. कोण जाणे कुठून तरी काही बातमी येऊन पोहोचली आणि ती गाफिल असली, तर? ती घरातली, रोजच्या दिनक्रमातली सगळी कामे उरकत असायची पण मन तर उंबऱ्याशी उभे राहून वाट बघत असायचे. बस्स! आता सगळे संपले होते. काहीच करायचे नव्हते. आता समोर पडीक जमिनीसारखं आयुष्य होतं– रिकामं, कोरडं, शुष्क.

कंचन गेली. हरिप्रिया आणि भलाभाई दारात उभी राहून अंधारात हळूहळू दिसेनाशी होणाऱ्या कंचनकडे बघत राहिली. कंचन दिसेनाशी झाली तेव्हा त्यांनी दरवाजा बंद केला; पण लगेच आत जावेसे वाटले नाही. दोघेही ओसरीच्या उंबरठ्यावर समोरासमोर खांबांना टेकून बसली. दोघांच्या मनांमध्ये खळबळ उडाली होती. भलाभाईंचा चेहेरा एखादी अत्यंत भयंकर दुर्घटना बघितल्यासारखा वेदनाग्रस्त होता.

हरिप्रियांनी हे बघितले तेव्हा त्या कळवळल्या. त्या स्वत: तर रडून मन हलके करू शकल्या असत्या, पण पती? त्यांच्या कानात पतीचा मघाचा आवाज गुंजला, ''उठा सखी, तुम्हीच अशा हातपाय गाळून बसलात तर...' त्यांनी पतीला म्हटले, ''मला तुम्हाला काहीतरी सांगायचंय.''

भलाभाई म्हणाले, ''कदाचित तुम्हाला तेच सांगायचं असेल, जे मलाही सांगायचं आहे. आज मी इतकं सगळं बोललो त्याचं आश्चर्य वाटलं असेल. कदाचित मनात खोलवर कुठेतरी आवडलंही नसेल. पण खरं सांगू? मी तुम्हा दोघींच्या मैत्रीचा सहयात्री केव्हा होऊन गेलो, ते माझं मलाही ठाऊक नाही. तुम्ही बरेचदा कंचनबद्दल सांगायचात. मी ऐकायचा. तुमच्याशी त्यावर चर्चा करायचा. तुमची चिंता बघून मलाही चिंता वाटायला लागायची. होता होता तुमच्या ह्या मैत्रीचा एक अंकुर जणू माझ्याही मनात फुटून वाहू लागला. कदाचित तुम्हाला हे गैर वाटलं असेल...''

पतीला मध्येच थांबवत हरिप्रिया म्हणाल्या, ''हे काय बोललात? सगळ्या

समाजाची पर्वा न करता तुमच्याकडे निघून आले ती असं कबुतरासारखं भित्रं काळीज घेऊन नाही. सुरुवातीला मला ज्यांनी थांबवू बघितलं, त्यांनी काही बोलायचं बाकी ठेवलं नव्हतं; पण तेव्हाही माझं मन तसूभरही डगमगलं नाही. मग आता काय? उलट आज तुमच्या भावना तुम्ही व्यक्त नसत्या केल्या तर मला तुमच्या 'माणूस' होण्याबद्दलही शंका आली असती किंवा प्रश्न पडला असता की इतकं कमालीचं तटस्थ असण्याचा अभिनय करावा लागतोय म्हणजे खऱ्या भावना कशा आहेत?''

भलाभाईंनी हरिप्रियाचा हात हातात घेतला आणि ते आत जायला निघाले.

घराचे दार उघडून कंचन जरा वेळ उंबऱ्याशी मधोमध उभी राहिली. मग भराभरा पावलं टाकत ती अंगणात सतीमाच्या चबुतऱ्यापाशी गेली. मन एकाग्र करून सतीमाच्या समाधीकडे बघत बसली. तिच्या डोळ्यांमधून अश्रूंबरोबरच बाण सोडल्यासारखे प्रश्नही उमटत होते. 'मला सांगा मा, मी कोणाला दु:ख दिलंय? सांगा मला, मी कोणाचा हक्क हिरावून घेतलाय? सांगा ना, मी कोणाचं मन दुखवलंय? सांगा बरं, मी कधी खोटेपणानं वागलेय? काय माझ्या व्रत-वैकल्यात उणीव राहिली? मला कळू द्या तरी की मी कधी तांदुळांच्या कण्या वाहून तुमची पूजा केली, की तुम्ही माझा चुडा तोडलात? आणि तो सुद्धा अशा तऱ्हेनं? माझ्या सौभाग्यात तर सवतीनं वाटा घेतला आणि तरी माझं स्वच्छ कपाळ तिला बघवलं नाही? काय जरूर होती मला हे सारं लिहिण्याची? त्यांची वाट बघतच मी उरलेली वर्षंही संपवली असती.

आता मी काय करू? जगण्याचा आधारच गेला आणि तोही जाता जाता माझ्या आत्तापर्यंत घालवलेल्या वर्षांच्या जागरणांना निरर्थक करून गेला. आता वारशाचा हिस्सा घेऊन मी काय करू? आग लागो त्या मिळकतीला! अरेरे! माझं तरी दुर्भाग्य असं कसं की मी त्यांना एकदा शेवटचं बघूही शकले नाही. कुठल्या जन्मीच्या पापाची मला ही शिक्षा झाली की त्यांनी पत्र लिहिलं होतं; पण ते मला बघायलाही मिळालं नाही.'

पत्राची आठवण झाल्याबरोबर कंचनच्या मनात आले, 'ते पत्र कोणी गायब केलं असेल? ईव्हचं पत्र जर पोहोचलं, तर अमृतचं का नाही मिळालं? ईव्हनं जो खुलासा केलाय, तो अमृतच्या हस्ताक्षरात वाचायला मिळाला असता तर?' क्षणभर गेला आणि तिच्या मनानं तिला विचारलं, 'तर तू अमृतला माफ करू शकली असतीस? आज तर आता तो नाही; पण समजा, तो असता, तर त्याच्या दुसऱ्या लग्नाच्या घटनेचा तू स्वीकार करू शकली असतीस? कदाचित नाही.'

केसर गप्प बसून कंचनकडे बघत होती. खूप रात्र झाली होती. ती म्हणाली, ''चला गोराणी मा घरात.''

कंचन उठून उभी झाली. काहीही भावना चेहेऱ्यावर न दाखवता शरीर ढकलत

ती घरात गेली, तितक्याच निर्विकारपणे तिने केसरसाठी खाट आडवी केली. काहीच न बोलता डोक्यावरचा पदर पुढे ओढून घेत कुशीला वळून कंचन झोपली. केसर जवळ जवळ सारी रात्र जागत राहिली. कंचनचे दबके हुंदके थांबून थांबून ऐकू येत होते. मधून मधून एखादी लहान मुलगी झोपेत रडत असावी, तसे कण्हणेही. कंचनची ही अर्धबेभान अवस्था बघत केसर सकाळ होण्याची वाट पाहात राहिली.

बातमी कळली तसे अहमदाबादहून चंद्रकांत, अरुणा आणि जया येऊन पोहोचले. जयाच्या मनात जास्त राहायचे होते; पण लोक तिच्याकडे विचित्र नजरेने बघत होते आणि मुसलमान असूनही कुंकू कसे काय लावतात असे विचारत होते. ते बघून तिला वाटले की येथे न राहिलेलेच बरे. नंतर कंचनला त्रास व्हायचा. म्हणून मग ती त्याच दिवशी कांपला गेली. जयाचे नशीब तरी किती वाईट, की सख्ख्या भावाला मानलेला भाऊ म्हणावे लागत होते आणि तो गेला म्हणून मोठ्याने, मोकळेपणाने रडताही येत नव्हते.

अरुणाला वडिलांची अगदी पुसट आठवण होती. त्यात आणि तिच्या जन्मानंतर, ललितामुळे, कंचन आणि अमृतमध्ये दुरावा निर्माण झाला होता. अरुणाने वडिलांबद्दल कंचनच्या बोलण्यातून किंवा चंद्रकांतच्या बोलण्यातूनच ऐकले होते.

चंद्रकांतच्या मनात सुरुवातीच्या त्या वर्षांच्या आठवणी बऱ्याच जागृत होत्या. त्याचे वडील हेच त्याचे आदर्श होते. कंचनने अमृतच्या मृत्यूनंतर काही विधी किंवा श्राद्ध करण्याबद्दल काहीच म्हटले नाही, तेव्हा त्याने तिला विचारलेही. तिने उत्तर दिले, ''त्यांना जाऊन दोन महिने झाले, आत्ता आता विधी काय करायचे? शिवाय हेही शक्य आहे, की शेवटच्या वर्षांमध्ये त्यांनी ख्रिस्ती धर्मही स्वीकारला असेल.'' कंचनचे बोलणे त्याला फारसे समजले, पटले नाही; पण त्यानं फार चर्चा केलीनाही.

कार्तिकला मुंबईला पत्र लिहिले होते; पण त्याच्याकडून काही उत्तर आले नव्हते. कंचनला आपली माणसे म्हणजे फक्त तिची मुले आणि जया. त्याखेरीज विशेष कोणाला कळवायचे वगैरे नव्हते. रामपराच्या त्रिभुवनला उडत उडत बातमी कळली, तो समक्ष भेटायला आला; पण तो शोकसमाचाराला आला होता, की अमृतचा इतिहास जाणून घ्यायला, ते कंचनला समजले नाही.

कंचनची स्थिती विचित्र होती. गावातले लोक यायचे, बसायचे, बोलायचे; पण ती जणू तिथे नसायचीच. तिचे अश्रूही कुठे गेले होते, कोणास ठाऊक. शून्य नजरेने आणि भावहीन चेहेऱ्याने ती बसून राहायची. येणाऱ्या मंडळींबरोबर चंद्रकांत किंवा अरुणा बोलायचे. एकदा अरुणाने रुखीमामींना कोणाला तरी सांगता ऐकले, ''काय करायचं बेन! गेली अठरा वर्षं अखंड वाट बघून बघून डोळ्यांतले अश्रूही सुकून गेलेत. देव तरी कसा म्हणायचा, की खाली पडलेल्याला लाथ मारतो. अशा कठीण

काळात धरतीसारख्या धरतीतले झरेही सुकून जातात, तिथं ही तर बिचारी गरीब बाईमाणूस!''

अरुणा आठवडाभर कंचनजवळ राहिली. चंद्रकांतला कशीबशी दोन दिवसांची रजा मिळाली होती. कार्तिकची वाट बघत तो आणखी एक दिवस थांबला; पण तो आला नाही. चंद्रकांत जाणार होता. त्याच्या आदल्या रात्री हरिप्रिया ईव्हचे पत्र द्यायला कंचनकडे आल्या. पत्र आले त्या रात्री तर कंचनला कुठे कशाची शुद्ध होती, की पत्र ती सांभाळून परत आणेल!

पत्र बघून कंचन म्हणाली, ''कशाला ते पत्र परत घेऊन आलात? फाडून टाकायचं होतंत ना! घरात कचरा ठेवायचा थोडाच असतो?'' हरिप्रियाने चंद्रकांत आणि अरुणाकडे बघून खूण करीत म्हटले, ''पत्र तुम्हाला आलेलं आहे. त्याचं पुढे काय करायचं, हे ठरवायचा अधिकार तुमचा. पण मुलांना त्यांच्या वडिलांबद्दल माहिती मिळविण्याचा अधिकार आहे. त्यानंतर तुम्ही खुशाल फाडून फेकून द्या.''

अरुणाने पत्र वाचले आणि मोठ्याने रडायला लागली. हरिप्रियाने तिला शांत केले. चंद्रकांतने पत्र वाचले आणि विचारले, ''अगं बा, ह्या पूर्वी माझ्या बापूजींचं पत्र आलं होतं ते कुठंय मग?''

कंचनचा आवाज जरा बदलला. तिने विचारले, ''म्हणजे?''

विचारून तर गेला, पण तेवढ्यातच चंद्रकांतला आपली चूक लक्षात आली होती. पण आता एकदा तोंडातून निघालेला शब्द पुन्हा गिळून थोडाच टाकता येतो? तो तर जणू बाण– एकदा सुटला की कोणाला तरी घायाळ करणार किंवा उलटा घावही येणार. त्याने सारवासारव करायला म्हटले, ''नाही, नाही. म्हणजे कदाचित तुम्ही आम्हांला सांगायला विसरला असाल किंवा कुठेतरी गळपटलं असेल.''

''हे बघ बाळ, तुमच्या बा नं ज्याच्यासाठी सारा जन्म कष्ट केले, त्याचं पत्र आलं, तर ती तुम्हांला सांगणार नाही, असं कसं होईल? कदाचित हे शक्य आहे, की तुमच्या बापूजींनी दुसरं लग्न केलं हे त्यांना खपलं नसेल, पण त्यांची खुशालीही तुम्हांला त्या सांगणार नाहीत, इतक्या आतल्या गाठीच्या आणि वाईट मनाच्या नक्कीच नाहीत तुमच्या बा,'' हरिप्रियानं प्रसंग सावरून घेत म्हटले.

''म्हणजे कोणीतरी मधल्यामधे पत्र लांबविलं. कोणी केलं असेल हे?'' चंद्रकांतच्या प्रश्नाचा प्रतिसाद कंचन, हरिप्रिया आणि अरुणा ह्यांच्या मनातही उठला; 'कोणी केलं असेल हे?'

◆

एकोणतीस

'कोणी केलं असेल हे?' अर्धवट तंद्रीत असलेल्या मनाने पुन्हा तोच प्रश्न केला आणि कंचनबा एकदम उठून बसल्या. अंधाराची डोळ्यांना जरा सवय झाल्यावर लक्षात आले, की त्या तर आता शक्तिमाच्या आसऱ्याला आल्या होत्या. जागे झाल्यावरही पिन अडकलेल्या रेकॉर्डसारखे मन तोच तोच प्रश्न विचारीत होते, 'कोणी केलं असेल हे?', 'कोणी केलं असेल हे?' अंगणातल्या कडुलिंबाच्या झाडावर कोकिळेचे कुहू कुहू चालले होते. पावसाळी आकाशात पहिले मेघ दाटून आले, की कोकिळेचे कूजन चालू होते. जेव्हा म्हणून मनात जुन्या आठवणी उफाळून यायच्या, तेव्हा काळजात असे काही गलबलायचे की थांबता थांबत नसे. कोकिळा बोलत होती आणि कंचनबांच्या असहाय्य विलापाचे प्रतिसाद अविरत त्यांच्या मनात उठत होते.

कंचनबांनी उठून दिवा लावला, घड्याळात बघितले. पाच वाजायला आले होते. त्यांनी आठवून पाहिले, आज कुठली तिथी? त्या अहमदाबादहून निघाल्या तेव्हा श्रावण वद्य पंचमी होती. हा अर्थात अधिक श्रावण होता. अजून खरा श्रावण तर बाकीच होता. बोटांच्या पेरांवर त्या तिथी मोजू लागल्या. पंचमी, षष्ठी, सप्तमी. ओसरीची जाळी उघडून बाहेर येऊन त्यांनी आकाशाकडे नजर टाकली.

पश्चिमेला दिसणाऱ्या लालसर चंद्राकडे बघून कंचनबांना पाकिस्तानशी झालेल्या युद्धाची आठवण झाली. १९७१चे दिवस असतील. त्या वर्षी देशात दुष्काळ पडला होता, अन्नधान्याची तंगी होती. लोक तासन् तास रेशनच्या दुकानासमोर रांगेत उभे राहायचे, तेव्हा परदेशातून आलेले लाल गहू आणि लाल ज्वारीचे पीठ मिळायचे. आत्ताचा हा चंद्र लाल ज्वारीच्या अर्ध्या भाकरीसारखा दिसत होता.

नित्यकर्म आटोपून परत येताना कंचनबांना केसरचे घर उघडे दिसले. कंचनबांना वाटले, 'केसर रामपराहून परत आलेली दिसतेय. कदाचित मी अनुष्ठान करते आहे हे समता किंवा रंजनकडून तिला कळलं असेल म्हणून भेटायला तर आली नसेल?' केसर म्हणजे जणू कंचनबांची दीक्षा न घेतलेली शिष्या! हरिप्रियामुळे तिचा कंचनबांशी संबंध आला.

कंचनबांना वैधव्य आल्यानंतर तेव्हापासून तिचा अलिखित नियम झाला, की रोज रात्री ठाकोरसाहेबांच्या घरचे काम आटोपून स्वत:च्या झोपडीवर जाण्यापूर्वी ती कंचनबांकडे यायची. ती म्हणायची, ''चला गोराणी मा, थोडा वेळ चार चांगल्या गोष्टी करण्यात, भजनं म्हणण्यात घालवू या.'' कंचनबांना वाटले, 'वैधव्याच्या सुरुवातीच्या दिवसांमध्ये काही न बोलता केसरनं मला किती आधार दिला होता.' कंचन कधी *श्रीमद्भागवत* वाचायची तर कधी महाभारतातली एखादी गोष्ट, कधी तुलसीदासांचं रामायण वाचायची. कंचनचा आवाज चांगला, त्यामुळे ती छान सुरात श्लोक म्हणायची. केसरची स्मरणशक्ती चांगली. ऐकलेल्या गोष्टींमधली पात्रे, प्रसंग, ह्यांच्याबरोबर तिला श्लोकांची चालही लक्षात राहायची. हरिप्रिया म्हणायच्या, ''सारा दिवस काम करता करता गात असते. चैतन्यप्रभूंच्या राधेसारखी घरातली सारी कामं करतानाही तिच्या मनाची तार ईश्वराशी जोडलेली असते.''

केसर ही एक चांगली श्रोता होती. ऐकता ऐकता तिला प्रश्नही पडायचे. राम आणि कृष्ण यांची तुलना करताना विचारायची, ''राम तर देवच होते. खरंय. त्यांनी जन्मभर एकपत्नीव्रत पाळलं. शिवाय राक्षसांना मारून लोकांचं कल्याणही केलं; पण हे कृष्ण भगवान? तऱ्हेतऱ्हेचे चमत्कार करायचे, सोळा हज्जार राण्या केल्या होत्या आणि तरी त्यांना देव मानायचं?''

तिच्या मनाचे समाधान करण्यासाठी कंचन कधी शास्त्रांचा आधार घ्यायची तर कधी लोकांच्या मनोवृत्तीचा. ''तूच सांग कामरूपच्या नरकासुर राजाच्या कैदेतून ज्या स्त्रियांना भगवान कृष्णानं सोडवल्या, त्यांना कोणी स्वीकारलं असतं? फाळणी झाली तेव्हा बलात्काराच्या बळी पडलेल्या कितीतरी मुलींना त्यांचे आई-वडीलही परत घेऊन जायला तयार नव्हते. म्हणून तसं पाहिलं तर कृष्ण भगवानांनी तर कितीतरी हाकलून दिल्या गेलेल्या, मनानं दुभंगलेल्या, अपमानित झालेल्या बायकांना आसरा दिला आणि स्वत:ची पत्नी म्हणून समाजात स्थानही दिलं. कृष्णाचं चरित्र समजायला जरा अवघड आहे.''

मान हलवत केसर म्हणायची, ''हे सगळं तुम्हा वरच्या वर्गाच्या लोकांमध्ये. आमच्यात तर पाट लावून आणलेल्या दुसऱ्या बायकोच्या पहिल्या लग्नाच्या मुलासाठीही जन्मभर कष्ट करणारे असतात. ह्या आपल्या वालजी भगतचंच बघा ना!'' कंचनला वाटायचे, की छापलेल्या पुस्तकांपेक्षा ही जिती-जागती माणसं काही कमी नाही शिकवत!

महाभारत वाचत असताना तर केसरला पावलोपावली प्रश्न पडायचे. ''काय हो गोराणी मा, धर्म म्हणजे नेमकं काय?'' धर्माची व्याख्या सांगताना बरेचदा महर्षी व्यासांनीही मौन पाळले आहे, तिथे कंचनचा काय निभाव लागणार? एकदा द्रौपदी वस्त्रहरणाचा प्रसंग ऐकता ऐकता केसरच्या डोळ्यांतून घळाघळा अश्रू वाहू लागले.

कंचन विचारात पडली, 'असं काय दु:ख असेल ज्यामुळे केसरला द्रौपदीचं दु:ख इतकं जाणवलं?' तिने दुसऱ्या दिवशी हरिप्रियाला विचारले. तिने सर्व हकीगत सांगितली.

केसरचा जन्म जरी तथाकथित खालच्या वर्गात झाला असला तरी तिचे मन अतिशय सुसंस्कृत होतं. जिजामा म्हणायच्या, "हा पूर्वजन्मातला कोणी उच्च कोटीचा आत्मा आहे, पूर्वजन्म किंवा पुनर्जन्म सोडले, तरी केसरची प्रामाणिकता आणि माणुसकी तिच्या आत्म्याची सात्त्विकता दाखवून द्यायचे. घरातल्या वस्तू, रुपये-पैसे, सोने-चांदी कशाचा तिला मोह पडला नाही. जेथे केसर असेल, तेथे कुलूप नसायचे. प्रामाणिक इतकी की शेतावरून आलेल्या भुईमुगाच्या शेंगांचा किंवा चण्यांचा ढीग पडला असला तरी केसर एक दाणा तोंडात टाकेल तर शपथ. जे मिळेल त्यात खूष असायची. कबुतरांना धान्याचा चुरा टाकायला किंवा मुंग्यांना साखर घालायला स्वत:च्या पदरचे पैसे खर्च करायची.

जिजामा म्हणायच्या, "ही बाजरी सडून चाललीय, घेऊन का नाही जात?" पण नाही म्हणजे नाही. वर आणखी म्हणायची, "आपल्या चांगल्या किंवा वाईट कामांमध्ये दुसऱ्यांचा वाटा नसला पाहिजे. आपणच चांगली कामं केली पाहिजेत आणि वाईट कामांची शिक्षा आपणच भोगली पाहिजे. मा, तुम्हीच नाही का सांगत वाल्या लुटारूची गोष्ट?" कंचनला वाटायचे, हे म्हणजे गुरू होते, ते तसेच राहिले आणि शिष्य झळकले.

लग्न होऊन सासरी आल्याला पाच वर्षं झाली तरी केसरला दिवस गेले नाहीत. वैद्याच्या औषधांपासून धागेदोऱ्यांपर्यंत सारे केले; पण काही उपयोग झाला नाही. शेवटी हरिप्रियाने जिवा आणि केसर यांना कांपमध्ये नेऊन डॉक्टरी तपासही करवला. एक-दोनदा त्यांनी केसरचे मनही चाचपून पाहिले. त्या केसरला म्हणाल्या, "तुमच्या लोकांत तर दुसरा नवरा करण्यात कुठे गैर मानतात? एकाला सोडून दुसरा करतातच की."

तेव्हा केसर एवढेच म्हणाली, "भाभीसाहेब, कामाबद्दल वाद असू शकतो, कर्माबद्दल नाही. देव सगळं समजून, विचार करूनच जे करायचं ते करतो. आपल्या लायकीप्रमाणेच आपल्याला देतो. त्याच्याशी भांडणं करण्यात काही अर्थ नाही. एक करायला जाऊन भलतंच व्हायचं. चुलीतून फुफाट्यात पडायला व्हायचं. तुम्ही ते रांदलचं गाणं नाही का ऐकलं? रांदलची पूजा करायला निघालेल्या सुनेला मूल नसल्याबद्दल सासरा टोमणा मारतो, तेव्हा ती म्हणते,

'ससरा, वांझिया वांझिया शुं करो रे, मारा जेठनां ते मारा पेटनां रे,
मारा देरनां ते मारा वीरनां रे, मारी नणंदनां ते मारा धरमनां रे,
मारी शोक्यनां ते अर्धा अंगनां रे...'

(मामंजी, वांझ वांझ कशाला म्हणत राहता? माझ्या थोरल्या दिरांची मुलं मला माझ्या मुलांसारखीच आहेत,माझ्या धाकट्या दिराची मुलं माझ्या भावाच्या मुलांसारखीच आहेत, माझ्या नणंदेची मुलं माझी मानलेली मुलंच आहेत आणि माझ्या सवतीची मुलं माझ्या पतीची म्हणजे माझीच ना?)

केसरने तर मनाची समजूत घातली होती; पण त्या वर बसलेल्यालाही कधी कधी अतिशय अवघड परीक्षा घ्यायची असते. चांगल्या माणसाची तो जास्तच परीक्षा घेतो.

झाले असे, की एकदा शिळासप्तमी करायला केसर माहेरी गेली. नवमीला परत यायचे ठरले होते; पण पावसामुळे दोन दिवस जास्त राहावे लागले. एकादशी होती म्हणून आई म्हणाली, की 'फराळ करून जा,' त्यामुळे निघायला उशीर झाला. दिवस पावसाळ्याचे. रामपराहून जसापरला चालत यावे लागायचे. केसर खूप भराभरा चालत होती; पण दिवस मावळायला आला. त्यातच एकाएकी भरून आलेल्या आभाळामुळे जास्तच अंधार झाला. जसापर दीड-एक मैलांवर असेल, तेव्हा मुसळधार पाऊस सुरू झाला. केसरने भोवताली बघितले तर बाजूच्या शेतात एक झाड दिसले. खूप मोठे आणि जुने होते. फांद्या थेट जमिनीपर्यंत पोहोचल्या होत्या. लांबून तर लहानशा झोपडीसारखे दिसत होते. पावसापासून बचाव करायला केसर त्या झाडापाशी आली. बिचारीला काय ठाऊक, की तिच्या कमनशिबानं फेकलेलं ते जाळं होतं. त्या जाळ्यात ती अडकली आणि तिचे नशीबच फुटले. किती नराधमांनी तिचा चेंदामेंदा केला ह्याचीही तिला शुद्ध राहिली नव्हती. ती बेभान होऊन पडली होती आणि साऱ्या बाजूंनी जणू तिच्या अंगावर राक्षस हल्ला करत होते.

पण ईश्वरी संकेतच म्हणायचा, की पहाटे पहाटे सवजी पटेल गाडी जोडून निघाले. चालता चालता बैल एकदम थांबले. सवजी पटेलना वाटले की गळ्यातल्या घंटांच्या तालावर पळता पळता बैल एकदम खिळे ठोकावेत तसे जागच्या जागी थांबले, त्याअर्थी नक्कीच काहीतरी आहे. त्यांनी बैलगाडीतून खाली उतरून बघितले, तर रस्त्याच्या मधोमध रक्त आणि चिखलाने माखलेले केसरचे अर्धे उघडे शरीर! क्षणभर तर ते घाबरले. दोन पावलं मागे सरले, पण मग त्यांना वाटले, कदाचित जिवंत असेल. जवळ जाऊन घाबरत घाबरत केसरच्या डोक्यावर हात ठेवून पाहिले. शरीर गरम होते. ओढणीच्या चिंध्यांनी कशीबशी तिला झाकून त्यांनी गाड्यात ठेवली आणि गावाकडे परत वळले. त्यांची घाई समजल्यासारखे बैलही भराभरा पळू लागले.

वेशीवर पोहोचले तसे बघणाऱ्या लोकांना आश्चर्य वाटू लागले, की कधी नाही आणि आज सवजी पटेलचे गाडे इतका धडाधडा आवाज करीत का पळत आहे?

ठाकोरसाहेबांच्या देवडीवर गाडे पोहोचले तेव्हा केसरने जरा हालचाल केली. गाड्यामधून तिला उचलून खाली काढणाऱ्या जिवाला बघून ती किंचाळली आणि पुन्हा बेशुद्ध पडली.

दरवाजापाशी गोळा झालेल्या लोकांच्या प्रश्नांना उत्तरं देत न बसता भलाभाईंनी ताबडतोब मोटार काढली. जिवा समोर बसला आणि केसरचं डोकं मांडीवर घेऊन हरिप्रिया पाठीमागे. कांपला पोहोचेपर्यंत मधूनच शुद्धीवर यायची तेव्हा वेदनांनी कण्हायची, मग पुन्हा बेशुद्ध व्हायची. कांपच्या डॉक्टरांनी सांगतले, की वेळेवर आला नसतात तर अनेकांच्या बलात्काराला बळी पडलेल्या केसरला वाचवणं अवघड होतं.

शारीरिकदृष्ट्या बरी झाल्यावरही मनाने स्वस्थ व्हायला केसरला बराच वेळ लागला. हरिप्रियामुळे काही प्रमाणात मनाने सावरायला जरा मदत झाली; पण मनावरचे आघात अजून बुजले नव्हते. तेवढ्यातच दोन महिन्यांनंतर केसरच्या लक्षात आले, की हरिप्रिया तिला पाट लावायचा सल्ला का देत होत्या. तिनं हरिप्रियाला सांगितले, हरिप्रियाने जिवाला, जिवाचे उत्तर साधे सरळ होते. ''जर का त्यानं केसरबरोबर पाट लावलेला असता आणि ती पहिल्या लग्नाचं मूल घेऊन त्याच्या घरी आली असती, तर?''

तसेच हरिप्रियालाही वाटले, की जर अशा प्रकाराने का होईना, केसरला वांझ असण्याबद्दल मिळणारे टोमणे बंद झाले तर? हरिप्रियाने केसरला समजावले. पण केसरची इच्छा नव्हती, की अधर्माचं बीज तिच्या पोटात वाढावे. शिवाय पतीमधली उणीव स्वत:समोरही उघडी पडावी हे तिला सहन होण्यासारखे नव्हते. केसरने सुटका करून घेतली; परंतु ह्या साऱ्या घटनेनंतर केसर कधीही जिवाच्या निकट गेली नाही.

शक्तिमाच्या मंदिराचे दार उघडता उघडता कंचनबांची नजर पुन्हा एकदा आभाळाकडे गेली. सूर्याची पावले उमटू लागली, तसे चंद्राचे तेज आणि रूप म्लान झाले. आता सारा दिवस तो इकडून तिकडे जात राहील. कृष्ण पक्षातल्या चंद्राचे नशीबच असे, की उशिरा उदयाला यावे लागते आणि अस्त व्हायची संधीच मिळत नाही. कापसाच्या पेळूसारखा पांढरा फटक चेहेरा घेऊन त्याला रात्र पडायची वाट बघावी लागते. कंचनबा मंदिरात पोहोचल्या तेव्हा ओसरीच्या कोपऱ्यात कोणीतरी चहाचा लोटा झाकून ठेवून गेलेले दिसले. समता असणार. चहा पिऊन कंचनबा अनुष्ठान करायला बसल्या.

रोजच्यापेक्षा जगदीश आज उशिरा आला. त्याच्याबरोबर वीरभद्र होता. वीरभद्र दर काही दिवसांनी पार्ट्या बदलून राजकारणाचे म्हणण्यापेक्षा सत्ताकारणाचे डाव खेळत होता. परवा संध्याकाळी त्याने जगदीशला सरपंचांच्या घराकडे जाताना बघितले होते. त्याला वाटले, हीच संधी आहे. लोखंड तापते आहे, तोपर्यंत

हातोड्याचा दांडा मजबूत करून ठेवला पाहिजे. केव्हा जरूर पडेल सांगता येत नाही. तापलेल्या लोखंडावर जर बरोबर वेळेवर हातोडा पडला, तर भलेभले आकार बदलता येतात.

जर गावातल्या आणि आसपासच्या उच्चवर्णीयांना आपल्या बाजूचे करून घेतले तर येत्या निवडणुकीत शनाभाईला हरवता येईल. त्या दृष्टीनं जगदीश उपयोगी माणूस आहे. रामपरा आणि जसापर दोन्ही ठिकाणी त्याचे संबंध आहेत.

आदल्या दिवशी संध्याकाळी त्याने जगदीशला बाजारात गाठले होते.

''काय जगा? देवडीवर हात ठेवून आलास ना?'' जगदीशला समजले नाही.

''म्हणजे?''

''म्हणजे काल संध्याकाळी तू सरपंचांच्या घरी गेला होतास, तेव्हा काय उचापती करून आलास?''

''सविताबहेन तर गांधीनगरला गेल्या आहेत, रवजी मास्तर तर त्या गावचाच नसल्यासारखा थंड बसून आहे.''

''तो काय करणार होता नाहीतरी? त्या 'फुईनी कुई' (आत्याची विहीर)चं पाणी त्याच्या रक्तात मिसळलं असणार. पण हा मी बसलोय ना तुमच्यासाठी. आपण उद्या सकाळीच निकाल लावून टाकूया. त्या म्हातारीनं दोन दिवसांत गाशा नाही गुंडाळला तर मिशा उतरवून टाकेन.''

''पण कंचनबा कुठं काय म्हणतायत? त्या तर मौनव्रत घेऊन अनुष्ठान करायला बसल्यायत.''

वीरभद्र जगदीशच्या जवळ जाऊन गुपित सांगत असेल तशा आवाजात म्हणाला, ''म्हणूनच तर सावध राहिलं पाहिजे. ती बोलत नाही ह्याचा अर्थ ती काहीतरी मोठं कारस्थान रचतेय.'' मग स्वत:चं मोठं मन दाखवायला पुढे म्हणाला, ''बघ बाबा, तू ब्राह्मणाचा मुलगा म्हणून मला आपलं तुझ्याबद्दल वाटतं. एरवी मला ह्यात काय साधायचंय? नाही, म्हणजे असं नको व्हायला, की तू ती बोलेल म्हणून वाट बघत राहशील, आणि ती म्हातारी तुझीच फजिती करेल.''

कच्च्या मनाच्या जगदीशने शेवटी वीरभद्रला शरण जात म्हटले, ''तर मग सांगा बापू तुम्हीच आता, काय करावं आपण?''

''हे बघ, उद्या सकाळी मी तुझ्याबरोबर येईन. आपण पाठीमागच्या परसामध्ये खोली बांधायचा प्लॅन करू या. आधी मुळी आपलं बोलणं ऐकूनच म्हातारीचा थरकाप होईल.''

शक्तिमाच्या ओसरीवर पाय टाकता टाकताच वीरभद्रने हातातल्या मापं घ्यायच्या टेपशी चाळा करता करता मोठ्याने म्हटले, ''तू जगा जरा सुद्धा काळजी नको करूस.

कांपमध्ये माझ्या मित्राचं दुकान आहे. तू सांगितलंस, की सिमेंट, पत्रे, लोखंडं सगळं काही उधारीनं देतील. तू एकदा नकाशा पास करून घेण्याचा अवकाश.''

कंचनबा ओसरीवर माताजींच्या मूर्तीकडे तोंड करून बसल्या होत्या. नजरेसमोर होती अष्टभुजा माताजींची मूर्ती आणि हातातल्या माळेतल्या पुढे पुढे सरकणाऱ्या एकेका मण्याबरोबर एकेक वेळा गायत्री मंत्र मनातल्या मनात गुंजत होता. वीरभद्रच्या लक्षात आले, की त्याच्या आणि जगदीशच्या येण्यानेही कंचनबांच्या जपाची लय भंग पावली नव्हती, की अडखळली नव्हती. तो पुढे येत राहिला आणि ओसरीवर टांगलेली घंटा वाजवून मोठ्याने ''जय माताजी'' म्हणाला. पण व्यर्थ! जगदीश ओशाळला आणि त्याने वीरभद्रला 'गप्प राहा' अशी खूण केली.

''बरं मग जगा, तू पूजा आटप. मी जरा मागच्या परसात जाऊन प्लॉटची मापं घेतो,'' असं सांगून वीरभद्र गेला.

जगदीश सवयीप्रमाणे माताजींची पूजा-आरती करीत राहिला, पण त्याच्या मनात सारखे प्रश्नांचे बुडबुडे उठत आणि फुटत राहिले. 'ह्या बापूंना एकाएकी माझी एवढी दया का आली? ह्या भानगडीत बकरीला हाकलता हाकलता उंटच आत शिरला असं तर नाही ना होणार?'

आरती घ्यायला म्हणून तो आरतीचे तबक घेऊन कंचनबांजवळ गेला तेव्हा क्षणभर थरकला. दिवसाउजेडीच्या निरांजनाच्या प्रकाशातही कंचनबांचा चेहेरा बघून त्याचे डोळे दिपले. कंचनबांनी आरती घेतली आणि मूर्तीसमोर हात जोडले. क्षणभर तर जगदीशला वाटले, की सरळ बाहेरच पडावं. बसू दे वीरभद्रला परसात वाट बघत.

ओसरीच्या पायऱ्या उतरता उतरता जगदीश जरा थांबला. मग त्याला वाटलं, 'आपल्याला काय, प्रेमानं होवो की कुरबुर होऊन होवो, काम व्हायला हवं. जे कोणी करून देईल ते– सविता करेल की वीरभद्र.' आणि मग एका झटक्यात पायऱ्या उतरून तो मागच्या परसात गेला.

जगदीश परसात पोहोचला तेव्हा वीरभद्र पंपाजवळच्या मोरीच्या कठड्यावर बसून विडी ओढत होता. त्याच्या डोळ्यांवरून तो एकाग्र चित्ताने कशाचा तरी विचार करीत होता. जगदीशला बघितले तसे त्याचे डोळे शिकार सापडल्यासारखे चमकले.

◆

तीस

संध्याकाळची आरती घाईघाईने उरकून जगदीश निघून गेला. हरजी पटेलच्या रंजनने कंचनबांना म्हटले सुद्धा, "आज तर जगाभाईनी खूपच गडबडीनं आरती उरकून टाकली ना!"

"असेल. त्याला आज दुसरं काही काम असेल. तूही जा आता घरी." कंचनबा म्हणाल्या.

"पण मा, तुम्ही माझ्या बापूजींना सांगायला केव्हा याल?"

"काय सांगायला?"

"घ्या! एवढ्यात विसरलात? काय सांगायला म्हणजे, मला चित्रकला शिकू देण्यासाठी तुम्ही त्यांना सांगाल असं नव्हता म्हणाला तुम्ही?" रंजन रुसक्या आवाजात म्हणाली.

कंचनबांनी तिची समजूत घालत म्हटलं, "हो ग! मी विसरूनच गेले होते. आता उद्या. उद्या नक्की तुझ्या बापूजींना भेटायला येईन."

"भेटायला नाही, सांगायला."

"हो बाई, हो! सांगायला, बस्? तू जा बरं आता. आज विजा किती चमकतायत बघ. आता पाऊस येईल जोरात."

रंजनच्या जाण्याची जणू वाट बघत असेल, तशी पाठोपाठच तलकचंदची भावना आत डोकावली. माताजींचं दर्शन घेऊन ती कंचनबांकडे येऊन म्हणाली, "जे नाराण फईबा." (आत्याबाई.)

क्षणभर तर कंचनबांनी तिला ओळखलीच नाही. अजून तर तिशीही उलटली नसेल, एवढ्यात असा फिकट, सुजलेला चेहेरा आणि चुरमुऱ्यांच्या पोत्यासारखे शरीर. तिच्या डाव्या गालावरच्या तिळावरूनच कंचनबा तिला ओळखू शकल्या. कार्तिक लहान होता, तेव्हा अरुणाला खूपदा विचारायचा, "ए बेन, तुला का भावली (भावनाचे भावली) सारखा तीळ नाहीये?"

"अगंबाई! तू तर ओळखू येणं अवघड!" कंचनबा एकदम बोलून तर गेल्या, पण मग मनातून त्यांना वाईट वाटलं. नवरा, मुले, घर, धंदा सगळे असूनही ज्या

स्त्रीच्या डोक्यावर सतत एक तलवार लटकत असेल, त्या स्त्रीला काळाबरोबर पावले टाकून कसे चालत राहता येईल? एक तर सदैव मनाला होत राहणाऱ्या त्रासाने तब्येत बिघडत बारीक होत जाणार किंवा सारख्या विस्कटत राहणाऱ्या गाठोड्यासारखी होत जाणार. कोणासमोर काही बोलू शकत नाही अशी स्त्री स्वत:चाच सूड घेण्यापलीकडे काय करणार? हरीशचे कांपमध्ये कोणाबरोबर तरी लफडे आहे म्हणतात. ते सुटावे म्हणून तलकचंद जावयाला आपल्या गावी घेऊन आले आणि आपला धंदा त्याच्यावर सोपवला. जावई सुद्धा शहाणा निघाला, असे म्हटले पाहिजे. त्याचे आई-वडील लहानपणीच वारले होते, मूलबाळ नसलेल्या मामीने त्याला वाढविले होते. नोकरी होती, पण अगदी हजार रुपये पगाराची असली, तरी नोकरी ती नोकरी! तयार वाढलेल्या ताटावर जेवायला बसून जाण्याची संधी त्यानेही सोडली नाही. कित्येक वर्षाचे, चांगला जम बसलेले दुकान आणि दर आठवड्याला माल घेऊन यायला कांपची फेरी!

कंचनबांना भावनाच्या दु:खाची साधारण कल्पना होती, म्हणून त्यांनी विषय बदलत म्हटले, "अगं, इतक्या वर्षांनी तुला पाहिली. त्यामुळे ओळखू नाही शकले आणि अजून एकाच डोळ्याचं मोतीबिंदूचं ऑपरेशन झालंय. दुसऱ्याचं अजून बाकी आहे. डॉक्टर म्हणतात तो पिकेल तेव्हा करायचं. चल जाऊ दे ती कटकट. का आज अपासरमध्ये (जैन साधूंची मठी) प्रतिक्रमण (दर्शन-पूजा इत्यादी) करायला नाही गेलीस?"

"अंहं. नाही गेले आज. तुमच्याशी जरा बोलायचं होतं म्हणून. खरं तर मला लवकर यायचं होतं; पण तुमचं मौनव्रत होतं म्हणून आत्ता आले."

"असं काय मोठं काम निघालं, की प्रतिक्रमणाचा नियमही मोडावा–"

कंचनबांना मध्येच थांबवत, आवाज खाली आणत भावना म्हणाली, "दुपारी रूपाचे पप्पा जेवायला घरी आले होते, तेव्हा जगदीश आणि वीरभद्र त्यांना भेटायला आले होते. उद्या संध्याकाळी पंचायतीच्या ऑफिसात मीटिंग भरवणार आहेत." पुढचं बोलायला भावना अडखळली.

कंचनबा प्रश्नार्थक डोळ्यांनी भावनाकडे बघत राहिल्या. भावनाला वाटले की स्पष्ट सांगितल्याशिवाय गत्यंतर नाही. एक खोल श्वास घेऊन तिने एका दमात सांगायला सुरुवात केली, "तुम्ही इथं राहताय म्हणून जगदीशला वाटतंय की तुम्ही हळूहळू त्याचा हक्क हिरावून घ्याल. जरूर वाटली तर सगळ्या गावकऱ्यांना एकत्र बोलावून सभा घ्यायची असंही काहीतरी म्हणत होते."

बोलणे संपल्यावर डोक्यावरचे ओझे उतरलं असेल, तसा भावनाने नि:श्वास टाकला.

"ओहोहो! एवढंसं पाखरू अन् फडफड किती? तू तरी ह्या एवढ्याशा गोष्टीची

किती काळजी करतेयस?'' म्हणत कंचनबा हसल्या. त्यांचा हसण्याचा सूर जरा अवघडलेला होता. भावनाला धीर देत त्या म्हणाल्या, ''हे बघ भावना, एक गोष्ट तूही समजून घे. मी शक्तिमाच्या आसऱ्याला आले आहे. कोणाही अमक्या किंवा तमक्याच्या नाही. मला पूर्ण खात्री आहे, की शक्तिमावर मी टाकलेला विश्वास व्यर्थ ठरणार नाही. काळजी तर त्याला, ज्याला त्याचं काही जाईल किंवा लुटून घेतलं जाईल अशी भीती असेल. तू बघ तर खरी. येऊ दे सारं काही वाजतगाजत मांडवात.''

''पण–'' भावनाच्या मनात अजूनही शंका होती.

''हे बघ, तुला काळजी वाटणं स्वाभाविक आहे. तुझ्या बापूजींनी मला नेहेमी बहीण मानून शक्य तेवढी मदत केली आहे. ह्या चौकडीत तुझा नवरा सामील झाला हे तुला नाहीच आवडणार; पण हे बघ बेन, कसाबसा तुझा संसार सुरळीत चालायला लागलाय, तू हरीशकुमारना एका शब्दानंही काही म्हणू नको. तू किंवा मी काळजी करून काहीही होणार नाही. आपण एकच मंत्र लक्षात ठेवायचा, की जे होतं ते चांगल्यासाठी! चल, राहू देत आता ह्या गोष्टी. तुझं सांग, सगळं ठीक चाललंय ना?''

''हो, आता इथं आल्यानंतर बरंच सुधारत चाललंय. पण अजूनही दर आठ-दहा दिवसांनी माल आणायला कांपला जातात, ते नसतील तेवढे दिवस मला दुकान सांभाळावं लागतं. घरात काम असलं तर रूपाला किंवा दर्शनला बसवते; पण रूपा आता मोठी होत चाललीय आणि दर्शन तसा लहान आहे. मी कितींदा सांगते, की आता तर गावातून कांपला रोज टेंपो जातो, कांपचे व्यापारीही ओळखीचे आहेत. टेंपोवाल्याजवळ चिठ्ठी लिहून दिली, तर सगळा माल घरबसल्या येऊन पोहोचेल. कांपला जायचं भाडं आणि वर सबंध दिवस वाचेल. कधी कधी तर दोन-दोन दिवसही जातात. सगळा हिशोब केला तर टेंपो स्वस्त पडेल; पण हे ऐकतील तर ना? असू दे, जाऊ दे. कार्तिकची काय खबर? त्यानं लग्न केलं?''

''नाही ग. कुठे ऐकतोय तो? मी तर त्याला पहिल्यापासूनच सगळी सूट दिलीय. त्या मुंबईसारख्या शहरात एकट्यानंच कसंतरी आयुष्य कसलं आलंय काढायचं?''

''फईबा, मन मारून कोणाच्या तरी चोवीस तासांच्या नोकरासारखं सबंध आयुष्य काढण्यापेक्षा असं एकट्यानं जगणं चांगलं. चला, मी निघते.'' एवढे बोलून भावना ओसरीच्या पायऱ्या उतरलीही.

कंचनबांना वाटले, ही भावना अशी एकदम निघून का गेली? विचार करता करता त्या आडव्या झाल्या. सबंध दिवस एका जागी बसून राहून शरीर आखडले होते. कंबर खेचून धरलेल्या कमानीसारखी जमिनीपासून वर राहात होती. जरा वेळाने ती सैल पडली. त्यांना आठवले, 'कार्तिक लहान होता, तेव्हा कधी कधी त्यानं काम

केलं नाही, म्हणजे अरुणा चिडून म्हणायची, ''हा असा आळसोबा मोठा झाल्यावर एखाद्या शेटियाचा घरजावई होऊन बसेल. तलकचंदमामांसारख्यांच्या दुकानावर बसून राहायचं आणि फुलका रोटली खाऊन पोट सुटू द्यायचं!''

कार्तिक विचारायचा, ''होय बेन? भावलीशी लग्न केलं तर चालेल?'' कंचनबा मध्ये पडायच्या, ''थांब. दम धर जरा गाढवा! ती तर बहीण म्हणायची तुझी!''

'तर मग काय कार्तिक आणि भावनामधे–? पण त्यांच्या कसं कधी लक्षात नाही आलं? हां, लहान होती तेव्हा कार्तिक आणि भावना खूपदा सारा दिवस 'घर घर' खेळत असायची. म्हणूनच भावना अशी एकदम उठून– कार्तिकचीही कमाल आहे! कधीही त्याच्या मनाचा थांग नाही लागू दिलान्. त्याचे बापूजी गेले तेव्हाही नाही. का....

कार्तिकची वाट बघून चंद्रकांत अहमदाबादला परत गेला. एक आठवड्यानंतर अरुणाही गेली. तिचा एक-दोन दिवसांत इंटरव्ह्यू होता. सरकारी नोकरीच्या लेखी परीक्षेत ती पास झाली होती. सुरुवातीला काही दिवस गावातल्या लोकांना आश्चर्य वाटत राहिले, कुजबुजत राहिले, की प्रत्यक्ष पिता मृत्यू पावल्याचं कळले तरी कार्तिक आईला भेटायला आला नाही. कंचनला ह्या गोष्टीबद्दल अधिकाधिक काळजी वाटू लागली, की कार्तिक का आला नाही? त्याचा पत्ता तर बरोबर होता, मग?

सामाजिक रिवाजाप्रमाणे विधवा झालेल्या स्त्रीने एक वर्ष घरात बसून राहायचे असते. वर्षश्राद्ध झाल्यावर तिने 'शोक उतारवा' म्हणजे आता शोक करायचा काळ संपला असं समजावून घ्यायला माहेरी जायचे असते. अर्थात तसे पाहिले तर भारतीय समाजात स्त्री विधवा झाली म्हणजे तिचा 'शोक' कधी संपतच नाही. किंबहुना कधी कधी वाढतच जातो. कंचनही त्याला अपवाद नव्हती. अमृतच्या एकाएकी झालेल्या मृत्यूने उडणाऱ्या अफवा, अमृतच्या मृत्यूनंतरचे बांगड्या उतरवणे वगैरे विधी, श्राद्ध किंवा बाराव्या-तेराव्याची जेवणे ह्या गोष्टींबाबत मुरडली गेलेली नाके, वाकडी झालेली तोंडे आणि कार्तिकच्या न येण्याबद्दल हातवारे करून होणारी कुजबूज. कंचन आतून आणि बाहेरूनही घेरली जात होती.

मग कंचनने काहीच खुलासा न करण्याचं ठरवून नाकेबंदी करून टाकली होती. लोकांना तर काय, कोणालाही आरोपीच्या पिंजऱ्यात उभं करणार. उलटतपास केल्यासारखा चौकशांना जर खुलासे द्यायला लागलात, तर जणू काही सगळ्या समाजाला वाचवायचा ठेका त्यांनीच घेतला असेल, तसे तुमच्या डोक्यावर बसणार. पण तुम्ही जर मौनच राहून आरोपीच्या पिंजऱ्यात उभे राहायलाच नकार दिलात, तर मग शेवटी कंटाळून तुम्हाला सोडून दिले जाते.

अर्थात ह्या सर्व लढाईमध्ये खूप शांत राहून धीराने वागावे लागते. शस्त्रासमोर

शस्त्र चालवून लढणे एकवेळ सरळ असते; पण शस्त्राकडे दुर्लक्ष करून ते बोथट करायला मानसिक ताकद लागते. कंचनने हा अवघड रस्ता पत्करला होता. हेही शक्य होते, की ह्यात तिला तिच्या मुलांचाही पाठिंबा मिळाला नसता. चंद्रकांत काहीशा अस्वस्थ मनानेच अहमदाबादला परत गेला होता. त्याची इच्छा पित्याच्या मृत्यूनंतर थोडे काही विधी करायची होती. कंचनने स्पष्टपणे 'नाही' म्हटले, तेव्हा त्याने म्हणूनही बघितले की ''लोक काय म्हणतील?''

तेव्हा नाइलाजाने कंचनने तोंड उघडले. ''जर तुझा ह्या सर्व कर्मकांडावर खरोखर विश्वास असेल, तर ठीक आहे; परंतु तुझी तर मुंजही झालेली नाही, तुला विधी कसे करता येतील? तेव्हा आधी तर तुला आपल्या कुळातला, गोत्रातला दूरचा कोणीतरी नातेवाइक शोधावा लागेल आणि हे सगळे एवढ्याचसाठी, की लोक काय म्हणतील, म्हणून? आणि तुला जर दुसऱ्या जातीची मुलगी घरात आणताना लोकांची भीती वाटली नाही, तर मग ह्या बाबतीत तरी लोकांची भीती कशासाठी? एक गोष्ट लक्षात घे, चंद्रकांत, इतकी सगळी वर्षं आपण एकट्यानंच तुझ्या बापूजींची वाट बघितली आहे, त्यांचा वियोग सहन केला आहे आणि आता जे काही झालं आहे, ती आपल्या घरची बाब आहे. त्यात लोकांच्या भीतीनं कुठलीही गोष्ट करणं हे बरोबर नाही. आणि हे सगळं कर्मकांड न करण्यानं कोणाचं नुकसान होणार नाहीये, तर मग कशाला इतका सगळा विचार करायचा? आपल्याला जे योग्य वाटेल, ते आपण करावं.''

कंचननं कुठल्याही शेजारणीला न बोलावता स्वतःच चुडा उतरवला, नाकातली चमकी काढली आणि कुंकू पुसले. भडक रंगाच्या साड्या तर ती कधी नेसतच नसे, आता पांढरी साडी नेसली. केसांचे मुंडण तिने केले नाही. तिला आठवण होती की सुरुवातीला एकदा अमृत म्हणाला होता, की तिच्यावाचून जगण्यापेक्षा तिच्या केसांची लांब वेणी गळ्याभोवती आवळून तो मरण पत्करेल. अमृतची ती आठवण दूर करायला ती तयार नव्हती.

जवळजवळ दीड महिन्यानंतर कार्तिक आला. दरवाजात उभे राहून त्याने बघितले तेव्हा कंचन ओसरीच्या उंबरठ्यावर बसून भाजी निवडत होती. काही क्षण तर तो दुरून कंचनला ओळखूच शकला नाही. पांढऱ्या साडीतल्या बाला ओळखले तेव्हा त्याला जरा धक्का बसला आणि पांढरे कपाळ आणि भुंडे हात बघून मग कार्तिकला जाणविले, की पित्याचा मृत्यू म्हणजे काय!

कार्तिकला मुंबईला पत्र मिळाले तेव्हा काही क्षण तो निर्विकार मनानं बसून राहिला होता. मग काहीतरी आठवले, तसे त्याने ते पत्र फाडून टाकले. स्टाफमधल्या

किंवा मित्रांपैकी कोणाला त्याने काहीही सांगितलेही नाही. असेही असेल की त्याला स्वत:लाच ते समजून घ्यायचे नव्हते. पण जिला तो लहानशी पुटकुळी समजून जगत होता, ती पुटकुळी जणू ही बातमी ऐकून पिकली. वरवर लहानशी वाटणारी पुटकुळी खरोखर तर तोंड नसलेलं गळू आहे, हे त्याला त्या दिवशी कळले. त्याला वाटत होते, की वीरभद्रचे डोके फोडले, तेव्हाच त्याची स्वत:ची पुटकुळीही त्याने फोडून टाकली होती. पण तसे नव्हते. तोंड नसलेल्या गळवाने आपला प्रताप दाखवला होता. कितीही प्रयत्न केला, तरी वेदनांचे चाबूक त्याला स्वस्थता मिळू देत नव्हते. त्याच्या मनात प्रचंड खळबळ होती.

'वीरभद्रनं सांगितलं आणि तू खरं समजलास? त्यानं पत्र तुझ्या हातात तर दिलं नव्हतं. कशावरून त्यानं त्या पत्रातलं म्हणून मनचंच काहीबाही जोडून सांगितलं नसेल?

'पण मग बा असं का करीत होती? मला कायम असंच वाटायचं की मी तिचं नावडतं मूल होतो. इतर आईबाप आपल्या व्यंग असलेल्या मुलाचे जास्त लाड करतात, कुरवाळतात, पण बा तर जणू कोणावरचा तरी राग माझ्यावर काढत असेल अशी वागायची.

'विसरलास, की ती तुला मारायची पण मग ती कोपऱ्यात जाऊन गुपचूप रडायची? डोळ्यांनी बघितलेलं सुद्धा जिथं खरं नसतं, तिथं तू तर ऐकीव गोष्टींवर विश्वास ठेवलास!' कार्तिकजवळ ह्याला काही उत्तर नव्हते.

शून्यमनस्क कार्तिकच्या कानात वीरभद्राचे बोलणे घुमत होते, चकरा मारत होते. "बघ! तुझं तर नाव सुद्धा नाही ह्या पत्रात... तुझा बाप तर तिकडे गोरी मड्डम घेऊन बसला आहे... आणि इथं तुझी बा.... कोण जाणे तुझा बाप कोण असेल..."

कार्तिकला वाटले, की ह्या सगळ्या प्रश्नांची उत्तरे मा कडूनच मिळतील आणि मग कंचनला प्रत्यक्ष बघितले तेव्हा त्याचे सगळे प्रश्न गवताच्या काड्यांसारखे कुठच्या कुठे उडून गेले. वादळानंतरच्या पावसात आई अन् मुलगा भिजत बसून राहिले.

◆

एकतीस

कार्तिक उशिराने आला खरा; पण कंचनला आयुष्यात प्रथमच कार्तिकच्या असण्याचा अनुभव खराखुरा जाणवला. कार्तिक सुद्धा का कोण जाणे, पण पुन्हा कधी असे निवांतपणे बा बरोबर राहायला मिळेल की नाही अशा भावनेने राहिला. रजा तर घेतली होती चार दिवसांचीच; पण तो दहा दिवस राहिला. कंचनला नवल वाटत होते. लहान होता तेव्हा तो क्वचितच घरी असायचा. घरी असला तरी क्वचितच कंचनच्या आणि चंद्रकांतच्या समोर यायचा.

बराचसा वेळ कार्तिक अरुणाच्या आसपास घोटाळत असायचा. अरुणा फुलके करीत असली, तर कणकेचे तऱ्हेतऱ्हेचे प्राणी, पक्षी बनवत राहायचा. मग हट्ट करायचा, की हे पण शेकून काढ. अरुणा मग लाटणे घेऊन त्याला मारायला धावायची. अरुणा कपाटाच्या मोठ्या आरशासमोर उभी राहून तयार होत असली, तर हा टकामका बघत बसायचा. कधी कधी अरुणा म्हणायची, "मुलगी आहेस का रे? जा ना बाहेर खेळायला!" ओशाळून तो बाहेर पळायचा, पण तासाभरात पुन्हा हजर! निष्कारण रागावून ओरडणाऱ्या, मारणाऱ्या कंचनपासून अरुणाच त्याला वाचवायची, म्हणूनच तो बा पेक्षा बहिणीजवळच जास्त असायचा.

जवळ जवळ दहा-बारा वर्षांचा झाला, तेव्हा मग कार्तिक हळूहळू दूर राहू लागला. ह्या दिवसांमध्येच वीरभद्रची संगत लागली. वीरभद्रच्या टोळक्याबरोबर जाऊन नको त्या गोष्टी करायचा. कदाचित काहीतरी भांगफोड करून कोणाशी तरी भांडल्याचे सुख तो मिळवायचा. मग कधी कधी त्याच्या लक्षात यायचे, की हे सुख तर मृगजळासारखे आहे. अर्ध्या रात्री त्याला जाग यायची आणि ओसरीच्या उंबरठ्यावर चुपचाप बसून कोणाची तरी वाट पाहात असलेली बा त्याला दिसायची किंवा कधी हाताने करीत असलेले काम विसरून बा शून्यात नजर लावून बसलेली दिसायची तेव्हा त्याच्या लक्षात यायचे, की बा मनातल्या मनात कितीतरी जणांबरोबर तंडत असायची.

कार्तिकला कळायचे, की बा चा संघर्ष जास्त ठोस, निश्चित स्वरूपाचा होता. त्याच्या उलट तो स्वत: केवळ शंकाकुशंकांपायी स्वत:शीच झगडत असायचा. त्यातच मग तो सहावीत असताना वीरभद्रने त्याच्या मनाला असा काही शंकेचा

किडा लावून दिला होता, की तो सदैव मनातून दुःखी होत, संतापाने दग्ध होत राहायचा. पित्याच्या मृत्यूच्या बातमीने शेवटी त्याच्यावर जणू चारी बाजूंनी हल्ला केला. म्हणूनच मग त्याने बा ला भेटायला धाव घेतली आणि बा चा भकास चेहेरा बघताक्षणीच त्याच्या मनातली खळबळ शांत झाली. कंचनच्या चेहेऱ्यावर आता कोणाचीही प्रतीक्षा करत असल्यासारखी उत्कंठा नव्हती. आता तिला कोणाची वाट बघायची नव्हती. अमृतच्या प्रतीक्षेचे आरोह, अवरोह चढत, उतरत ती आता एका समेवर येऊन पोहोचली होती; परंतु अमुक एक राग गाऊन आनंद मिळविण्यातूनही ती अलिप्त झाली होती. कार्तिकच तिला आपण होऊन बोलवायचा, मग ती गप्पा मारायची. कार्तिक घरात, ओसरीवर, अंगणात फेऱ्या मारत असायचा. कंचनची नजर त्याच्या मागे मागे फिरत असायची. ती पूजा करीत असेल तेव्हा कार्तिक चुपचाप येऊन तिच्याजवळ बसायचा. काहीही न बोलता आईला अन् मुलाला, दोघांनाही जाणवत होते, की दोघांमध्ये जी दरी होती ती बुजत चालली होती आणि तिथे एक पूल बांधला जात होता.

एक दिवस कंचनला वाटले, की आपण कार्तिकला ईव्हच्या पत्राबद्दल सांगायला हवे होते. ती पत्र शोधू लागली. साधारणपणे ती आलेली पत्रे कपाटात कपड्यांच्या घड्यांच्या खाली ठेवायची; पण ईव्हचे पत्र सापडले नाही. काय करावे? कार्तिकला सांगायचं तर कसं सांगावं? कंचनने आपल्या तोंडाने सगळं सांगणं सोपं नव्हतं. मनाची चलबिचल होण्यात आठवडा गेला. कार्तिक परत जायच्या आदल्या रात्री तिने कार्तिकला जवळ बसवून म्हटले, "हे बघ बेटा, तुला काहीतरी सांगायचं आहे. तुझ्या बापूजींनी कंपालामध्ये दुसरं...."

"मला ठाऊक आहे. त्यांनी त्यांच्या तिथल्या साहेबांच्या मुलीशी लग्न केलं होतं. त्यांना एक मुलगाही आहे." कार्तिक शांत आवाजात बोलत होता.

कंचन चमकली. पण लगेचच तिच्या लक्षात आले. म्हणजे अमृतचं पत्र कार्तिकनं–?'

"नाही बा. माझ्याकडे ते पत्र नाही. जशू पोस्टमनला थपडा मारून वीरभद्रनं ते त्याच्याकडून हिसकावून घेतलं होतं." कार्तिक गप्प झाला. वीरभद्रने तेव्हा मारलेले डंख पुन्हा चरचरले. मग त्याचे लक्ष गेले, की कंचन काहीतरी सांगत होती. तो ऐकू लागला.

"कार्तिक, तुझ्या बापूजींनी दुसरं लग्न का केलं, ह्याबद्दल काही ठाऊक आहे तुला?"

"तुझे बापूजी" ह्या शब्दांनी कार्तिक थरथरला. 'बा लाही माहीत नसेल? का मग समजून उमजूनच...?'

"वीरभद्रनं पत्र माझ्या हातात दिलं असतं, तर कदाचित कळलं असतं. तो

म्हणाला होता, की ह्या पत्रात तर तुझं नाव सुद्धा नाही. का बा? असं का?'' खरे तर कार्तिकला विचारायचे होते, की माझा बाप कोण? पण असे विचारायला त्याची जीभ उचलली नाही. परंतु त्याने न विचारताही कंचन समजून गेली, की कार्तिकला खरोखर काय विचारायचं होतं. कुठल्याही मुलाला स्वत:च्या आईला हे विचारणे अतिशय अवघड होईल.

असा प्रश्न विचारण्याच्या बिकट परिस्थितीतून कंचनने कार्तिकला सोडवले आणि म्हटले, ''हे बघ बाळ, आजपर्यंत तू मनात न जाणे काय काय दाबून ठेवून जगत आलायस. मी दुर्दैवी, की तुझी आई असून तुझ्या मनापर्यंत पोहोचू शकले नाही. कदाचित माझ्या मनाची तुझ्यापर्यंत पोहोचण्याची तयारी झाली नव्हती. कदाचित मी असं समजून चालले होते, की तुला असा प्रश्न पडायचं कारणच नाही किंवा कदाचित मी स्वत:लाही कितीतरी गोष्टींपासून दूर ठेवू बघत होते. आजपर्यंत इतर सर्व लढाया लढता लढता मी हा प्रश्न विसरून जाण्याचा प्रयत्न करीत होते; पण ती चूक होती माझी. तो प्रश्न ना माझ्या मनातून गेला, ना तुझ्या. पण आज इतक्या वर्षांनी पुन्हा एकदा मी तो काळ जगते आहे. मला वाटतंय, की माझ्या आयुष्यातल्या शेवटच्या सुखाच्या घटकांचं संतान तू आहेस आणि असंही वाटतंय, की माझ्या आयुष्यातल्या सर्वांत भयंकर घटनेचं संतानही तूच आहेस.

''तू तर लहान होतास, तुला समज आलेली नव्हती. तुझा पिता कोण असेल आणि कोण नसेल ह्या द्विधा मन:स्थितीत कितीतरी रात्री मी तडफडत घालविल्या आहेत. शेवटी माझ्या अंतरात्म्यातून मला एकच उत्तर मिळालं. ते उत्तर असं आहे, की तू माझं मूल आहेस आणि मी तुझी जन्मदात्री आहे.'' कंचन जरा थांबली. भिंतीला टेकून बसून कार्तिक लक्ष लावून ऐकत होता.

कंचन पुढे बोलू लागली, ''तुला कदाचित माहीत नसेल, आपल्या जुन्या ग्रंथांमध्ये सत्यकाम जाबालची गोष्ट आहे. सत्यकाम हा जाबाल नावाच्या गणिकेचा पुत्र होता. गुरूकडे ज्ञानप्राप्तीसाठी गेलेल्या सत्यकामला गुरूनं पित्याचं नाव आणि कुळ, गोत्र विचारलं. सत्यकामला ते ठाऊक नव्हतं. तो त्याच्या मातेकडे गेला. मातेनं सांगितलं, 'अनेकांची सेवा करता करता तू मला मिळाला आहेस. तुझा पिता कोण आहे, ते मलाही ठाऊक नाही.' सत्यकाम गुरूकडे गेला आणि त्यानं आईनं त्याला दिलेलं उत्तर गुरूंना सांगितलं. सत्यकामचं असं स्पष्ट बोलणं ऐकून तिथे बसलेले शिष्य हसू लागले; परंतु सत्यकामची खरं ते सांगण्याची हिंमत बघून गुरू प्रसन्न झाले आणि म्हणाले, 'खरं बोलणाऱ्या आईचा खरं बोलणारा मुलगा सत्यकाम ह्याला ज्ञान मिळविण्याचा खरा अधिकार आहे.' गुरूंनी सत्यकामला त्याची खरी ओळख दिली आणि त्याचं नाव ठेवलं 'सत्यकाम जाबाल.' बाळा, संसारातली कर्तव्यं पार पाडता पाडता, गृहस्थीचा धर्म बजावता बजावता मला तू मिळाला

आहेस. आता तुझ्या प्रश्नाचं उत्तर तूच शोध.''

कार्तिक मुंबईला गेल्यानंतर जवळजवळ दोन महिन्यांनी कार्तिकचे खुशालीचे पत्र आले. पत्रासोबत वर्तमानपत्रात छापून आलेल्या जाहिरातीचे कात्रण होते. कार्तिकने स्वत:चे 'कार्तिक अमृतलाल शुक्ल' हे नाव बदलून 'कार्तिक कंचनबा' असे ठेवले होते.

अर्थातच चंद्रकांतला कार्तिकने नाव बदलले हे आवडले नव्हते. त्याने कार्तिकला तसे म्हटलेही. चंद्रकांतच्या मते हे असे नाव बदलणे ही आजकालच्या तरुणांची नवी फॅशन झाली होती. त्याने टोमणा मारला, ''काहीतरी नावंबिवं बदलून लोकांचं लक्ष वेधून घेताय, त्यापेक्षा डोक्यावर का चालत नाही?'' कार्तिक मनोमन दुखावला; पण त्याने काही उत्तर दिले नाही.

त्यात आणखी चंद्रकांतच्या लग्नाच्या निमंत्रणपत्रिकेचे डिझाईन कार्तिकने तयार करायचे होते. तेव्हा मात्र त्याने चंद्रकांतला स्पष्ट शब्दांत सांगितले, की जर तुम्ही निमंत्रणपत्रिकेत माझे नाव छापणार असाल, तर माझं नाव 'कार्तिक कंचनबा' असेच असले पाहिजे आणि ते तुम्हाला पसंत नसेल तर माझं नावच तुम्ही काढून टाकू शकता. चंद्रकांत कार्तिकच्या दुसऱ्या वाक्याशी सहमत होता. कंचनला वाटले, 'आपल्या संसारात हे दोघंच दोघं भाऊ आहेत, आत्तापासूनच संबंध असे तुटून जाऊ लागले तर?' त्यांनी मग तोड काढली. निमंत्रणपत्रिकेवर फक्त स्वत:चंच नाव घातले.

कंचनला खूपदा विचार पडायचा, की चंद्रकांतच्या स्वभावात इतकी रूढिप्रियता आणि भित्रेपणा का आहे? त्याच्या खाजगी बाबतींमध्ये मात्र ज्या अडचणीच्या ठरतील, त्या रूढी तो मानत नसे. मोठा होत असताना, समज आल्या आल्या, टिकून राहण्यासाठी, जिवंत राहण्यासाठी संघर्ष करणे नशिबात आले. त्यामुळे तो लगेच मिळणाऱ्या लाभाचा विचार करायला शिकला असेल? कधी कधी तर तिच्या मनात असंही यायचं, की हा गंगाबांचा स्वभावगुण चंद्रकांतमध्ये उतरला असावा. त्यांची तरी काय चूक? कायम दुसऱ्याच्या आसऱ्यानेच राहावे लागत असलेल्या बालविधवा स्त्रीच्या स्वभावातले हे परस्परविरोधी पैलू कदाचित स्वार्थी वृत्तीमुळे जास्तच वाढत असतील.

अमृत गेला त्यावेळी जया कंचनजवळ राहू शकली नव्हती. लहानसे खेडे, तिथे व्रत, पूजा वगैरे करवून घेणारी गोराणी, तिच्या घरी एका मुसलमान बाईने येऊन राहण्याने अनेक प्रश्न लोकांच्या मनात उठणारच. जयासाठी तर सख्ख्या भावाचा मृत्यू आणि त्याच्या दुसऱ्या लग्नाची बातमी हे धक्के सोसणेच अवघड होते.

स्वत:च्या दु:खावरून कंचनच्या दु:खाचा अंदाज ती करू शकत होती. कंचनचे सांत्वन करायला जाऊन आणखी दुसरे प्रश्न उभे राहू नयेत म्हणून छातीवर दगड ठेवून ती निघून गेली होती. कंचनची इच्छा तर खूप होती, की जयानं थांबावं; पण तिची मन:स्थिती जया आणि झरीना हे दुहेरी स्वरूप सहन करण्यासारखी नव्हती. पण आता चंद्रकांतच्या लग्नाच्या वेळी मात्र कंचनने जयाला आठवडाभर आधी बोलावून घेतली होती.

जया आल्यावर दुसऱ्याच दिवसापासून कंचनला तिच्या घरी खरोखरच कार्य आहे, असे वाटू लागले. लोक विचारायचे, आपसांत कुजबुजायचे; पण कंचनला कुठे पर्वा होती? एक-दोनदा जया तिला म्हणालीही; पण तिचे उत्तर तयार होते, "काय करतील लोक? माझ्याऐवजी दुसरा पुरोहित शोधतील, तर शोधू देत आणि ह्या मुलानं आणि सुनेनं नाही ठेवून घेतलं मला, तर तू नाही ठेवून घेणार?"

कंचनला जवळ घेत जया म्हणाली, "असं काय बोलताय भाभी? देव न करो आणि तुम्हाला तुमच्या मुलांपासून वेगळं व्हायची वेळ न येवो. तरीही, जर आलीच, तर मी आहे ना. माझ्याबरोबर संस्थेत राहायला नाही आवडलं, तर आंबावाडीत माझं स्वतंत्र घर आहे. स्वयंपाकघर आणि एक खोली. जोपर्यंत तुम्ही आहात, तोपर्यंत ते तुमचं. तिथं स्वतंत्रपणे राहा आणि देवाचं नाव घ्या."

जया राहिली एवढेच नाही, तर तिला इतके काही येत होतं, की ते बघून शेजाऱ्यापाजाऱ्यांनी तोंडात बोटे घातली. सुंवाळी (एक नाश्त्याचा गोड पुऱ्यांसारखा, चिरोट्यांसारखा पदार्थ) लाटण्यापासून ते उकरडी उठवण्यापर्यंत (उकरडी लग्नाच्या आधी बसवली जाते, लग्नविधी संपल्यावर ती उठवली जाते. हा विधींचा एक भाग आहे.) सगळ्या कामात जया पुढे. तिला एकही लग्नगीत येत नव्हते, असे नव्हते. (लग्नगीते फराळाचं बनविण्यापासून ते सर्व विधी पूर्ण होईपर्यंत मधून मधून गायली जातात. घरच्या आणि उपस्थित बायकांची नावे त्यात गुंफून थट्टामस्करी केली जाते. सवाल-जवाब स्वरूपाचीही गीते रचून गायली जातात. लग्नोत्सवातला हा एक गमतीचा भाग असतो.)

मांडवातल्या बायकांनी 'फईनी फळिया जेवडी फांद' (आत्याचं पोट सुटलंय) म्हणून नावे ठेवता ठेवता सावधही केले, की पारकी जानमा झरीनाबहेन आवडो शो लटको, विवाह वीतशे, काढी मेलशे, पछी चडशे चटको! (दुसऱ्याच्या घरच्या लग्नात इतकी ऐट मिरवताय झरीनाबहेन, पण लग्न उरकलं, की तुम्हाला जायला सांगतील, मग वाईट वाटेल.)

जया ह्याला दुप्पट उत्साहानं उत्तरही द्यायची. ती जणू मनोमन ठरवून आली होती, की कंचनच्या आयुष्यात इतक्या वर्षांच्या संघर्षानंतर आलेला शुभप्रसंग जराही झाकोळू द्यायचा नाही. सुरुवातीला 'गणेशमाटली' घेऊन येण्यास जरा कां-कू

करणाऱ्या, कचरणाऱ्या कंचनला तिने पुढे ओढून आणली. कंचन जरा कच खात होती, जयाने तिला स्पष्टच सांगितले, "भाभी, तुमच्या हातांनी कुंकू लावणार नसाल, तर मी चंद्रकांतला कोर्टात नेईन आणि रजिस्टर लग्न लावून देऊन आणीन. जाऊ दे वाया तुमची मणभर पिठाची सुंवाळी. पोटच्या पोराचं भलं व्हावं असं त्याच्या आईपेक्षा जास्त कोणाला वाटेल?"

चंद्रकांत आणि विशाखा लग्न होऊन परत आले, तेव्हा डोक्यावर 'मोड' बांधून (अशा प्रसंगी बांधायचा एक प्रकारचा सुशोभित पट्टा) जयाने त्यांना ओवाळले. नवऱ्या मुलाला दाराशी अडवून उभी असलेल्या अरुणाला चिडवत झवेर म्हणाली सुद्धा, "झरीनाबहेन, ह्या अरुणासाठीही आत्ताच शोधायचा होतात ना कोणीतरी. एकात एक!– उगीच इथं भाई-भाभींच्या मध्ये अडमडेल." दुखावलेल्या अरुणाने लगेच उत्तर दिले, "मला तर लग्नच करायचं नाही आणि झवेरमामी, तुम्ही निश्चिंत राहा बरं का! मी भाई-भाभींच्या मध्ये अडमडणार नाही, उलट आधार होईन त्यांचा."

लग्न आटोपल्यावर जयाने निरोप घेतला तेव्हा कंचननं तिला पाचशे एक रुपयांचा आहेर दिला. जया गेली. कंचनला जया जणू दुसऱ्यांदा घर सोडून गेली असेल, तसे वाटले. कंचन आणि जयाने एकमेकींचा निरोप घेतला, तेव्हा त्यांना हुंदके देताना बघून विशाखालाही आश्चर्य वाटले. आश्चर्य तर चंद्रकांतलाही वाटले होते. तो कंचनला म्हणालाही, "झरीनाफोईंना पाचशे एक रुपयांचा आहेर जरा जास्तच वाटला. त्या थोड्याच आपल्या नात्यागोत्यातल्या आहेत? आपला अन् त्यांचा तर धर्म सुद्धा वेगळा आहे."

कंचनला खूप वाटले, त्याला सांगावं, 'बेटा, ती तर तुझ्या वडिलांची सख्खी बहीण आहे. तुला काय ठाऊक, एका आईच्या पोटी जन्मलेल्यांचं नातं कसं असतं ते!' कंचनच्या काळजात हा काटा बोचत राहायचा. विशाखाला जेवायला बसवून जयाने सोन्याच्या बांगड्या दिल्या, (हा एक रिवाज आहे), तेव्हा का चंद्रकांतला नाही वाटले, की एवढे सगळे द्यायची जरूर नव्हती? (काही गुजराती जातींमध्ये सासरचे लोक सुनेला लग्नात दागिने देत नाहीत.) त्यावेळी कंचन काही बोलली नाही; पण नंतर एक दिवस तिला बोलावेच लागले.

♦

बत्तीस

मोठ्या मुलाचं लग्न करून दिल्यावर कंचनने पौरोहित्य करायचे काम सोडून दिले. कंचनला रुखीभाभी बातम्या सांगत राहायच्या. कधी त्या सांगायच्या, "लोक तर चंद्रकांतचं लग्न ज्या धामधुमीनं झालं त्याचं खूप कौतुक करीत राहतात. म्हणतात, की "ओहोहो! गोराणीमानं तर साऱ्या गावाला जेवण घातलं. एक घरही नसेल जिथं आमंत्रण पोहोचलं नसेल आणि फराळाचं पोहोचलं नसेल. करून दाखवलं खरं त्यांनी. सारा जन्म पीठ मागितलं असेल; पण वेळ आली तेव्हा खर्चही केला.

कधी हळू आवाजात गावात होणारी कुजबुजही ऐकवायची. ह्या गोराणीमांना काय दुर्बुद्धी सुचली, की त्या मुसलमान बाईला घरात ठेवून घेतली. तिच्याबरोबर स्वत: जेवायला सुद्धा बसायच्या. खरं सांगा आता, त्यांना विटाळ झाला, असंच नाही का म्हणायचं? आता त्यांच्याकडून आपण आपल्या धर्माची व्रतं, पूजा करवून घेतली तर ते देवाला कसं चालेल?'

लोकांनी प्रत्यक्ष त्यांना तोंडावर काही म्हणायच्या आधीच कंचनने सर्वांना सांगून टाकले, 'मला आता माझ्या स्वत:साठी मनन-चिंतन करायचे आहे. खूप वर्षं केलं. मुलं मोठी झाली. तिघंही कमावतायत, आता कोणासाठी मिळवून साठवायचं? मी आता स्वत:पुरतं बघणार. दोन जोड कपडे अन् मूठभर तांदूळ बस् झाले. मुलांचं नशीब त्यांच्याजवळ. उद्याचं कोणी पाहिलंय?'

म्हणूनच संत-महात्मे म्हणतात, 'पूत सपूत तो का धन संचे? पूत कपूत तो का धन संचे?' म्हणजे असं, की जर मुलं सद्‌गुणी असतील, तर त्यांच्यासाठी संपत्ती गोळा करायची जरूर काय? कर्तबगार मुलं निघाली तर ती दगड फोडून पाणी काढतील. आणि त्याच्या उलट, मुलं जर नालायक निघाली, तर त्यांच्यासाठी संपत्ती गोळा करून ठेवण्यात काय अर्थ?

तुम्ही रक्ताचं पाणी करून केलेली कमाई असेल आणि नालायक उनाड मुलं सगळ्याची वाट लावून टाकतील. धनसंपत्तीची व्यर्थता कंचनपेक्षा जास्त कोणाला ठाऊक असणार? कराचीला असताना काय नव्हते त्यांच्याकडे? तिच्याइतके आयुष्यातले उतार-चढाव बघितल्यानंतर भविष्यकाळावर भरंवसा ठेवणे मूर्खपणाच म्हणायचा.

मुलेही आता तिला पौरोहित्याचे काम करायला 'नको' म्हणत होती. चंद्रकांतनं नोकरीला लागतानाच सांगितलं होतं, "बा, आतापासून मी तुम्हाला पैसे पाठवेन." चंद्रकांत कधी शंभर तर कधी दीडशे रुपये पाठवायचा. कंचनचे गाडे तर लहान मोठी व्रते, पूजा सांगण्यावर चालायचे. आता ती दोन-तीन घरीच पीठ मागायला जायची. रोख पैशांची जरूर तिला क्वचितच पडायची. साठलेले धान्य देऊन त्याच्या बदल्यात भाजी वगैरे मिळायचे. सकाळ-संध्याकाळ ठाकोरसाहेबांच्या घरून कायमच अर्धा शेर (सुमारे पाव लिटर) दूध यायचे.

चंद्रकांतने पाठवलेले पैसे कंचन साठवून ठेवायची. तिला वाटायचे, उद्या उठून धाकट्याचे नाहीतर मुलीचे लग्न उभे राहायचे. लग्नाच्या वेळी चंद्रकांतने प्रॉव्हिडंट फंडमधून कर्ज काढतो म्हटले, पण कंचनने 'नको' म्हटलं. थोडेफार पैसे कंचनजवळ होते. चंद्रकांतनेही काही बचत केली होती. अरुणा आणि कार्तिक यांनीही बरीच भर टाकली. अरुणा जयाबरोबर राहात असल्याने तिचा फारसा खर्च होत नसे. शिवाय, जया आग्रहाने तिला सांगायची, "हातखर्चाला लागतील ते पैसे मागून घे; पण पगार सर्वच्या सर्व बँकेत टाक."

लग्न झाल्यावर साहजिकच चंद्रकांतला त्याचे नवे घर सजवायचे होते. शिवाय सासुरवाडीच्या लोकांची जबाबदारीही होती. कार्तिकने त्याचा भार कमी करायला मदत केली. तो कंचनला नियमित पैसे पाठवायचा. कंचन म्हणायची, "इतक्या सगळ्या पैशांचं मी करू काय?"

"का? अरुणाचं लग्न नाही का करून द्यावं लागणार?"

"हो, पण तू तिकडं मुंबईला बँकेत जमा कर ना. त्यावर व्याजही मिळेल."

"नको, माझ्या हातून खर्च होऊन जातात. तू इथं पोस्टात खातं उघड." कंचन त्याला समजवायची, "तुझं सगळं सुरळीत चालू होऊ दे. तुलाही लग्न करायचं आहे, घर मांडायचं आहे."

"बा, माझ्यासारख्या दीड पायाच्या माणसाला कोण मुलगी देईल? आणि मला साधी मुलगी तर चालणार नाही, तिला अडीच पाय असले, तरच आमचं जमणार!" कार्तिक हसण्यावारी घालवू बघायचा. "गप्प बैस. तुझ्यासाठीही देवानं कोणीतरी मुलगी ठेवलीच असेल कुठं ना कुठं. तुझ्यासारख्या सुस्वभावी, काम करून कमावणाऱ्या मुलाचं लग्न व्हायला कितीसा वेळ लागणार? अरुणाला सासरी पाठवली, की तुझा नंबर! मला तर थोरल्याबरोबरच अरुणाचं लग्न करून टाकायचं होतं; पण बघ ना, ती अजून काही स्पष्ट सांगत नाही."

सुरुवातीला अरुणाने शिक्षणाचा बहाणा केला, मग नोकरीचा. कंचनला वाटले ठीक आहे, तसं. नोकरी लागली की मग करेल लग्न; पण नंतर तर ती लग्न करायला स्पष्ट 'नाहीच' म्हणू लागली. चंद्रकांतने दोन-तीन चांगली नोकरी असलेल्या मुलांची

स्थळे सुचविली; पण बघणे-भेटणे तर दूरच, अरुणाने त्यांच्याविषयी माहिती ऐकण्याचेही नाकारले.

कंचन आणि जया यांनी समजावले; पण अरुणाचे एकच उत्तर असायचे, "बा, ह्या विकासगृहात सकाळपासून संध्याकाळपर्यंत कितीतरी स्त्रिया बघते. लग्न करून खूप सुखी झाल्या असतील, असं एकही उदाहरण दिसत नाही. सतत जुलूम सहन करायचा, शोषण करून घ्यायचं, पायाखाली तुडवून घ्यायचं, कोणाची ना कोणाची ताबेदारी, हुकुमशाही सहन करायची. मला तर लग्न ह्या शब्दाचा तिटकारा येऊ लागलाय. आता तूच सांग बा, तुला लग्न करून काय मिळालं? तू संसाराचं ओझं वाहात जगत होतीस आणि बापूजी? दुसरं लग्न करण्यापूर्वी एकदा तरी विचार आला असेल त्यांच्या मनात, की माझ्या बायको-मुलांचं काय? ते आपले मोकळेच होते. म्हणून त्यांना तर जणू पळायचं होतं अन् उताराचा रस्ताही मिळाला."

कंचन अमृतचा बचाव करायला काय म्हणू शकणार? अमृतचे पत्र मिळाले असते तर...?

"बेटी, आपल्याला काय ठाऊक, की तुझ्या बापूजींनी दुसरं लग्न करण्यापूर्वी काय विचार केला असेल? परिस्थितीच अशी काही असेल, की त्यांना लग्न करावंच लागलं असेल. पूर्ण माहिती नसताना, समजून न घेता, कोणाला आपण दोष दिला तर आपल्याच माणुसकीला बट्टा लागतो. माणूस स्वतः मुळात वाईट नसतो, वेळ वाईट आलेली असते म्हणून तो चूक करून बसतो. आपण एखाद्या तिऱ्हाईत व्यक्तीविषयी सुद्धा मत बनवू नये त्यातून हे तर आपलं माणूस आणि तू माझ्याबद्दल म्हणतेयस ना? मी एक स्त्री आहे. एका एवढ्याशा गवताच्या काडीलाही घरटं मानून जगायची शक्ती आहे माझ्यामध्ये. म्हणूनच तर निसर्गानं मला आई होऊ शकण्याचं वरदान दिलंय. आपण जी दुनिया निर्माण करू, तीच आपल्याला जगण्याची शक्ती देते. पोरी, आणखी तर काय सांगू तुला? तुझी आई म्हणून माझी एक मर्यादा आहे; पण हे जे मी तुम्हाला वाढवू शकले, इतक्या अडचणींना तोंड देऊ शकले ना, ते त्यांच्या भावना आणि प्रेमामुळेच. बेटा, पणती असते, वातही असते; पण तेल नसेल तर काही उपयोग नाही."

"तर मग ह्या फोईबा? इतकी सारी वर्षं गेली पण फुआ (आत्याचा नवरा) फिरकलेही नाहीत, की नाही त्यांनी कधी एक चार ओळींचं पत्र लिहिलं. नावाला आपलं म्हणायचं लग्न झालंय. नाहीतर कुमारिकेसारखंच आहे त्यांचं आयुष्य!"

जयाचा विषय निघाला, की कंचनला गप्प बसावे लागे. अरुणाचे म्हणणे एकच होते; लग्न करा की नका करू, शेवटी स्त्रीला जर एकटीलाच सागर पार करावा लागतो, तर मग लग्न करून होडीतले वजन कशाला उगाच वाढवायचे?

कंचनच्या लक्षात आले, की जगण्याचा जो आधार, त्याला अरुणा आयुष्यातले

ओझे म्हणत होती. तिला मग वाटले, की ह्या सगळ्या बोलण्याला काही अर्थ नाही. वादविवाद करून फक्त पाण्यात दोन भोवरे आणखी तयार व्हायचे. आयुष्यात कितीतरी सत्ये केवळ अनुभवानेच समजतात. स्वत:ला आलेल्या अनुभवावर माणसाचा जास्त विश्वास बसतो. कंचनला काळजी वाटायची. आज तर दंडांमध्ये शक्ती होती, काळजात हिंमत होती म्हणून होडी वजनाला हलकी वाटत होती; पण वयाच्या कुठल्यातरी वळणावर ह्या रिकाम्या होडीच्या वजनाचा अर्थ समजेल, तेव्हा? अगदी एकटे असण्याच्या ओझ्याखाली इतके काही वाकून जायला होते, की कधी कधी माणूस हातातले वल्हे टाकून देतो आणि होडीला वारा नेईल तिकडे जाऊ देतो; पण मग अशा वेळी किनारा की भोवरा– त्याच्या हातात काहीच राहिलेले नसते.

रात्रंदिवस कंचनला अरुणाची चिंता कुरतडत असायची. अरुणाने नाहीच लग्न केले, तर हा आयुष्याचा डोंगर ती कसा चढेल, उतरेल? भाऊ चांगले आहेत; पण ते त्यांच्या संसारात अडकले म्हणजे बहिणीचा सांभाळ कितपत करू शकतील? अरुणाला पोटासाठी कोणाच्या तोंडाकडे बघायला नको; पण माणसाला भाकरीशिवाय आणखीही काही हवे असते. कार्तिक तर अरुणाचे लग्न झाल्यावरच लग्न करणार म्हणतो आहे.

चंद्रकांतच्या लग्नालाही बघता बघता पाच वर्षं व्हायला आली. गावातले लोक तर लग्न झाल्याच्या दुसऱ्या वर्षापासूनच कंचनकडून पेढे मागायला लागले होते. "काय गोराणी'मा, आता पेढे केव्हा देणार?" दुसरे कोणी म्हणायचे, "अहो, पेढेच का म्हणून फक्त, लाडूंचं जेवण घालतील. पैशांपेक्षा त्यांच्यावरचं व्याज जास्त प्रिय असतं." कंचनही वाट बघत होतीच, की विशाखाची कूस केव्हा उजवेल? पण उघड ती म्हणायची, "अजून तर सूनबाई लहान आहे. जरा मोकळी हिंडूफिरू दे. जरा मनानं समज आली, की मग जबाबदारी वाढली तरी हरकत नाही."

आताशा लोक पेढे मागत नसत. एखादा वैद्य, डॉक्टर, कोणी साधुसंत किंवा पीर ह्यांची नावं, पत्ते देऊ लागले होते. कंचनला वाटायचे, देवशंकर शुक्लांची वंशवेल पुढे वाढणारच नाही की काय? आणि मनात उठणाऱ्या ह्या प्रश्नाबरोबरच ईव्हचे पत्रही एकदम आठवायचे. तिचा मुलगा तरी अमृतचे नावच लावेल ना? कोण जाणे! परदेशात तर बाईने दुसरे लग्न करण्यात आश्चर्य थोडंचं असतं? त्यात आणि ती तर पैसाअडका गाठीशी असलेली बाई आहे. मुलासकट तिला स्वीकारणारा कोणीतरी नक्कीच मिळेल. तर मग ईव्हचा दुसरा नवरा अमृतच्या मुलाला त्याचे मूळ नाव चालू ठेवू देईल? आगापीछा नसलेल्या अशा विचारांच्या भिरभिरण्याने कंचन वैतागून जायची. ती सगळे विचार मनातून झटकून टाकायला बघायची; पण–

एका संध्याकाळी भलाभाईंनी केसरबरोबर वर्तमानपत्र पाठविले. कंचनला आश्चर्य वाटले, की असे काय असणार वर्तमानपत्रात? तिने शेवटच्या पानावर बघितले, तर

गुजरातच्या मुख्यमंत्र्यांबरोबर पाच स्त्रियांचा फोटो होता आणि त्यात जयाही होती. गुजरात सरकारने निवडलेल्या ह्या महिलांचे प्रतिनिधिमंडळ इस्लामी देशांना भेट द्यायला जाणार होते. एक महिन्याच्या प्रवासात हे मंडळ मुसलमान स्त्रियांच्या परिस्थितीविषयी माहिती मिळविणार होते. वेगवेगळ्या देशांमध्ये ह्या प्रतिनिधी भारतीय स्त्रियांविषयी भाषणेही देणार होत्या. श्रीमती झरीना अनीस सय्यदच्या नेतृत्वाखाली हे प्रतिनिधिमंडळ येत्या आठ तारखेला रवाना होणार होते. कंचन दुसऱ्याच दिवशी सकाळी अहमदाबादला रवाना झाली.

जयाला निरोप द्यायला कंचन मुंबईला गेली. कार्तिकला कळवलं होतं म्हणून तोही स्टेशनवर आला होता. कार्तिकला बघून कंचनला त्याची तब्येत जरा सुधारलेली वाटली. जया तर म्हणालीही, "कार्तिक, इतक्या वर्षांनी का होईना, बाहेरचं जेवण तुला मानवायला लागलंय खरं! रंगही जरा उजळलाय आणि ताजातवानाही दिसतोयस." कार्तिकने उत्तरादाखल नुसते स्मित केले. जयाचे विमान त्याच दिवशी रात्री उशिराने होते. स्टेशनवरून सरळ विमानतळावरच जायचं होतं.

वर्तमानपत्रात जया परदेशी जात असल्याचे वाचले. एक आठवडा आधी अहमदाबादला पोहोचून, जाण्याची तयारी करायला मदत करायला, मुंबईपर्यंत निरोप द्यायला आली, तोपर्यंत कंचन उत्साहात होती. सबंध गुजरातमधल्या महिला कार्यकर्त्यांमधून जयाची निवड झाली होती, ही काही साधीसुधी गोष्ट नव्हती; पण टॅक्सी जशी विमानतळावर पोहोचली आणि कंचन खाली उतरली, तसे तिचे पाय लटपटायला लागले. कार्तिक आणि जया निघण्यापूर्वीची सगळी कामे उरकायला गेली.

कंचन विमानतळावरच्या विशाल लाउंजमधल्या खुर्चीवर सामान सांभाळत बसली. समोर काचेच्या दरवाजाच्या पलीकडे दूरवर, आलेली, निघत असलेली किंवा निघण्याच्या तयारीत असलेली विमाने दिसत होती. डोक्यावर दर दहा मिनिटांनी विमानांचा घरघराट ऐकू येत होता. कंचन छातीशी पिशवी अशी धरून बसली होती, जणू तिला सगळे छातीशी बांधून ठेवायचे होते.

विमानतळ बघितल्याबरोबर प्रथमच कंचनला एकदम खरं जाणवलं, की जया देश सोडून परदेशी जाते आहे. तिच्या मृदू मनावरचे जुने घाव जणू परत ताजे झाले. परका देश– कोणास ठाऊक, कुठली भूमी बोलावत असेल? कुठले दाणापाणी संपले असेल आणि कुठली देणी चुकवायची असतील?

काउंटरवरचे काम आटोपून जया परत आली; पण कंचन मूढ झाली असावी, तशी काहीच बोलली नाही. कार्तिक आणि जया गप्पा मारत होते. निघण्यापूर्वी जयाने कंचनला मिठी मारली. कंचनच्या तोंडून कसेबसे एवढेच शब्द निघाले, "बराय! ये, आणि सांभाळून राहा." जया सिक्युरिटी चेकअपच्या रांगेतून पुढे केबिनमध्ये गेली आणि मग दिसेनाशी झाली. रडू दाबून ठेवले, पण डोळ्यांत

अडकवून ठेवलेल्या अश्रूंनी डोळे लाल केले.

कंचनचा उतरलेला चेहेरा बघून कार्तिक विचारात पडला. अनेकदा कंचन आणि झरीनामधली जवळीक बघून त्याला प्रश्न पडायचा, नवल वाटायचे. कधी कधी वाटायचं, की फैबा (फोईबा – आत्या) बापूजींची सख्खी बहीण नाहीये म्हणून बा चे तिच्याशी इतके जमते आहे. नाहीतर लोक तर म्हणतात, की नणंद-भावजयींमध्ये विळ्या-भोपळ्याचे सख्य असते. कार्तिकने कंचनचा खांदा पकडून तिला हलविली. "बा, ए बा! फैबाचं विमान अजून काही वेळानं निघेल. आता आपल्याला दिसणार नाही ती."

"कधीच नाही दिसणार का, रे?"

"तू तर कमाल करतेयस! फोईबा तर एक महिन्यासाठी गेल्यात, त्यात इतकी हळवी झालीस?"

"कार्तिक, तुझ्या बापूजींनीही मला थोड्या दिवसांसाठी म्हणूनच निरोप दिला होता; पण ह्या जन्मात पुन्हा मी त्यांना कुठे बघू शकले? कोण जाणे, आता जया परत येईल, का तिच्या भावासारखी तिचीही ताटातूट होईल!"

"जया?"

"हो बेटा, तुझ्या झरीना फैबाचे खरे नाव तर जया आहे. ती माझ्या सासऱ्यांची फार फार लाडकी मुलगी आहे. संकटात सापडलेली माणसं खरीखुरी नातीही उघड सांगू शकत नाहीत."

परत जाताना टॅक्सीमध्ये कंचन जयाबरोबर घालविलेल्या दिवसांच्या आठवणी सांगत राहिली. कार्तिक नणंद-भावजयीच्या ह्या विरळा मैत्रीचा आनंद गप्प राहून वाटून घेत राहिला. थोड्या वेळाने त्याच्या लक्षात आले, की घर जवळ येत चालले आहे. आधी त्याचा विचार असा होता, की आजची रात्र हॉटेलमध्ये खोली घेऊन मायलेकांनी राहावे; पण कंचनची मन:स्थिती बघून तो काही बोलला नाही. घर आले. कार्तिकने टॅक्सी थांबविली आणि 'हा आत्ता आलोच' असे कंचनला सांगून तो जिना चढून वर गेला. कंचनला काही समजले नाही; पण ती गप्प राहून त्याची वाट बघत राहिली. चांगली दहा मिनिटे गेल्यावर कार्तिक आला, टॅक्सीवाल्याला पैसे देऊन तो म्हणाला, "चल बा."

दोन जिने चढून कंचन कार्तिकबरोबर वर पोहोचली. खोलीचे दार उघडे होते आणि आत मंद प्रकाशाचा दिवा लावलेला होता. कंचनने खोलीच्या उंबऱ्यावर पाय ठेवला आणि तिला वाटले, की आत कोणीतरी आहे. तिने मागे वळून पाहिले. कार्तिक सामान हातात घेऊन उभा होता.

◆

तेहत्तीस

कंचन घरात आली. मंद प्रकाशात तिने बघितले, तर घरात कोणी नव्हते. कार्तिकने सामान एका बाजूला ठेवले आणि ट्यूबलाईट लावली. खोलीच्या मधोमध उभ्या असलेल्या कंचनने आता स्वच्छ उजेडात बघितले. घराच्या दरवाजाच्या डाव्या बाजूच्या भिंतीशी एक बऱ्यापैकी मोठा लोखंडाचा पलंग होता. एकावर एक ठेवलेल्या दोन उशा आणि पायगती घडी करून ठेवलेले पांघरूण. पलंगावर घातलेल्या फिक्क्या डिझाईनच्या पांढऱ्या चादरीवर एकही सुरकुती नव्हती. कंचनची काहीतरी शोधत असणारी नजर जाणवत असणारा कार्तिक म्हणाला, ''बा, बस ना पलंगावर.''

एक तऱ्हेचा संकोच वाटत कंचन बसली. तिला काहीसा मन:स्तापही झाला. ती काहीतरी हेरगिरी करायला आली असेल, अशी का वागली? पण नजरेला जे दिसत होते आणि त्याचा जो अर्थ समजत होता, तो कंचनला सहजपणे वागू देत नव्हता. पलंगाच्या समोरच्या भिंतीशी लोखंडाच्या दोन खुर्च्या आणि टीपॉय होते. कोपऱ्यात सेफवाले कपाट होते आणि दुसऱ्या कोपऱ्यात दार. कंचनचा अंदाज खरा ठरत होता. ॲल्युमिनियमचे डबे आणि काचेच्या बरण्या लावून ठेवलेले लाकडाचे शेल्फ, वर माळ्यावरचे जास्तीचे सामान झाकले जावे म्हणून लावलेला पडदा. कंचन बसून राहू शकली नाही. ती उठली. समोरचा बंद दरवाजा उघडला. तो स्वयंपाकघर आणि बाथरूम दोन्हीकडे जाता येईल असा होता. समोर भिंतीतल्या फडताळाच्या खालच्या कप्प्यात पाण्याचा माठ होता आणि वरच्या कप्प्यांमध्ये वापरातली भांडी. उजव्या हाताच्या भिंतीजवळ लाकडाच्या टेबलावर गॅसची शेगडी आणि खाली पाणी भरलेल्या दोन बादल्या. कंचनने स्वयंपाकघरातल्या शेल्फमधून पाण्याचा ग्लास घेतला आणि पाणी प्यायली, साडीच्या पदराच्या टोकाने तोंड पुसले. बाहेर येऊन तिने कार्तिकला विचारले,

''कुठे गेलीय ही?''

कार्तिक दचकला अन् म्हणाला,

''कोण?''

"कोण म्हणजे ह्या घराची मालकीण."

"बा, तू कोणाबद्दल बोलतेयस?" कार्तिक निरर्थक वेड पांघरत म्हणाला.

पलंगावर बसून कंचन शांतपणे म्हणाली, "हे बघ बेटा, आईपासून भूक लपवता येत नाही. आयुष्याची इतकी वर्षं व्यर्थ नाही घालविली मी. घर आणि घरातलं सामान बघून कळतंच आहे इथं कोणाचा हात फिरतोय ते. तुला स्टेशनावर बघितला तेव्हाच शंका आली होती. घरी पोहोचल्यावर तू मला खाली टॅक्सीत बसून ठेवलीस. तुझ्या ह्या वागण्यावरूनच माझ्या लक्षात आलं होतं, की काहीतरी आहे नक्की. आता मोकळेपणानं सगळं सांग आणि हेही सांग, की माझी धाकटी सून कुठे आहे?"

कार्तिकला वाटले होते, की एका रात्रीचाच प्रश्न आहे. काही अडचण येणार नाही; पण आता सटकून जायला वावच नव्हता. तो म्हणाला, "ती शेजारी छत्तीस नंबरमधल्या लोकांकडे आहे."

"ती म्हणजे कोण?" कार्तिकच्या गांगरून जाण्याची मजा वाटत कंचनने विचारले.

"शांता," कार्तिकनं संकोचाने उत्तर दिले.

"आत्ता रात्री अकरा वाजता कोणाच्या घरी तिचं काय काम आहे?"

"नाही. काम होतं म्हणून नाही गेली. ते तर–"

"मी आले म्हणून तू तिला दुसरीकडे पाठवून दिलीस. काय? खरं ना?" कार्तिकने काही उत्तर दिले नाही.

"तू मला न सांगता लग्न करून टाकलंयस. मला ठाऊक आहे, की काळ बदलला आहे. पण तुला तर माहीत आहे, की मी चंद्रकांतलाही मोकळीक दिली होती आणि तुला किंवा अरुणालाही काही बंधन नाही घातलेलं. मी एकटी बाई. माझं कुठं मोठं कुटुंब आहे, व्याही-विहिणी आहेत, जे माझ्या मुलांसाठी मुलगा किंवा मुलगी सुचवतील? आणि शिवाय, तुम्हाला सुखी करेल ती व्यक्ती, मग ती कुठल्याही जातीची असली, तरी माझ्या दृष्टीने तीच ब्राह्मण. मला जरा विचित्र अशासाठी वाटलं, की तू माझ्यापासून ही गोष्ट का लपवलीस?" कंचनचा गळा जरा दाटून आला.

थोडा वेळ कोणीच काहीच बोलले नाही. कार्तिक उठून पाणी पिऊन आला आणि मग बोलू लागला, "बा, तुला जे वाटतंय त्याच्यापेक्षा हकीगत जरा वेगळी आहे. आता विषय निघाला आहे, तर ऐक. हेही शक्य आहे, की सगळी हकीगत ऐकल्यानंतर तू पळभरही ह्या घरात थांबणार नाहीस.

"शांता माझ्याबरोबर ऑफिसात टायपिस्टची नोकरी करते. मी तिला पुष्कळ वर्षांपासून ओळखतो; पण आमचा गाढ परिचय तीन-एक वर्षांपासून झाला आणि

गेली दोन वर्षे आम्ही बरोबर राहात आहोत.'' कार्तिक क्षणभर थांबला. त्यानं कंचनकडे बघण्याचा प्रयत्न केला; पण तो नजर वर करू शकला नाही. कंचन हतप्रभ होऊन ऐकत होती.

''शांताचं लग्न आजपासून पाच वर्षांपूर्वी तिच्या जातीच्या एका तरुणाशी झालं होतं. केरळमध्ये हुंड्याचा रिवाज अतिशय मोठ्या प्रमाणावर आहे. शांताचे आई-वडील मध्यम वर्गातले. त्यांनी साटंलोटं करून शांताच्या इंजिनियर भावाचं लग्न केलं. शांताचा नवरा रेल्वेमध्ये चांगल्या हुद्द्यावर. त्याला शांताशी लग्न करायचं नव्हतं; पण आई-बापापुढे त्याचं काही चाललं नाही. जबरदस्तीनं करून दिलेल्या लग्नात वरचेवर वैमनस्य उभं होऊ लागलं आणि शेवटी शांताला नवऱ्याचं घर सोडावं लागलं.

''एखादं वर्षं ती माहेरी राहिली; पण तिथंही भावाच्या संसारात कलह होऊ लागला. ह्याच सुमारास आमची ओळख जास्त वाढली. मी शांताला आपण लग्न करूया असं सुचवलं. तिनं घटस्फोट मागितला; पण तिचा नवरा तिला घटस्फोट द्यायला तयार नाही. आता जोपर्यंत घटस्फोट मिळत नाही, तोपर्यंत लग्न करणं शक्य नाही.''

कार्तिकचे सांगून झाले. थोडा वेळ तर कंचनला काही समजेना, की काय करावे? लग्न न करता तरुण स्त्री-पुरुषांनी असे एकत्र राहायचे? मनाने चट्दिशी स्वीकारता येईल अशी ही गोष्ट नव्हती. त्यात आणि घटस्फोटित स्त्री! कार्तिकच्या पायात व्यंग आहे म्हणून काय त्याला कुमारिका मुलगी नाही मिळणार? लग्न झाले म्हणजे पती एका जन्माचाच नाही, सात जन्मांचा साथी होतो असे म्हटले जाते. शांताने एका जन्मातच दोन संसार मांडताना विचार नसेल केला?

कंचनला अमृत आणि जया दोघांची एकदमच आठवण झाली. अमृतने दुसरे लग्न केल्याचे समजले तेव्हा तिच्या भावना दुखावल्या होत्या; पण तिला त्यात काही अयोग्य, अशोभनीय वाटले नव्हते. म्हणजे मग काय ती स्वत:ही असंच मानत होती, की पुरुषाने दुसरे लग्न करणे ही तर सामान्य घटना आहे? क्षणभर तिच्या मनात असाही विचार आला, की तिला स्वत:ला जर मुले नसती, तर तिने काय केलं असतं? अमृतशिवाय मग ती अशीच जगू शकली असती का?

आणि दुसरीकडे जया केवळ एका नावासाठी, कुमारिका असूनही विवाहित स्त्री असल्यासारखी जगते आहे. मग तिला वाटले, मनातून भावबंध जुळले असतील किंवा मग मुलं असतील, तर स्त्री एकटी राहू शकत असेल. कोणास ठाऊक, शांताला काय काय दु:ख भोगावं लागलं असेल! जगात कोणाचाच आधार राहिला नसेल तेव्हाच तर ती कार्तिककडे आली असेल. कार्तिक तरी तिच्यावर प्रेम करीत असेल, का मग दयेपोटी त्यानं तिला आसरा दिला असेल? असे तर नसेल, की

त्याच्या स्वत:च्या पायात व्यंग आहे म्हणून त्याने शांताचा स्वीकार केला असेल?

कंचन प्रश्नांच्या जंगलात अडकत चालली होती. एकाएकी मग तिला वाटले, की आता ह्या सगळ्या उलट सुलट विचारांना काय अर्थ आहे? कार्तिक आणि शांता एकत्र राहात आहेत आणि शेजारीपाजारीही त्यांना पति-पत्नीच समजत असतील. तिचं मन शांत झालं आणि तिने विचारले, "सध्या शांताचा नवरा कुठे आहे?"

"डेप्युटेशनवर आसामला गेला आहे."

"तू त्याला भेटलायस?"

"नाही. मी शांताला म्हटलं की मी एकदा त्याला भेटतो; पण ती 'नको' म्हणाली. तो फार धूर्त आणि आडमुठा माणूस आहे. त्याला जर थोडा सुद्धा पत्ता लागला, तर घटस्फोट तर नाहीच द्यायचा, वर आणखी पैसे उकळायला बघेल. राहू दे ते सगळं आता. झोप तू."

कार्तिकने खाली गादी घातली. कंचनने त्याला आग्रह धरून पलंगावर झोपायला लावलं आणि स्वत: खाली झोपली. आत मनात कुठेतरी आईची मर्यादा तिला मुलाच्या अन् सुनेच्या पलंगावर झोपणे स्वीकारू देत नव्हती. कंचन आडवी झाली होती; पण तिचे टक्क उघडे डोळे छताकडे बघत होते. जरा वेळाने कार्तिकला झोप लागल्याचे तिच्या लक्षात आले. कंचन उठून बसली. तिने डोळे बारीक करून बघितले, घड्याळात रात्रीचे दोन वाजले होते. ती विचार करू लागली, की अपरात्री शांताला शेजारी पाठवून कार्तिकने तिच्यावर अन्याय केला होता आणि ती ह्या अन्यायात सामील झाली होती. भले लग्न नसेल झाले; पण त्या घरातली प्रत्येक लहान-मोठी वस्तू सांगत होती, की हे घर शांताचे होते. असे अचानक स्वत:च्या घरातून बाहेर जायला सांगितलं गेलं आणि तेही ज्याला आपलं मानून सगळे सोडून ती आली होती, त्याच्याकडून, तेव्हा कसे वाटले असेल? अपमानाचा हा घोट कसा गिळला असेल तिने?

कंचन उठून उभी राहिली. कार्तिकला झोप लागली होती. दार उघडून ती बाहेर पॅसेजमध्ये आली. तिला आठवलं, कार्तिक छत्तीस नंबर म्हणत होता. दोन दारं सोडून पुढे गेल्यावर छत्तीस नंबरचे दार होते. दारावर टक्‌टक् करायला पुढे झालेला हात एक क्षण थांबला. वाटले, 'कार्तिकनं सांगितलं म्हणून त्याच्या खातर अर्ध्या रात्री घर सोडून जाणाऱ्या शांताचं कार्तिकवर किती प्रेम असेल!' तिनं हळूच दोनदा टक्‌टक् केलं. दार लगेच उघडलं. कोणीतरी जणू वाटच पाहात होतं. समोर उभ्या असलेल्या स्त्रीचा चेहेरा कंचनला बघून जरा पडला. हीच शांता असणार, कदाचित ती कार्तिकची वाट पाहात होती? सावळी, मध्यम बांध्याची. शांताचे मोठाले डोळे संकोचाने खाली वळणार तेवढ्यात कंचन म्हणाली, "तू शांता आहेस ना? चल

घरी.'' आणि तिचा हात धरून कंचन चालू लागली.

घराच्या उंबऱ्याशी आल्यावर तिने शांताला बाहेरच थांबवले. झोपलेल्या कार्तिकला उठविले. आधी तर त्याला काही समजलेच नाही. कंचनने हाताला धरून त्याला उभा केला आणि शांताजवळ नेऊन उभा केला. स्वयंपाकघरात जाऊन कंचन स्टेनलेस स्टीलचा तांब्या घेऊन आली आणि साडीचा पदर त्यावर झाकून तिने कार्तिक आणि शांताच्या डोक्यावरून पाच वेळा लोटा ओवाळून टाकला, मग उंबऱ्यावर त्यातले थोडे पाणी ओतले आणि 'इडापिडा टळो अमंगल पळो' म्हणत कानशिलांवर बोटे मोडून मग त्यांना घरात घेतले.

नमस्कार करायला वाकलेल्या शांताला कंचननं उभं केलं, तशी ती कंचनला मिठी मारून रडू लागली. शांताचे हुंदके जणू स्वत:च्याच शरीराच्या आरपार जात असतील तसे वाटून कंचनही थरथरली. तिला ठाऊक होते, की कार्तिकचा संसार व्यवस्थित मार्गी लागून मांडीवर नातवंडं खेळवायला तिला कितीतरी वाट बघावी लागणार होती. आत्ता तिला फक्त एका स्त्रीची लाचारीच दिसत, जाणवत होती. फाळणीनंतर निर्वासितांच्या कॅम्पमध्ये आलेल्या कितीतरी मुली आणि बायका तिने पाहिल्या होत्या. आईबापही ज्यांना ठेवून घ्यायला तयार नाहीत, त्यांनी जायचं कुठं? 'वरती आकाश अन् खाली धरती!'

शांताच्या पाठीवरून हात फिरवत तिनं तिचं सांत्वन केलं आणि दिलासा दिला, ''सारं काही ठीक होईल. वाट बघण्याखेरीज दुसरं काही करणं शक्य नाही. जे काय होतं ते चांगल्यासाठीच होतं. अजून तर खूप रस्ता कापायचाय. हा जो काळ मिळालाय त्यात एकमेकांना समजून घ्या. त्या समजून घेण्यानंच तुमचे संबंध मजबूत होतील. बाकी रूप किंवा पैसा दोन्ही टिकत नाहीत. जे मुळात स्वत:च तकलादू असतं, ते दुसऱ्याला काय टिकविणार?''

कंचन दुसऱ्या दिवशी सकाळी अहमदाबादला परत जाणार हे ऐकल्यावर शांताने तिला राहण्यासाठी खूप आग्रह केला.

''येईन परत आणि तू कंटाळशील एवढे दिवस राहीन; पण जोपर्यंत माझे हे हातपाय चालतायत, तोपर्यंत मला माझ्या रीतीनं, जसापरच्या घरातच राहायचं आहे. थोरल्याची बायकोही बोलावतेय. सध्या तुम्हीही स्वतंत्रपणे राहा आणि मलाही स्वतंत्रपणे राहू द्या. जर कधी जरूर असली, तर कळवा, अर्ध्या रात्री येऊन उभी राहीन.''

जसापरमध्ये समता चंद्रकांतच्या लग्नानंतर कधी कधी तिला म्हणायची, ''गोराणी'मा, इथं एकट्या राहता, त्या जा ना मुलगा अन् सुनेकडे! छान गरम गरम जेवा, मजेत सेवा करून घ्या. इतकी वर्षं श्रम केलेत, आता तरी विश्रांती घ्या ना!''

कंचन म्हणायची, ''समता, तूच सांग मला, की मी श्रम केले ते कोणासाठी?

माझ्याच मुलांसाठी ना? म्हशीची शिंगं म्हशीला जड होतात का? मुलांना वाढवलं, ते तर माझं कर्तव्यच होतं. कोणाला उधार थोडंच काही दिलंय, की ते वसूल करायचंय? जाईन बाळ, सुनेकडेही जाईन. आत्ता तर चांगली धडधाकट आहे मी. माझं काम मी करू शकतेय. सुनांना सासू अशामुळेच नकोशी होते, की सारा दिवस ऐकवत राहतात, 'आम्ही खूप केलं, आता तुम्ही करा, आम्ही आता थकलो.' अगं बायांनो, हातपाय चालतायत आणि दोन वेळचं जेवण चांगलं पचतंय अन् कसल्या थकता? हे तर सगळे मनाचे खेळ. माणसांना मुलं कशाला हवी असतात? म्हातारपणी आधार मिळावा म्हणून. पण माझे बाई, आधी तुझे पाय चालेनासे तर होऊ देत. आत्तापासूनच पराधीन होऊन मुलांच्या डोक्यावर ओझं लादायचं आणि खरोखर जेव्हा वेळ येईल तेव्हा मुलं तुमचं करून करून कंटाळलेली असतील. खरं सांगू? थोड्यात गोडी.''

मुंबईहून अहमदाबादला जाताना सबंध प्रवासात कंचन तिच्या आयुष्यातल्या बदलत्या रंगांचा विचार करीत राहिली. कधी गुलाबी छटा होती, तर कधी आकाशी निळी छटा, कधी काजळ काळा रंग, तर कधी लालचुटुक. कधी जेव्हा एखाद्या हिरव्यागार सावलीत विश्रांती घ्यायला थांबली होती. तेव्हाच एकदम कुठून कोण जाणे जीवघेण्या उन्हाच्या झळा येऊन पोहोचल्या आणि एका करड्या रंगाच्या औदासिन्याने तर तिला सतत घेरून ठेवली होती.

अरुणा स्टेशनवर तिला उतरवून घ्यायला आली, तेव्हा कौतुक करून घ्यायला आतूर झालेला तिचा चेहेरा बघून कंचनच्या मनात पुन्हा आणखी एक नवी आशा पालवली.

◆

चौतीस

रेल्वे स्टेशनमधून बाहेर निघून रिक्षात बसेपर्यंत अरुणा जेमतेम धीर धरू शकली. गेल्या सहा महिन्यांपासून ज्या बातमीची ती खूप उत्सुकतेने वाट बघत होती, ती बातमी सांगायला ती कालपासून अधीर झाली होती. जया तिथे नव्हती, कोणाला सांगावं? तसे तर चंद्रकांत आणि विशाखा गावात होते; पण जेव्हापासून ती हायस्कूलमध्ये आली आणि चंद्रकांतने तिच्या पुढील शिक्षणाबद्दल फारसा उत्साह दाखवला नाही, तेव्हापासून अरुणाला चंद्रकांत फारसा 'आपला' वाटत नसे. विशाखाशी तर अशीही कमीच घसट. ती अरुणाशी चांगले वागायची; पण तिचे ते वागणे खूप औपचारिक वाटायचे.

लग्नानंतर चंद्रकांतने एकदा-दोनदा तिला त्यांच्या घरीच राहायला जाण्याबद्दल सुचवले होते; पण अरुणाचे उत्तर ठरलेले असायचे, ''फोइबा एकट्या पडतील.'' विशाखाला हे जरा बोचायचे. तिला वाटायचे, की तसे पाहिले तर फोईबांचे असे काय खरे नाते, की सख्ख्या भावाहून ते जास्त वाटावे? पण एकीकडे अरुणा राहायला नाही आली तर बरेच, असे वाटून ती काही बोलत नसे.

मुंबईची गाडी जेव्हा अहमदाबादच्या प्लॅटफॉर्मवर थांबली, त्या क्षणी अरुणाच्या एकदम लक्षात आले, 'बाला सांगता येईल की.'

कितीतरी वर्षांपूर्वी अरुणा अहमदाबादला आली, तेव्हा सुरुवातीला बाचे जवळ नसणे तिला खूपच जाणवायचे. कंचनपासून कधीही दूर न राहिलेली अरुणा जयाला समजू न देता गुपचुप रडत असे. सणावाराला कार्तिक जवळ नसणे जाणवायचे. त्याची तर तिला काळजीही वाटायची. सुटी लागली रे लागली की ती बा कडे पळायची. जयाला हे समजत नसे असे नाही, मा चे मन समजून घेऊन ती स्वत:चं दुःख कधी दाखवत नसे.

जसजसे दिवस जात राहिले तसतशी अरुणा जयाची जास्तच लाडकी होत गेली. अरुणाची मैत्रीण बनून तिने अरुणाचे मन जिंकले आणि हळूहळू ती जणू कंचनचा पर्यायच झाली. अरुणाच्या दृष्टीने जया बा पेक्षाही काही विशेष होती. रोज रात्री जेवताना सबंध दिवसात घडलेल्या सगळ्या लहान-मोठ्या गोष्टी ती जयाला

सांगायची. हायस्कूलमध्ये होमवर्क न केल्याबद्दल पहिल्यांदा अंगठे पकडून उभे राहायची मिळाली. ती शिक्षा असो, की ऑफिसमध्ये हाताखालच्या माणसाला पहिल्यांदा मेमो द्यावा लागला, ती घटना असो, सगळे काही ती जयाला सांगायची.

इतक्या वर्षांमध्ये फारच क्वचित जया इतक्या दूर आणि इतक्या दिवसांसाठी अशी गेली होती. जयाच्या परदेशी जाण्याचा तिला अभिमान जरूर वाटत होता; पण जयाचे इथे नसणे काल तिला खरेखरे जाणवले. अरुणाची बदली गांधीनगरला झाली होती. ट्रेनच्या डब्यातून डोकावणाऱ्या बा ला बघून अरुणाला वाटले, की तिच्या आनंदात सामील व्हायला बा होती की! ती काही एकटी नव्हती.

एकाकीपणाची गोष्ट निघाली की गुरुजी म्हणायचे, "अखेर प्रत्येकजण एकटाच असतो आणि हे केवळ जन्म आणि मृत्यूच्या संदर्भातच खरं नाही. ज्याचं आतलं चैतन्य जागृत होतं, त्याला एकाकीपणा जाणवतो. सगळे झोपलेले असताना जो जागा असतो, त्याला जसं एकाकी वाटतं, तसं. जागृत चैतन्य असणं हे वरदान म्हटलं तर वरदान आणि अभिशाप म्हटला तर अभिशाप. ह्या एकाकी असण्याला एकदा वास्तव, सत्य म्हणून स्वीकारलंत की मग तुमचं वृथा धडपड करणं थांबेल. असं एकटं असतानाच स्वत:ला समजून घेणं शक्य आहे. ह्या 'स्व'ला नीट समजून घेण्यासाठी ज्ञान आणि ध्यान हे दोन मार्ग आहेत. ज्याला 'स्व' सापडतो, त्याच्या लक्षात येतं की 'स्व'शिवाय इतर जे काही आहे, ती सर्व साधनं आहेत. साधनं असणं किंवा मिळविणं हे उद्देश्य नाही. 'आश्ना अपनी हकीकतसे हो ए देहकान जरा, काश्त भी तू, बारां भी तू, हासिल भी तू' (हे जमीन कसणाऱ्या शेतकऱ्या, जरा स्वत:ला ओळख. शेती तूच आहेस, पाऊसही तूच आहेस आणि पीकही तूच आहेस.)"

अरुणाला हे ऐकायला फार आवडायचं. 'तू ही सागर है तूही किनारा.' एवढेच की ह्या म्हणण्याची प्रचीती अजून तिला आली नव्हती. त्या उंचीला पोहोचण्याइतकी अजून तिची साधना झाली नव्हती, तेवढी योग्यता अजून आली नव्हती. म्हणूनच तिला नोकरीच्या जागी असे वाटत राहायचे, की ती इथे आली होती ते चुकलं होतं. नोकरी करायचा तिने विचार केला तेव्हापासून तिने ठरवले होते, की सरकारी नोकरी केली तर ती अधिकारी पदावरच करायची.

जयाबरोबर राहून तिला संस्था चालवण्याचा बऱ्यापैकी अनुभव मिळाला होता. समाजकल्याण खात्याच्या महिला विकास विभागात क्लास वन अधिकारी म्हणून तिची नेमणूक झाली, तेव्हा तिला खूप उत्साह वाटत होता. स्त्रियांच्या संस्थेत राहून तिने स्त्रियांच्या प्रश्नांचा खूप जवळून अभ्यास केला होता. कौटुंबिक आणि सामाजिक गैरप्रकार अमुक एका मर्यादेपर्यंत का होईना, योग्य प्रशासनाने आणि कायद्याने थांबवता येतात. तिला वाटायचं की अनावश्यक पत्रव्यवहाराने होणाऱ्या विलंबामुळे

अडकून राहणारी स्त्री-विकासाची लहान लहान कामे आता भराभरा पुरी करता येतील. पण थोड्याच दिवसांत अरुणाचा हा भ्रम दूर झाला.

काम करणे जितके सोपे असते तितके काम करवून घेणे सोपे नसते. अधिकारी पदावर पोहोचल्यावरही तिला हाच अनुभव आला, की तिच्यासारख्या तीन-चार बायका वरच्या हुद्द्यावर पोहोचण्याने काहीही फरक पडत नाही. सरकारी ऑफिसांमधून बहुतेकांची विचारसरणी अशीच असते, की बाईला ती अशी काय बुद्धिमत्ता असते? प्रशासनाच्या क्षेत्रात तिला काय येणार? तिला आपले दागिने, लोणची, टोमणे, कुचाळक्या, ह्यांपलीकडे काही येणार नाही. स्त्री अधिकारी असेल तरी तिच्याकडे कुठलाही पुरुष प्रथम एक स्त्री ह्या दृष्टीने बघेल आणि मग अधिकारी ह्या दृष्टीनं.

सुरुवातीला अरुणाने स्टाफच्या लोकांबरोबर अनौपचारिक पद्धतीने वागायचा प्रयत्न केला, तेव्हा तिच्या लक्षात आले, की स्टाफमधल्या माणसांना 'मॅडम'ची स्तुती करून त्यातून स्वत:चा फायदा करून घेऊ बघण्यातच रुची असायची. मग ती जरा अंतर ठेवून वागू लागली, तेव्हा स्त्री-अधिकाऱ्याच्या आज्ञेचे पालन करताना स्टाफमधल्या पुरुषांच्या चेहेऱ्यावर तरळून जाणारी लाचारी, क्रोध आणि तुच्छता यांची भावना बघून अरुणाचा संताप व्हायचा.

अशा अव्यक्त छुप्या संघर्षाला टक्कर देण्यातच अरुणाची अर्धी शक्ती खर्च व्हायची. तिला माहीत होतं, की तिच्या ऑफिसमध्ये 'मॅडम'समोर त-त, प-प करणारा माणूस तेथून बाहेर पडल्यावर त्यानं एका मादीसमोर दाखवलेल्या मर्दानगीची तुतारी वाजवायचा. त्याच्या शौर्यकथा ऐकणाऱ्या श्रोत्यांमध्ये बायकाही असायच्या. दु:ख ह्याचे होते, की व्यंगार्थपूर्ण हसणाऱ्या किंवा द्व्यर्थी अर्थ काढून खीं-खीं करणाऱ्या ह्या बायकांचा स्वाभिमानच मेला होता. एवढेच नाही, तर सदैव पुरुषाचे श्रेष्ठत्व मान्य करीत आणि सहन करीत आलेल्या ह्या स्त्रियांची मनोधारणाही तशीच झाली होती. पुरुष अधिकाऱ्यांची दंडेली त्यांना चालत होती; पण स्त्री अधिकाऱ्याची नियमानुसार केलेली कार्यवाही मात्र बोचत असे.

बी.सी.एस.आर. (सरकारी कर्मचाऱ्यांसाठीचे नियम, त्यांचे अधिकार आणि कर्तव्ये ह्यांबद्दल मार्गदर्शन करणारे पुस्तक) आणि जी.आर. (जनरल रेझेल्यूशन्स–सरकारी धोरणे, कायदे, नियम इत्यादी बाबत ठराव) ह्या खुंटांना बांधलेल्या सत्तेला कधीतरी मोकळीक मिळायची. अशा वेळी जरा आशा वाटायची. तेवढ्यात पुन्हा वरचे अधिकारी आणि राजकारणी ह्यांची आपसांत काहीतरी सौदेबाजी व्हायची आणि अरुणाची सत्ता ही त्यांच्या हातातले एक प्यादे होऊन बसायची. ती मग चडफडायची. जयाजवळ ती पुष्कळदा मन मोकळे करायची.

कधी कधी तिला नोकरी सोडून द्यावी असेही वाटायचे. मग जया तिला समजवायची, की नोकरीत राहिलीस तर आज ना उद्या, केव्हातरी काही चांगलं

काम करण्याची संधी मिळेल. सबंध एवढ्या कारभारातली आपण फक्त एक लहानशी बिजागरी आहोत, असे वाटत असताना कामातून संतोष मिळणे अवघड होते. काहीतरी सार्थकता वाटावी अशी फार इच्छा असणारी अरुणा विकासगृहात थोडे-फार काम करायची; पण स्वत:ला ती फार काळ अशा खोट्या समाधानावर खूष ठेवू शकत नसे; कारण ते समाधान फार काळ टिकत नसे.

रिक्षात बसल्याबरोबर अरुणाने शाबासकीच्या अपेक्षेने आपला आनंद प्रकट केला.

"बा, माझी बदली गांधीनगरला झाली."

अरुणाच्या आवाजातला उत्साह लक्षात आलेल्या कंचननं विचारलं, "तू बदली मागितली होतीस?"

"नाही. पण माझी इच्छा होती, व्हावी अशी. आमच्या ऑफिसमधून कोणी चट्दिशी तिकडे जायला तयार होत नाही. मला गांधीनगर खूप आवडतं हे तुला तर ठाऊकच आहे."

जेव्हा केव्हा अरुणा ऑफिसच्या कामासाठी गांधीनगरला जायची, तेव्हा तिला परत यायला आवडायचे नाही. सरकारी कारभारातल्या कोंडमाऱ्याची भरपाई शहराच्या मोकळेपणाने व्हायची. मोकळी हिरवीगार प्रशस्त जागा आणि शांतता. ऑफिसचे बहुतेक सगळे लोक अहमदाबादला राहात असत. त्यांना गांधीनगरमध्ये राहणे म्हणजे काळ्यापाण्याची शिक्षा झाल्यासारखे वाटायचे. सुटी-सुटी घरे, भरपूर झाडी आणि मोजकी वस्ती. ऑफिसमधून घरी आल्यावर करायचं काय?

इथे रस्त्यावर ट्रॅफिकचे जंजाळ नाही, संध्याकाळी गिरण्यांचा गुदमरून टाकणारा धूर नाही, फूटपाथवरचे बाजार नाहीत, थिएटर्स नाहीत, हॉटेल्स नाहीत, नाश्त्याच्या हातगाड्या नाहीत, कथा-कीर्तने, मैफिली नाहीत, वराती, मिरवणुका नाहीत. एवढ्या शांततेत राहायचे कसे?

अरुणाला मात्र गांधीनगरच्या हिरवाई आणि शांततेपुढे अजून विकास होत असणाऱ्या, वसत असणाऱ्या शहराच्या सगळ्या गैरसोयी माफ होत्या. अहमदाबाद दिवसेंदिवस उतू जात असल्यासारखे वाढत होते. गर्दी आणि गोंगाटाने माणूस हैराण व्हायचा. जुन्या सोसायट्यांमधले भव्य बंगले पाडले जात होते. फड्या निवडुंगासारखे रात्रीतल्या रात्रीच शॉपिंग सेंटर्स उभे होत होते. घर आणि दुकान ह्यांच्यामधले फरक पुसले जाऊ लागले होते. अरुणाला सगळ्यांत आनंद ह्या गोष्टीचा होता, की आता गुरुजींचा आश्रम जवळ असणार होता. अहमदाबाद-गांधीनगर रस्त्यावर साबरमतीच्या किनाऱ्यावर स्वामी धैर्यानंदांचा ज्ञानसाधना आश्रम होता. सुमारे तीन वर्षांपूर्वी विकासगृहात एका योगशिबिराचे आयोजन करण्यात

आले होते. त्या शिबिराच्या उद्‌घाटनप्रसंगी तिने स्वामी धैर्यानंदांचे भाषण प्रथम ऐकले होते. त्यांच्या बोलण्यामध्ये आध्यात्मिकता आणि बौद्धिकता ह्यांचा सुंदर मेळ होता. केवळ श्रद्धा म्हणून अरुणा कोणतीही गोष्ट स्वीकारू शकत नसे. प्रत्येक गोष्टीतली तर्कशुद्धता तिला पटणे तिच्यासाठी आवश्यक असे. जीवनाचे सार्थक कशाने होते, हे स्वामीजी अतिशय वेगळ्याच पद्धतीने समजावून सांगायचे.

त्या योगशिबिरात अरुणाने भाग घेतला तेव्हा तिला असे जाणवले की ध्यानधारणा केली, तर तेवढ्या वेळात मनाची अस्वस्थता काही अंशी कमी होते. त्यानंतर ती नियमितपणे योगशिबिरांमध्ये भाग घेऊ लागली. महिन्याच्या दुसऱ्या आणि चौथ्या शनिवारी-रविवारी ती न चुकता आश्रमात जायची. तिथे आयुर्वेदाचे चिकित्सालयही होतं. अरुणाला तिथे आलेल्या रोग्यांशी बोलायला आवडायचे. काहीतरी काम केल्याचा संतोष मिळायचा. ती आपला आपलाच आयुर्वेदाचा अभ्यासही करू लागली होती.

सुरुवातीला एक-दोनदा जयाने तिचे मन जाणून घ्यायचा प्रयत्न केला होता. जयाला शंका होती, की आयुष्यातल्या एखाद्या उणिवेची पूर्ती करण्याचा मार्ग अरुणा शोधत होती की काय? कारण तसं असेल, तर ती उणीव पूर्ण झाली तर ती परत फिरेल आणि मग स्वत:च्याच मनातून उतरेल. पण अरुणाला काहीतरी ठोस काम करून सार्थकता वाटून घ्यायची होती. जयाने मग तिला थांबवलं नाही. चंद्रकांतला मात्र हे फारसे आवडले नव्हते.

दर थोड्या दिवसांनी वर्तमानपत्रांमधून येणारे साधूंचे आणि बुवांचे पराक्रम वाचून चंद्रकांतला मनापासून वाटायचे, की असल्या आश्रमांमध्ये जाऊ नये. त्याने अरुणाला रागाने म्हटले होते, ''असले साधू अन् बुवामहाराज शिष्या शोधतच असतात. चांगली शिकलीसवरलेली असून तू अशा लबाड लोकांच्या बोलण्याला फसतेस हे म्हणजे बुद्धीचं दिवाळं काढल्यापैकीच आहे.''

अरुणाने शांतपणे चंद्रकांतला उत्तर दिले होते, ''वर्तमानपत्रात येणाऱ्या एखाद-दुसऱ्या हकीगतींवरून सर्व साधूंबद्दल असं मत करून घेणं बरोबर नाही. खरं म्हणजे सत्य काय आहे ते समजून घेण्याआधी असं विधान करणं, हेच बुद्धीचं दिवाळं काढल्यासारखं आहे. मी कुठल्याही चमत्काराच्या किंवा सिद्धीच्या शोधात आश्रमात जात नाही. आणखी काही नाही, तरी आजारी माणसांची सेवा करता आली तरी माझ्या दृष्टीनं ते पुष्कळ आहे; पण तुम्हाला माझे विचार नाही समजायचे. ते जरा जटिल आहेत, त्यांचं मर्म समजून घ्यायला.''

रिक्षा लक्कडिया पुलावरून पुढे गेली तोपर्यंत कंचन काही बोलली नाही. अरुणाला कळेना बा काहीच का बोलली नाही. तिने विचारले, ''माझी बदली झाली

ते तुला आवडलं नाही?''

जरा वेळ जाऊन देऊन मग कंचन म्हणाली, ''मला तुझी काळजी वाटली. हे रोज गांधीनगरपर्यंत जायचं-यायचं, बसच्या प्रवासाचा त्रास, तुला ताण पडेल.''

''ते तर थोडे दिवस. मग मला सरकारी घर मिळेल, मग गांधीनगरमध्येच राहायचं असेल.''

''पण लोक म्हणतात, की तिथे वस्ती कमी आहे. अशा ठिकाणी एकटं राहायचं–''

''हे बघ बा, मी तर ठरवलंच आहे, की मी कायम एकटीच राहणार आहे. मग घाबरून कसं चालेल? शिवाय, माझ्या गुरुजींचा आश्रमही जवळच आहे. आश्रमाच्या विशाल आवारात साधकांसाठी ध्यानकुटिरंही बांधली जाणार आहेत. माझा विचार नंतर मग तिथंच एक कुटिर बनवून घ्यायचं आहे.''

अरुणाच्या गळ्यातल्या रुद्राक्षांच्या लहान मण्यांच्या माळेचा अर्थ कंचनला आता समजला. तिला म्हणावेसे वाटले, 'जगण्यासाठी माणसाला काही ना काही आधार घ्यावाच लागतो. कोणी गृहस्थाश्रमाचा आधार घेतं, तर कोणी ज्ञानसाधनाश्रमाचा.'

कंचन बोलली काहीच नाही. अरुणा आता लहान नव्हती. तिच्या स्वत:च्या अनुभवांनी तिला जे समजेल, पटेल तेच खरे. मुलांना कधी कधी स्वातंत्र्य दिलेच पाहिजे.

थोड्याच वेळात रिक्षा चंद्रकांतच्या घराबाहेर येऊन उभी राहिली. त्याने कोचरबमधले एका खोलीचे घर सोडले होते आणि तो वासणाजवळ जवाहरनगर सोसायटीत राहात होता. घराचे मालक लंडनला राहात होते. बंगल्याची समोरची खोली आणि व्हरांडा बंद होता, तेवढी जागा घरमालकाच्या ताब्यात होती. पाठीमागची एक खोली आणि स्वयंपाकघर चंद्रकांत वापरत होता. जुन्या पद्धतीचे बांधकाम होते. त्यामुळे स्वयंपाकघर बाहेरच्या खोलीएवढेच मोठे होते.

रिक्षाचा आवाज ऐकून विशाखा बाहेर आली. ती आता अंगाने जरा भरली होती आणि तिचा रंगही उजळला होता.

◆

पस्तीस

विशाखाला बघून कंचन अरुणाला म्हणाली, "तू तर मला सगळ्या बातम्या सांगितल्याच नाहीस?"

"कुठल्या बातम्या?" अरुणा जरा गोंधळून म्हणाली.

"ही– तू फोईबा (आत्या) होणार असल्याची?" कंचनने विशाखाला प्रेमाने कुरवाळत म्हटले.

"त्यात मला काय कळणार? भाभीनं तर काही सांगितलं नव्हतं." अरुणा स्पष्टीकरण द्यायचा व्यर्थ प्रयत्न करीत म्हणाली. अविवाहित अरुणाला कसे समजणार? विशाखाचे खुललेले रूप आणि चालण्यातला बदल बघूनच कंचनच्या लक्षात आले होते. अनुभवी अशांनाच म्हणायचे ना?

विशाखाच्या चेहेऱ्यावर एक आगळेच पूर्णत्वाचे तेज झळकत होते, आणि चालीमध्ये एक वेगळाच अभिमान. तिला बघून कंचनला शांताचा उतरलेला, ओशाळवाणा चेहेरा आठवला. कोणास ठाऊक ती केव्हा आई होऊ शकेल? एक उसासा टाकत कंचनने आपल्या मनाला समजावले, की विशाखाला दिवस गेले ते शांताच्या शांत मनातून मिळालेल्या दुव्यांमुळेच कशावरून नसतील?

विशाखाला खूप वर्षांनी दिवस गेले होते. अर्थात कंचनला तशी साधारण कल्पना होती, की जोपर्यंत विशाखाच्या धाकट्या भावाला नोकरी लागत नाही, तोपर्यंत चंद्रकांतला मुलाची जबाबदारी घ्यायची नव्हती. रुखीभाभी एक-दोनदा कंचनला म्हणाल्याही होत्या, "नाहीतर विशाखाला डॉक्टरकडे घेऊन जा हवं तर, म्हणजे आपल्याला पुढे काय करायचं हे तरी समजेल."

मूल होत नसेल, तेव्हा पहिली शंका सुनेबद्दलच घेतली जाते. एवढेच नाही, ताबडतोब दुसरं लग्नही ठरवलं जातं. रुखीभाभींच्या बोलण्याचा अर्थ स्पष्ट करून घ्यायला कंचनने विचारले,

"म्हणजे?"

"म्हणजे आणखी काय दुसरं? आपल्या कराचीत रणछोडलाईनमध्ये राहणाऱ्या त्या मुगटलालनं एका आंधळ्या बाईच्या जन्माचं कल्याण नव्हतं का केलं? असं

म्हणतात ना, की काहीतरी उणीव असणारी आणली, तर पहिली जी उणीव असेल ती दूर होते. त्यांनी मुलासाठीच तर दुसरं लग्न केलं होतं ना!''

''मला नाही कुठल्या बाईच्या जन्माचं कल्याण करायचं किंवा सत्यानाश करायचा. माझी जी आहे ती सून सोन्यासारखी आहे.''

विशाखाच्या डोहाळजेवणानंतर कंचनला अहमदाबादला राहणे भागच पडले. विशाखाच्या माहेरची पद्धत अशी, की मुलीचे पहिले बाळंतपण माहेरी करायचे नाही. कितीतरी वर्षांपूर्वी त्यांच्या घरच्या कोणा गर्भवती मुलीला सासरचे डोहाळेजेवण झाल्यावर पहिल्या बाळंतपणाला म्हणून माहेरी आणली होती; पण बाळंतपणात ती मुलगी अन् बाळ दोघेही दगावले. तेव्हापासून त्यांच्या घरात सातव्यातली ओटी भरल्यावर मुलीला माहेरी नेत नसत. नाहीतरी विशाखाच्या आईच्या प्रकृतीला मुलीचे बाळंतपण झेपण्यासारखे नव्हते आणि पैशाच्या दृष्टीनेही अवघडच होते. कंचनला वाटले, एका दृष्टीने बरेच झाले. सुनेचे खाणेपिणे नीट सांभाळता येईल.

आनंदच्या जन्मानंतर सव्वा महिन्याने विशाखा पुन्हा स्वयंपाकघर सांभाळू लागली, तेव्हा एक दिवस चंद्रकांत कंचनबांना म्हणाला, ''बा, तू आता इथंच राहिलीस तर आम्हांला आनंदची काळजी राहणार नाही. आम्हांला त्याच्यासाठी एखादी बाई ठेवावी लागेल किंवा कोणाच्या तरी घरी ठेवावा लागेल, नाहीतर मग त्याला पाळणाघरात ठेवावा लागेल. पैसे देऊन माणसं मिळतात; पण आपला जीव टांगणीला लागून राहतो, मुलाचं नीट होईल, न होईल, ह्या विचारानं. तशा विशाखाच्या आई आहेत; पण त्यांना वरचेवर दम्याचा त्रास होतो-''

कंचनबांना अहमदाबादला राहायला तशी विशेष हरकत अशी नव्हती, हे खरे, की इथे सोसायटीमध्ये अनोळखी परकेपण वाटायचे. गावी जी आपुलकी असायची, किंवा हक्कानं कोणाची मदत घेता यायची, तसे इथे नव्हते. अर्थात चंद्रकांतखेरीज गावात जया आणि जवळच अरुणाही होती. कंचनबांनी विचार केला, की आजपर्यंत गोष्ट वेगळी होती. सुनेला मूल नव्हते, ती स्वतंत्र आणि मी पण स्वतंत्र; परंतु आता स्वत:च्या रक्ताचा अंश असलेल्या नातवाकडे दुर्लक्ष होऊ देऊन आपलं स्वातंत्र्य सांभाळायचे हा निव्वळ स्वार्थ होता आणि शिवाय जसापरमध्ये असं किती वर्षं एकटं राहता येणार होतं? आज ना उद्या मुलगा अन् सुनेकडे यावंच लागणार होतं. अंथरुण धरल्यावर आली असती तर सुनेला वाटणार होतं, की 'बघितलं, मला जरूर होती तेव्हा नाही आल्या आणि आता आल्या ना नाक घासत.' आणि मग अशा परिस्थितीत मी प्रेमाची आणि माझी काळजी घेण्याची अपेक्षा कुठल्या तोंडानं करेन? कंचनबांनी अहमदाबादला राहण्याचे कबूल केले.

सुरुवातीला कंचनबांना जरा कठीण गेले. त्यांची कित्येक वर्षांची कामाची एक पद्धत होती. लवकर उठायचे, केरवारे करायचे आणि अंघोळ करून मगच स्वयंपाकघरात पाऊल टाकायचे. विशाखाची पद्धत वेगळी. ती सगळे काम आणि स्वयंपाक आटोपून मग अंघोळीला जायची. जेवून ऑफिसला जायची. सकाळ-संध्याकाळचा स्वयंपाक ती स्वतः करायची. तिला वाटायचं की बा सारा दिवस आनंदला सांभाळतात, तर त्यांना त्रास देऊ नये. संध्याकाळी ऑफिस सुटल्यावर दोघे नवराबायको बाजारातली कामे आटोपून यायची, तोवर बराच उशीर व्हायचा. मग घाईघाईने भाजी-भाकरी किंवा काहीतरी ढोकळा, थेपले असे फरसाण बनवण्याशिवाय गत्यंतरच नसायचे. आणि शिवाय सारा दिवस गेल्यावर आनंदने मा ला बघितले, की तो विशाखाला सोडत नसे. एक तर जेवायला उशीर व्हायचा आणि तेही कोरडे कोरडे. कंचनबांना पचायला त्रास व्हायचा. अशा तऱ्हेने सासू-सुनेच्या मनात काही असंतोष, राग नसूनही कामाच्या पद्धतीत असलेल्या फरकामुळे एक दिसू न शकणारा तणाव वातावरणात असायचा.

कंचनबांनी शेवटी स्वतःच हे वातावरण सुधारायचे ठरवले. "हे बघ विशाखा, ह्या आनंदला तू सारा दिवस दिसत नाहीस ना, त्यामुळे तो फार अस्वस्थ होतो. सकाळी तू स्वयंपाकात गुंतलेली असतेस त्यामुळे तुला ना मुलाकडे लक्ष देता येत ना चंद्रकांतकडे. आता ह्यापुढे स्वयंपाकाची जबाबदारी तुझ्यावर नाही. ते काम मी करेन. तू सकाळी आनंदबरोबर पुरेसा वेळ घालव आणि शिवाय, स्वयंपाकाखेरीज मला कुठं दुसरं काही काम करायचं असतं? इतर कामं तर सगळं मोलकरीण करते, आणि अजून माझ्यामध्ये चांगली शक्ती आहे. म्हणून काम करीत राहिले तर माझ्याही शरीराला हालचाल होत राहील. नाहीतर सगळे सांधे आणि बिजागऱ्या गंजून लवकर मोडकळीला येतील."

दिवस जात होते. आनंदचा पहिला वाढदिवस आला तेव्हा जया कायमची दुबईला निघून गेली होती. जया पहिल्यांदा दुबईला गेली तेव्हा वर्तमानपत्रात तिचा फोटो आणि नाव बघून अनीस जयाला जाऊन भेटला होता. पाकिस्तान सोडून तो गेली दहा वर्षे दुबईला व्यापार करीत होता. जयाला भेटून त्यानं कित्येक वर्षांपूर्वीचा प्रस्ताव पुन्हा तिच्यापुढे मांडला होता. अनीसची पत्नी पाकिस्तानातच राहात होती. पित्याच्या संपत्तीची ती एकुलती एक वारसदार होती आणि तिने अनीसपासून तलाक मागितला होता. जयाने तेव्हा तरी काही उत्तर दिले नव्हते. तिचे मन द्विधा होते. झरीना नाव घेणे आणि खरोखरच झरीना होऊन त्या समाजाचा भाग बनून जाणे ह्या दोन वेगळ्या गोष्टी होत्या. पोहायचे कसे ते माहीत असणे आणि पोहणे ह्यात जो फरक आहे, तोच ह्या दोन गोष्टींमध्ये होता. तिने कंचनला सगळे सांगितले.

कंचनच्या लक्षात आले, की ज्या अरुणाला जया तिचा आधार मानत होती, तिने आपली दिशा बदलली होती. जयाची नोकरीचीही फार वर्षं बाकी नव्हती. वय तर दिवसेंदिवस वाढणारच होते. कंचनही नसेल तेव्हा कधी गरज पडली तर तिचे कोण? तरुण वयात एकटे राहता येतं, शरीरात शक्ती असते, मन मजबूत असते; पण चाळिशी उलटत जाईल तसतसा मनाला एकटेपणा जाणवू लागतो. हे जीवन किती विचित्र असते! जसजसा वास्तवाचा अनुभव येत जातो, तसतसा मनुष्य जास्त मजबूत होत गेला पाहिजे; पण बहुतेकांच्या बाबतीत असे घडत नाही, उलट तो जास्त हळवा होत जातो.

कंचननं जयाला दुबईला जायचा नुसता सल्लाच नाही, अगदी आग्रहाचा सल्ला दिला. तिथंही जयाला आवडणारी कामे करण्याची संधी होती. इतकी वर्षं ज्याची केवळ नावापुरतीच पत्नी म्हणून जगत होती, त्या अनीसची साथ-सोबत आता मिळणार होती. आयुष्यात प्रेम आणि मैत्रीच्या बाबतीत कधीही फार उशीर झालेला नसतो.

जयाने जेव्हा कायमचा भारत सोडला, तेव्हा कंचनला वाटले, 'प्रत्येक व्यक्तीला भविष्यकाळाचा काही ना काही संकेत मिळतच असतो. जया जेव्हा प्रथम परदेशी गेली तेव्हा कंचन जी इतकी विव्हळ झाली होती, तो कदाचित ह्या कायमचा निरोप घ्यावा लागण्याचा पूर्वसंकेत होता. पण तेव्हा असे लक्षात आले नव्हते. सगळ्यांनाच अशा तर्कहीन वाटणाऱ्या पूर्वसंकेतांचा अर्थ समजू लागला, तर सगळे जण भविष्य सांगू शकतील की! जया गेली. संसार, घरदार, मुले, सून, नातवंडं सगळे असूनही कंचन अगदी एकटी पडली.

अहमदाबादला आल्यानंतर उन्हाळ्यात जसापरला एकदा जाऊन यावे लागायचे. पावसाळ्यापूर्वी घराची कौलं शाकारून घ्यायची असत. देशी कौले होती. वानरांमुळे वर्षभरात काही कौलं तुटायचीच, कधी कधी साप शोधताना मोर कौले विस्कटून टाकायचे. तिथे राहायचे नसले, तरी घराची दुरुस्ती करून घेऊन देखरेख तर ठेवावी लागायचीच. नाहीतर पडझड होऊन घराची नासाडी व्हायची शक्यता होती.

चंद्रकांतला ही सगळी कटकट आवडायची नाही. त्याला घरावर करावा लागणारा खर्चही अनाठायी वाटायचा. त्यातच योगायोगाने चंद्रकांतच्या घरमालकांनी चंद्रकांतने घर विकत घेऊन टाकावे असा प्रस्ताव मांडला. विकत घेऊन टाका किंवा रिकामे करा असे त्यांचे म्हणणे होते. चांगल्या उपनगरात भाड्याने दुसरे घर मिळणं अवघडच होते. घर विकत घेण्यासाठी सरकारी कर्ज घेतले, तर जितके भाडे होते, तितकेच जवळजवळ कर्जाचे हप्ते भरले, की काही वर्षांनी घर स्वतःचे होणार होते. तसे कर्ज चंद्रकांतला मिळाले असते, पण ते अमुक रकमेचे. उरलेली रक्कम कोठून

आणायची? चंद्रकांत काळजीत पडला होता. कंचनबांनी जसापरचे घर विकून पैसे उभे करण्याचे ठरवले.

जसापरचे घर कोण घेईल हा प्रश्न नव्हता. तिथं शक्तिमाचे मंदिर बांधायची ठाकोरसाहेबांची फार वर्षांपासून इच्छा होती. कंचनबांनी प्रत्यक्ष भेटून सांगितले, तेव्हा हरिप्रियाला आधी हे आवडले नाही. अशीही त्यांची 'सखी' आता इथे राहात नसे, आता घरही विकून टाकले तर मग काय नंतर कधीच पूर्वीसारखा एकत्र वेळ घालवायला मिळणार नाही? दोघी मैत्रिणी रात्री उशिरापर्यंत सुखदु:खाच्या गुजगोष्टी करीत बसायच्या. मग त्यांना वाटले, आता नाहीतरी ते वय आणि ती परिस्थिती कुठे राहिलीय?

तरी हरिप्रियांना राहवले नाही. त्या म्हणाल्या, "समजा, तिथं काही अडचण उत्पन्न झाली किंवा मुला-सुनेशी काहीतरी बेबनाव झाला, तर..."

"सखी, तुमच्या मनात असा किंतु येतोय तो बरोबरही आहे; पण तुम्हीच सांगा, आपण चांगुलपणाने जगण्यासाठी कोणाकोणाशी जमवून घेत नाही? शेजाऱ्यापासून ते मोलकरणीपर्यंत प्रत्येकाशी वागताना आपण थोडं फार सोडून द्यायला शिकतो. मला तर मुलाशी अन् सुनेशी जमवून घ्यायचंय. दुसरं असं, की पैसे देऊ शकणं शक्य आहे तरी त्यांना पैशाची अडचण पडू देण्यापेक्षा, माझ्या हातानंच त्यांच्या वाटणीचे पैसे त्यांना देऊन टाकून खूष करण्यात वाईट काय आहे? मी माझाच विचार करून पैसे साठवायचे आणि मुलांना पैशांची चणचण असायची, हा कुठला न्याय? त्यांचे आत्ता हिंडण्याफिरण्याचे, मौजमजा करण्याचे दिवस आहेत. ती निश्चिंतपणे जगू शकली तर त्यांचं आयुष्य वाढेल, प्रकृतीही नीट राहील आणि शेवटी उद्याचं कोणी पाहिलंय? परमेश्वर जर मुंगीला कणभर आणि हत्तीला मणभर खायला देतच असतो, तर मला थोडाच उपाशी ठेवेल? मी कुठे देवाचा बाजार मांडून पैसे केलेत ती मी उद्याची चिंता करू? तोच करेल की माझी चिंता!"

घर विकण्याचं ठरवणं सोपं होतं; पण हे घर प्रत्यक्ष सोडणं सोपं नव्हतं. हे घर सोडणं म्हणजे शरीरावरचं एक आवरण काढून दुसरे चढवण्यासारखे होते. सापाला कात टाकणं अनिवार्य असते, नाही तर ती कात त्याच्या डोळ्यांवरही चढून डोळे पण बंद करून टाकते, तो आंधळा होतो. योग्य वेळी योग्य काम करावेच लागते. स्वत:ला वेदना होतील त्या सहन करून उठणारे ओरखडे सहन करूनही समोर आलेल्या अडचणीतून सुटका करून घ्यावीच लागते.

घर ठाकोरसाहेबांना सोपवायचं होतं तेव्हा चंद्रकांत बरोबर आला होता. जे सामान कामाचे होते, तेवढे ठेवून बाकीचे विकून टाकायचे होते. पितळेची भांडी मोडीत काढण्यासाठी वेगवेगळी करताना चंद्रकांत म्हणाला, "बा! आता हे पितळेचं तसराळं रुखीभाभींना परत देऊन या." कंचनबांना चंद्रकांतची ही थट्टा आवडली

नाही. त्यांना ठाऊक होतं, की चंद्रकांतला ते तसराळे नजरेसमोरही नको असे. अहमदाबादला कधी एखादा साधू पीठ मागायला यायचा तेव्हा त्याला बघून तो संतापायचा, ओरडायचा. तो भूतकाळापासून दूर पळू बघत होता. कंचनसाठी मात्र ते तसराळे तर 'अक्षयपात्र' होते. तिच्या मनात आले,

'श्रीकृष्णानं द्रौपदीला अक्षयपात्र दिलं होतं. वनवासाचे अतिशय कठीण दिवस पांडवांनी ह्या अक्षयपात्राच्या मदतीनंच पार पाडले होते. तसंच रुखीभाभींसारख्या भोल्याभाबड्या सरळ मनाच्या स्त्रीनं मला हे अक्षयपात्र दिलं आहे. माझ्यासाठी हे अक्षयपात्र जगण्याचा, संकटांशी झुंजण्याचा आधार आहे. वेळोवेळी काळाच्या झळा भले माझी परीक्षा घेत राहोत, माझ्या आयुष्याचा झरा सुकला नाही त्याचं कारण हे अक्षयपात्र आहे. हे बघितलं की माझे पाय जमिनीवर भक्कम टिकून राहतात. हे अक्षयपात्र मला कायम आठवण करून देत राहतं, की काळ हीच सर्वांत मोठी शक्ती आहे. सुखाची शीतल सावली जर कायम टिकत नाही, तर दुःखाचा लाव्हाही टिकणार नाही. हे अक्षयपात्र बघून मी शिकले आहे, की सगळं काळावर सोपवून द्यायचं आणि संघर्ष करीत राहणं सोडायचं नाही. माझ्या आयुष्यातली एकमात्र कमाई हे समजणं हीच आहे आणि हे तसराळं हा इतिहासाच्या बोधपाठाचं स्मृतिचिन्ह आहे.'

अहमदाबादला आल्यावर कंचनबांनी नव्यानं स्वतःचं वाचन वाढविण्याची सुरुवात केली. चंद्रकांत एम.जे. लायब्ररीतून पुस्तकं आणायचा. आध्यात्मिक पुस्तकांपेक्षा कंचनबांना कथा-कादंबऱ्या जास्त आवडायच्या. त्यातल्या वेगवेगळ्या पात्रांच्या इंद्रधनुष्यासारख्या रंगांमध्ये त्या रमून जायच्या.

अरुणा कधी कधी म्हणायची, "बा, तू आता ह्या सगळ्या जबाबदाऱ्यांमधून मोकळं झालं पाहिजेस. भाई-भाभींनी त्यांच्या मुलाची जबाबदारी उचलली पाहिजे. तूही माझ्यासारखं आश्रमात एक ध्यानकुटिर बांधवून घे."

"हे बघ पोरी, तुझी गोष्ट वेगळी अन् माझी वेगळी. तुला संसाराचा अनुभव नाही. काही काही कामं करण्यानं किती आनंद मिळतो, ते तुला नाही समजायचं. मी तिथे ध्यान करायला बसायचं आणि इकडे सर्वांनी त्रास सहन करायचा. जोपर्यंत माझे हातपाय चालतायत तोपर्यंत जर कोणाच्या उपयोगी पडता आलं, तर पुष्कळ झालं. माझ्यासाठी तर हीच 'सहज समाधी आहे."

आनंदला शाळेत घातला. त्याची शाळा घराजवळच होती. चालत जायला पंधरा मिनिटे लागायची. तिथे शाळेजवळच्या एका दोन मजली बंगल्यात वृद्धाश्रम होता. कंचनबा आनंदला शाळेत पोहोचवून वृद्धाश्रमात तीन-एक तास काढायच्या. कोणाचे केस धुऊन द्यायचे, कोणाच्या कपड्यांना बटणे लावून द्यायची, कोणाला त्यांचे आवडते पुस्तक वाचून दाखवायचे. काही काम नसलं तर स्वयंपाकघरात

भाजी निवडायला मदत करायची. अशी लहान लहान कामे करण्यात त्यांना जगणे सार्थकी लागल्यासारखे वाटायचे. आनंदची शाळा सुटली, की त्याला घरी घेऊन यायच्या. नंतर मग आनंदची शाळा बदलली. तोपर्यंत चंद्रकांतला दुसरा मुलगा झाला. तोही शाळेत जाऊ लागला; पण वृद्धाश्रमात जाण्याचा त्यांचा कार्यक्रम चालू राहिला.

एक दिवस छोट्या टिकूला घेऊन त्या चार वाजता घरी आल्या, तेव्हा तारवाला त्यांची वाट बघत गेटाशी उभा होता.

◆

छत्तीस

कोणी अनोळखी माणूस गेटाशी उभा असलेला बघून जवळ जाऊन कंचनबांनी विचारलं, "कोणाकडे काम आहे, भाई?"

"तुमच्यासाठी तार आलीय," तारवाल्यानं फॉर्म आणि बॉलपेन त्यांच्यापुढे धरत म्हटलं.

"तार?" तार शब्द ऐकल्याबरोबर कंचनबांच्या काळजाचा ठोका चुकला. मग छातीत धडधडायला लागले. एकामागून एक कितीतरी कुशंका एखादी दरड कोसळत यावी तशा मनात आल्या. घामाने भिजलेला हात पुसत त्यांनी पेन घेतले. तारवाल्याने दाखविलेल्या रकान्यात सही करता करता त्या विचार करीत राहिल्या, की कोणाची असेल तार? कार्तिकची? जयाची? काही वाईट बातमी तर नसेल? चांगली बातमी नसणार, नाहीतर पत्र नसते आले? नक्कीच काहीतरी भलतेसलते घडलेले दिसतंय. त्यांनी अस्वस्थ मनानं विचारलं.

"कुठल्या गावाहून आलीय?"

"लंडनहून."

"लंडनहून?" आश्चर्याने कंचनबांनी तारवाल्याचेच शब्द परत उच्चारले.

"हो, परदेशातून."

"जरा काय बातमी आहे तेवढं वाचून सांगशील, बाबा?"

तारवाला आधीच वाट पाहून कंटाळला होता. त्यानं घाईघाईनं तार वाचून दाखवली.

"लंडनहून सहा तारखेला केव्हिन भारतात येत आहे." आणि तारवाल्यानं सायकल हाणली.

इकडे केव्हिनचे नाव कानांवर पडले आणि कंचनबा जमिनीला खिळल्यासारख्या उभ्या राहिल्या. काही क्षण पूर्णपणे सुन्न झालेल्या अवस्थेत गेली. मग त्यांचे ओठ जरा हलले. जणू पुन्हा एकदा केव्हिनचे नाव उच्चारून त्यांनी जे ऐकले होते, त्याची त्या खात्री करून घेत होत्या. नाव लक्षात आल्यावर त्यांना पुढे काही सुचलं नाही. त्यांच्या पायाखालची जमीन, डोक्यावरचं आकाश आणि आसपासचं वातावरण

ह्यांचा सगळा गुंता झाला होता. तो गोंधळ समजून घेण्याचा प्रयत्न करीत त्या दिङ्मूढ होऊन उभ्या होत्या. त्यांना कळलेच नाही, की छोट्या टिकूनं केव्हा त्यांच्या कंबरेचा घराच्या किल्ल्यांचा जुडगा घेतला आणि केव्हा दार उघडलं. एका हातात टिकूची वॉटरबॅग आणि दुसऱ्या हातात त्याचे शाळेचे दप्तर घेऊन कंचनबा उभ्या होत्या. त्या कुठल्यातरी चौरस्त्यावर उभ्या होत्या आणि नेहेमीचा ओळखीचा रस्ता धुंडत होत्या. जराशाने टिकूने येऊन त्यांना हलविले.

"मोटी बा (आजी) चला ना!"

दचकून त्या म्हणाल्या, "कुठे?"

"मोटी बा चला ना! मला भूक लागलीय."

"हो, हो! चल. तुला दूध आणि नाश्ता देते हं."

त्या दिवशी संध्याकाळी चंद्रकांत ऑफिसमधून आला, तोपर्यंत कंचनबांची मन:स्थिती अस्वस्थ, गोंधळलेलीच होती. एकदा वाटलं हा केव्हिन कोणी दुसरा असेल. कदाचित तारवाला चुकून दुसऱ्याची तार देऊन गेला असेल, असंही शक्य आहे. परंतु मनातून ह्या सगळ्या तर्कवितर्कांचं सतत एकच उत्तर मिळत होतं, 'तू मारे उलट-सुलट विचार करून सत्याला सामोरं जाणं टाळायला बघतेयस, पण नक्की हा ईव्हचा मुलगा केव्हिनच आहे' कंचनांबा आठवले, की ईव्ह तर कंपालाला राहते आणि ही तार तर लंडनहून आलीय. मग वाटले, असेही शक्य आहे, की चंद्रकांतच्या घरमालकांसारखंच ईव्हलाही ईदी अमीनमुळे आफ्रिका सोडून पळावे लागले असेल; पण असं जर असेल तर त्याला इथला पत्ता कसा मिळाला?

रात्री विशाखानं जेवायला हाक मारली तेव्हा तब्येत ठीक नाही, असं सांगून कंचनबा जेवायला गेल्या नाहीत. मुलाचं अन् सुनेचं जेवण झाल्यावर त्यांनी चंद्रकांतच्या हातात तार ठेवली. उघडलेली तार वाचल्यावर क्षणभर चंद्रकांतचा चेहेरा एकदम उतरला. जराशाने शांत होऊन त्याने कंचनबांकडे बघितले. त्या त्याच्याकडे बघतच उभ्या होत्या. चंद्रकांतने तार जवळच्या टेबलावर ठेवली आणि ती उडून जाऊन पडू नये म्हणून त्याच्यावर पाकीट ठेवले. मग चंद्रकांत उठून उभा राहिला. "बा, ही तार बघून तुला कसं वाटलं असेल ह्याची मला कल्पना आहे. तुझ्या मनात काय काय शंका उत्पन्न झाल्या असतील, त्याचाही अंदाज आहे. मी तुला सावकाशीनं सांगणारच होतो; पण मला ठाऊक आहे, की ईव्ह किंवा केव्हिनबद्दल काहीही ऐकायची तुझी इच्छा नव्हती आणि समजा तरीही हट्टानं मी सांगितलं असतं तर घरात वादावादी, भांडणं झाली असती. म्हणून मी योग्य संधीची वाट पाहात होतो. आता आज ती वेळ आली आहे, तर चल, आपण शांतपणे बसून बोलू या."

एवढे बोलून चंद्रकांतनं कंचनबांचे खांदे पकडले आणि तो बसला होता त्या खुर्चीत त्यांना बसविले. मग पलीकडच्या भिंतीशी असलेली आरामखुर्ची ओढत

आणून तो त्याच्यात बसला.

"बा, माझे बापूजी गेले हे समजल्यापासूनच ईव्हचा विषय तुझ्या बाजूने तू संपवून टाकला होतास. हे खरं आहे, की माझ्या बापूजींनी दुसरं लग्न केलं हे त्यांचं करणं बरोबर नव्हतं; पण नंतर आपल्याला स्पष्टीकरण द्यायला ते होते कुठे? आणि बापूजींच्यामुळे ईव्ह किंवा केव्हिनवर अन्याय करणं मला बरोबर वाटत नव्हतं. ईव्हनं तर आपण होऊन पत्र लिहिलं होतं. त्यांनी माझ्या बापूजींच्या इच्छेप्रमाणे आपल्यासाठी काही रक्कमही ठेव समजून सांभाळून ठेवली होती. त्यांनी मनात काही डूख धरला नव्हता, मग आपण त्यांच्या पत्राचं उत्तर न द्यायला काही कारण नव्हतं. बापूजी गेल्यावर सहा महिन्यांनी मी ईव्हला तुझ्या नावानं पत्र लिहिलं होतं. हे माझं करणं तुला चूक वाटत असेल, तर ती चूक मी केली आहे. पण त्याच्या मागे एकच हेतू होता– तुझं आणि कार्तिक-अरुणाचं हित."

चंद्रकांत थांबला. कंचनबा ओठ घट्ट मिटून बसल्या होत्या. उद्रेक होऊ बघणाऱ्या ज्वालामुखीला रोखून धरायचा प्रयत्न करीत होत्या. थोडा वेळ खोलीत एक गाढ शांतता पसरली. कंचनबांनी स्वत:वर काबू मिळवत विचारलं,

"मग पुढे?"

"माझ्या पत्राचं त्यांनी खूप चांगलं उत्तर लिहिलं. बापूजींनी ठेवलेल्या दीड लाख रुपयांमध्ये त्यांच्या स्वत:कडून म्हणून पन्नास हजार घालून पैसे पाठवले. शिवाय असंही लिहिलं, की केव्हाही जरूर पडेल तेव्हा मदतीसाठी नि:संकोचपणे लिहावे."

कंचनबांना आता खुर्चीत बसून राहणे अवघड होते. त्या अत्यंत दुखावल्या गेल्या होत्या. आजतागायत ताठ मानेने, स्वाभिमानाने आणि आत्मविश्वासाने त्या जगत आल्या होत्या. चंद्रकांतने जणू त्यांच्या पायांखालून उभे राहायचा आधारच काढून घेतला होता. गुडघ्याखालचे त्यांचे पाय अगदी गार पडले होते. पतीने दुसरे लग्न करून पत्नीची प्रतीक्षा निरर्थक केली होती. मुलाने खोटेपणा करून सवतीची मदत घेतली होती. इकडे कंचनच्या आईपणावरही फुली मारली होती. आयुष्याची पन्नास वर्षे पार वाया गेली होती.

चंद्रकांत पुढे बोलू लागला, "त्या दोन लाखांमधून पन्नास हजार मी ह्या घरासाठी खर्च केले आणि दीड लाख रुपये शेअरबाजारात गुंतविले आहेत. त्यात चांगला नफा मिळतो. पुढे कधी जरूर पडली तर–"

कंचनबा उठल्या आणि त्यांच्या खोलीकडे चालू लागल्या. उंबऱ्याशी उभ्या राहून त्या म्हणाल्या, "चंद्रकांत, तू चूक नाही केलीस, अपराध केला आहेस. माझ्या दुधाला बट्टा लावला आहेस. मी विचार करायची, की भले केलं असेल तुझ्या बापूजींनी दुसरं लग्न– एक स्त्री म्हणून माझ्या आयुष्याचा तो रिकामा कोपरा मी स्वीकारला होता. मला वाटायचं की स्वाभिमानानं जगण्यासाठी माझ्या पायाखाली चांगली पक्की जमीन आहे. आई म्हणून माझं कर्तव्य मी पार पाडलं आहे. माझी

मुलं माझं नाव उज्ज्वल करतील. पण तो माझा भ्रम होता.''

ती रात्र कंचनबांना अंधाऱ्या दरीत खेचत राहिली. पती गेला तेव्हा सारी रात्र त्या वादळ आणि वावटळीच्या थपडा खात इकडून तिकडे हलणाऱ्या कडुलिंबाच्या रोपट्यासारख्या चूपचाप वादळाला तोंड देत राहिल्या होत्या. आज पुन्हा तशीच रात्र होती; पण आता पहिल्यासारखे टिकून राहायला बळ नव्हते. तेव्हा तर त्यांच्या फांद्या, डहाळ्या मजबूत होत्या. वादळाचा जोर त्या फांद्या, डहाळ्यांवर आपटून कमी होत होता. आज राहिले होते फक्त खोड. पण काळ जात असताना आता खोडाला बुरशी धरू लागली होती. कंचनबांना वाटले, 'ह्यालाच का जीवन म्हणायचं?'

त्या रात्री चंद्रकांतला तरी कुठे झोप लागत होती? त्याने तर चांगल्या हेतूनेच हे सगळे केले होते; पण त्यासाठी थोडा खोटेपणा तर केलाच होता. थोडा नाही-पण बराच. बा जर कोर्टात गेली तर खोटी सही करण्याबद्दल आणि बा चे पैसे हडप करण्याबद्दल शिक्षा होईल, सरकारी नोकरी जाईल आणि बदनामीही होईल! त्याला वाटले, बा चे पाय पकडून क्षमा मागावी. तो कंचनबांच्या खोलीत गेला. जमिनीवरच्या अंथरुणांवर आनंद आणि टिकू गाढ झोपले होते. कंचनबा फोल्डिंग पलंगावर भिंतीवर तोंड करून कुशीवर झोपल्या होत्या.

चंद्रकांत जवळ गेला. कंचनबांचे डोळे बंद होते; पण चेहेऱ्यावर ताण होता. एक हात डोक्याखाली होता आणि दुसऱ्या हातात जपमाळ होती. माळेचे मणी हातातून फिरत होते. 'बा' म्हणून हाक मारायला चंद्रकांतने तोंड उघडले, तोच कंचनबा पलंगावर उठून बसल्या. पदर डोक्यावरून ओढून घेत त्यांनी विचारले,

''बोल! काय सांगायचं आहे तुला?''

''इथं नको. मुलांची झोप मोडेल. बाहेर बैठकीच्या खोलीत जाऊ या.''

कंचनबांच्या मागे मागे चंद्रकांत बैठकीच्या खोलीत आला. कंचनबा दाराला टेकून उभ्या राहिल्या. अंधुक उजेडात त्यांना अशा उभ्या असलेल्या बघून वाटतच नव्हते, की त्यांचा ह्या घराशी काही संबंध होता! त्या जणू एक असा वृक्ष होत्या, जो उन्मळून पडला होता आणि कशाच्या तरी नाममात्र आधाराने त्याचे लाकूड उभे होते. त्या वृक्षाला पक्के ठाऊक होते, की हा आधारही अगदी क्षणिक होता.

चंद्रकांतने एकदम कंचनबांचे पाय धरले आणि तो हुंदके देऊन रडू लागला. चंद्रकांतचे अश्रू कंचनबांनी पावले भिजवत होते आणि कंचनबांच्या अश्रूंनी चंद्रकांतचे डोके भिजत होते. जरा वेळाने शांत होऊन कंचनबांनी चंद्रकांतला उठवून उभा केला आणि झोपाळ्यावर स्वत:जवळ बसविला.

''बा! तू मला माफ करशील?'' हुंदके आवरत चंद्रकांत म्हणाला.

''बेटा, मी तुझी प्रत्यक्ष मा तुला माफ नाही करणार, तर दुसरं कोण करेल? तू निश्चिंत राहा. मी कोर्टात जाणार नाही आणि तुझ्या वाटेत आडवीही येणार नाही;

पण आता एक गोष्ट निश्चित, की मी इथं राहू शकणार नाही.''

''तर मग तू कुठं राहशील?''

''कुठं राहायचं हा फार मोठा प्रश्न नाही. कशा तऱ्हेनं राहायचं, जगायचं हे महत्त्वाचं असतं. मला वाटतंय, की एकदा जसापरला जाऊन यावं.''

''पण तिथं सगळी विचारतील तर?''

कंचनबा हसल्या. ''तू काळजी नको करू. मी ही गोष्ट कोणालाही सांगणार नाही. तुला ठाऊक नाही, पोरा, हा घाव तर असा आहे, की दुसऱ्याला दाखवायला गेलं तर आपलीच बेअब्रू होणार!''

''तू दोन-तीन दिवसांत परत ये. लंडनहून केव्हिन येणार आहे. त्याच्या मम्मी गेल्या वर्षी वारल्या. मी त्याला इकडे सुटीसाठी बोलावलं आहे.''

कंचनबा काही बोलल्या नाहीत. जराशानं म्हणाल्या, ''जा, तू झोप. मीही आता झोपते. उद्या सकाळी लवकर निघायचंय.''

एकाएकी आभाळात वीज कडाडली आणि तो उजेड माताजींच्या मंदिराच्या उंबऱ्यापर्यंत आला. कंचनबा जाग्या झाल्या. त्यांना वाटले, कुठेतरी वीज पडलेली दिसते आहे.

आभाळात ढग आणि वीज ह्यांचं द्वंद्व चाललं होतं. ढगांच्या गडगडाट विजेच्या लोळांपाठोपाठ ऐकू येत होता. कंचनबा बसल्या बसल्या बघत होत्या. विजेच्या तेजस्वी रेखा आकाशात काहीतरी लिहीत होत्या; पण लगेच ढग येऊन ते झाकून टाकत होते. त्यामुळे काही वाचता येत नव्हते.

कंचनबा जसापरला आल्या. तीन दिवस आणि तीन रात्री राहिल्या होत्या. गाव मात्र अलिप्त राहिले नव्हते, खळबळ माजली होती. कंचनबांना वाटलं 'अजून एक शब्दही तोंडातून काढला नाही, तर लोक गुपचुप बैठका घ्यायला लागलेत, सभा योजायला लागलेत.' अर्थात बिचाऱ्या जगदीशचा काय दोष? त्याला तर कसेबसे हे उपजीविकेचे साधन मिळाले आहे. ते पण काढून घेतले गेले तर? त्याला अशी भीती नाही वाटली तरच नवल; पण जरा दमाने घेतले असतेन तर? अर्थात त्याला विश्वास कसा वाटणार म्हणा? तो थोडाच पोटचा मुलगा आहे की– बाकी पोटची पोरे तरी मला कुठे समजून घेऊ शकलीयत?'

कंचनबांचे हृदय भरून आले. आभाळातले ढग जणू त्यांच्या छातीवरच आले. छातीवर दाबल्यासारखे, कोंडल्यासारखे वाटू लागले. श्वास कोंडल्यासारखा होऊ लागला. त्यातच मधून मधून कळा येऊ लागल्या. कंचनबांना वाटले, हे गुदमरल्यासारखे वाटणे कमी नाही झाले तर? त्या हबकल्या. नाही, मृत्यूची भीती नव्हती; पण असे मरायचे नव्हते. त्या तर सुटल्या असत्या; पण त्यांच्या मागे गावात तऱ्हेतऱ्हेच्या वावड्या उठल्या असत्या आणि शेजारी, मुले सगळी त्या चक्रात अडकतील.

जिवंत असताना कोणाच्या आड आले नाही, तर मेल्यावर कशाला यायचे?

इथून निघून गेलेले बरे– गावातल्या लोकांना काय वाटेल? गेले तीन दिवस जे वाटत असेल तेच. त्या कुठे काही म्हणाल्या होत्या? लोक तऱ्हेतऱ्हेचे तर्क करीत होते. मी निघून गेले म्हणजे त्यांची चिंता तरी दूर होईल. बिचारा जगदीश स्वस्थ चित्ताने जगू शकेल. मी गेले म्हणजे आठ-एक दिवस लोक शंका-कुशंका काढत राहतील. तोपर्यंत चर्चेला नवा विषय सापडला, की विसरून जातील. लोकांना कुठे कशाची फार दिवस आठवण राहते?

ह्यावेळी कडाडणारी वीज पावसात भिजत आली. आभाळासारखाच कंचनबांच्या छातीवरचा दाबही कमी होऊ लागला. त्यांनी दीर्घ श्वास घेतला. गार पडलेल्या हातापायांत परत ऊब येऊ लागली. साडीच्या पदराने त्यांनी घाम पुसला. घड्याळात चारचे ठोके पडले.

कंचनबा उठल्या. पिशवीतून टॉवेल आणि कपड्यांचा जोड काढला. मंदिराच्या ओसरीच्या पन्हळीतून पावसाच्या पाण्याच्या पागोळ्या पडत होत्या. अर्धी साडी लावून घेऊन त्या पागोळ्यांखाली त्यांनी आंघोळ केली. मग कपडे बदलून माताजींच्या मंदिराच्या जाळीसमोर उभ्या राहिल्या. अंधुक प्रकाशात त्या माताजींच्या मूर्तीकडे टक लावून बघत राहिल्या. हळूहळू त्यांना वाटू लागले, की मूर्ती तेज:पुंज होते आहे. क्षणभर त्यांचे डोळे दिपून बंद झाले. बंद डोळ्यांपुढे स्वच्छ निखळ आनंदाचा अंधार होता. हळूहळू सगळ्या इच्छा नाहीशा होत होत्या. आरतीच्या वेळी शेवटच्या घंटानादानंतर जी शांतता पसरते, तशी शांतता आता मनात आणि बाहेरही होती. त्या स्वत:चा आवाज ऐकत राहिल्या.

'मा! मी तर आले होते तुझ्या दर्शनाला. तू माझ्यासाठी मुळं रुजविणारी धरतीमा आहेस, माझी नोळवेल, माझी संजीवनी बुटी आहेस. (नोळवेल ही एक वनस्पती आहे. सापाच्या आणि मुंगुसाच्या लढाईत जर मुंगूस थकले, तर ते ह्या वनस्पतीला हुंगते, आणि त्याला पुन्हा लढायची शक्ती येते असे म्हणतात.) आज पुन्हा एकदा मला नव्यानं प्रवास सुरू करायचा आहे. मी मुक्कामावर पोहोचले आहे, असं मला वाटत होतं; पण तो माझा भ्रम होता.

मी तुझ्याकडून जगण्याची शक्ती मागायला आले होते; पण जगदीशला वाटलं, की मी त्याचा हक्क हिरावून घेईन. जिथे हक्क होता तोही जिथं मी सोडला, तिथं– वाटलं होतं एकदा जसापरला जाईन; इथली मातीच माझ्या विस्कटून गेलेल्या ममतेला टिकून राहण्याचं बळ देईल.

ह्या तीन दिवसांच्या अनुष्ठानाच्या काळात मी गेली पन्नास वर्षं जणू पुन्हा एकदा जगले. ह्या आठवणी पूर्वी कधी मला पिळवटून काढायच्या, शोषून घ्यायच्या. मी त्यांच्याकडे तटस्थपणे बघू शकत नव्हते; परंतु आता ह्या आठवणी माझ्या सहप्रवासी झाल्या आहेत. माझ्या मनावरचं सगळं ओझं दूर झालं आहे. आता कसं निर्मळ, हलकं हलकं वाटतं आहे. आता माझ्या मनात चांगल्या-वाईट कसल्याच भावभावना

नाहीत, रागलोभ नाही. आता जी कोणती दिशा मी स्वत:साठी ठरवेन, तीच माझ्यासाठी योग्य असेल. प्रत्येक माणूस त्याच्या मती, शक्ती आणि नियतीप्रमाणे कधी चुका करतो, कधी आपलं आयुष्य सुधारतो. माणूस असतो म्हणून तो चुका करतो. कदाचित म्हणूनच माणूस म्हणायचा– नाही तर देव नसता झाला?'

लाईट लावून कंचनबांनी सामान आवरायला सुरुवात केली. सामान ते काय? दोन जोड कपडे आणि एक पितळेचे तसराळे. ओसरीच्या कोपऱ्यात पडलेले ते तसराळे त्यांनी घेतले आणि पिशवीत ठेवू लागल्या. मग क्षणभर थांबल्या. हातातल्या रिकाम्या तसराळ्याकडे त्या बघत राहिल्या. जरा वेळानं त्यांनी ते पिशवीत ठेवले.

पाच वाजायला आले होते. पिशवी घेऊन कंचनबा उठल्या. पाऊस पूर्णपणे थांबला नव्हता. भुरभुर होती. त्यांनी ओसरीवरचा लाईट बंद केला, जाळी बंद केली, पायऱ्या उतरून सतीमाच्या चबुतऱ्यापाशी जाऊन हात जोडले. आजूबाजूला एक नजर टाकली. अंधुक उजेडात कडुलिंब, ओटा, माताजींचं मंदिर, सतीमाचं स्थान आणि वाऱ्यावर फडफडणारी मंदिराची ध्वजा. कंचनबा मंदिराच्या मागच्या बाजूला गेल्या. हाताने चाचपून मागच्या भिंतीशी उगवलेल्या लाल कण्हेरीचे फूल घेऊन ते डोळ्यांना लावून मस्तकाला लावले आणि मग ब्लाऊजच्या खिशात ठेवलं.

फाटक बंद करून त्यांनी पुन्हा एकदा शक्तिमाच्या मंदिराकडे नजर टाकली आणि त्या बस स्टँडकडे चालू लागल्या. ठाकोरसाहेबांच्या बंद दरवाजाच्या आत जरा-जरा हालचाल जाणवत होती. मनोमन भलाभाई आणि हरिप्रियाची आठवण करून त्या समोर बघू लागल्या. समोर बाजार, चौक, चबुतरा सगळे सुनेच होते. त्यांना वाटले, ठाकुरजीच्या मंदिरात काकड आरतीची तयारी चालू असेल. झांपल दे च्या ओट्यावर घडीभर बसावेसे वाटले; पण त्या थांबल्या नाहीत. बस स्टँडवर पोहोचल्या तेव्हा तिथे कोणी नव्हते. बसला अजून वेळ होता. भावशून्य नजरेनं त्या वेस, रस्ता आणि आकाशाकडे बघत रस्त्यावर बसून राहिल्या.

थोड्या वेळानं कुठल्या तरी वाहनाचा आवाज आला. मोटरसायकलसारखा आवाज वाटला. कंचनबांनी डोक्यावरचा पदर आणखी पुढे ओढला. एक टेम्पो येऊन थांबला. टेम्पोवाला कोणी ओळखीचा पोरगा होता. त्यानं विचारलं,

"कुठे जायचंय?"

"तुम्ही कुठे जाताय?"

"कांपमध्ये माल आणायला."

कांपमध्ये? जास्त विचार न करता 'चला' म्हणत कंचनबा टेम्पोत बसून गेल्या. सुनसान बस स्टँड, सुनसान रस्ता आणि सुनसान वेशीवर टेम्पोचा आवाज घुमत राहिला.

◆